AF762437

INSIGHT PUBLICA®

INSIGHT PUBLICA®

Nadakkavu, Kozhikode, Kerala 673011
www. insightpublica.com
e-mail: insightpublica@gmail.com

Kungumam Pookkunna Sandhyakal

(Malayalam)

Kavitha Viswanath

First Edition: May 2019
Second Edition: October 2021

ISBN 978-93-89155-01-3

കുങ്കുമം പൂക്കുന്ന സന്ധ്യകൾ

കവിതാ വിശ്വനാഥ്

INSIGHT PUBLICA ®

തിരുവനന്തപുരം ജില്ലയിലെ വെങ്ങാനൂരിൽ വിശ്വനാഥന്റെയും തുളസിയുടെയും മകളായി ജനിച്ചു. വെങ്ങാനൂർ ഗേൾസ് ഹൈസ്കൂളിലും കാട്ടാക്കട ക്രിസ്ത്യൻ കോളേജിലുമായി വിദ്യാഭ്യാസം. 'പൂനിലാവ്' മാസികയുടെ എഡിറ്റർ. 'ശിശിരസന്ധ്യാരാഗം'എന്ന നോവൽ കവിത ഉള്ളൂർ എന്ന പേരിൽ പ്രസിദ്ധീകരിച്ചു. ആർഷ ഭാരതം ട്രസ്റ്റിന്റെ യുവ സാഹിത്യകാർക്കുള്ള സമഗ്ര സംഭാവനാ പുരസ്കാരം, ചെന്നൈ മലയാളി അസോസിയേഷൻ പുരസ്കാരം, ഗീതാഞ്ജലി ബഹുമുഖപ്രതിഭ സ്നേഹോപഹാരം എന്നിവ ലഭിച്ചിട്ടുണ്ട്.

വിലാസം: വി.റ്റി.സദനം, അയണിമൂട്, വെടിവെച്ചാൻകോവിൽ. പി.ഒ, തിരുവനന്തപുരം-695501, ഫോൺ - 8907573628

കൃതികൾ

വരപ്രസാദം (കവിത)
ശിശിരസന്ധ്യാരാഗം (നോവൽ)
ഓർമയിലെ ദലമർമരം (നോവൽ)
ഒരുമൃദുമന്ത്രണം പോലെ (നോവൽ)
സമവാക്യം (ഡിക്റ്ററ്റീവ് നോവൽ)
ഉറങ്ങുന്ന സൂര്യൻ (ബാലസാഹിത്യ നോവൽ)
കവിതാ വിശ്വനാഥിന്റെ കഥകൾ (ചെറുകഥകൾ)
അക്ഷരതീർഥം (കവിത, സി.ഡി)
റോബിൻസൺ ക്രൂസോയുടെ സാഹസങ്ങൾ (പുനരാഖ്യാനം)
ഒലിവർ ട്വിസ്റ്റ് (പുനരാഖ്യാനം)
ജീവിതം = നീയും ഞാനും (നോവൽ)
കുങ്കുമം പൂക്കുന്ന സന്ധ്യകൾ (നോവൽ)
പട്ടം-തിരക്കഥ (സിനിമ)

കവിതാ വിശ്വനാഥ്

യക്ഷിയ്ക്കൊരു പുനർജന്മം

പള്ളിയറ ശ്രീധരൻ

'കുങ്കുമം പൂക്കുന്ന സന്ധ്യകൾ' എന്ന കവിതാ വിശ്വനാഥിന്റെ നോവൽ, ഇന്നത്തെലോകത്ത് മാറിമറിയുന്ന ജീവിതസാഹചര്യങ്ങളും അതിലൂടെ കടന്നു പോകുന്ന സംഘർഷഭരിതമായ ജീവിതനിമിഷങ്ങളെ കുറിച്ചുമാണ്. കഥ പറച്ചിൽ, സ്ഥലകാലങ്ങൾ, ഇതിവൃത്തം, ആഖ്യാനഘടന, ആഖ്യാനസ്ഥാനം എന്നിവയെല്ലാം മുൻനിർത്തി വിലയിരുത്തുമ്പോൾ, ആധുനിക നോവൽ ശാഖയുടെ എല്ലാ ഭാവങ്ങളും ഉൾക്കൊള്ളാൻ എഴുത്തുകാരിക്ക് കഴിഞ്ഞിട്ടുണ്ട്. താൻ ജീവിക്കുന്ന ചുറ്റുപാടിൽ സ്ത്രീകൾ ഇന്ന് അനുഭവിക്കുന്ന പീഡനങ്ങൾക്കും ചൂഷണങ്ങൾക്കും എതിരെയുള്ള പ്രതികരണസ്വരമാണ് നോവലിൽ നിറഞ്ഞുനിൽക്കുന്നത്. ജീർണ്ണിച്ച സമൂഹത്തോട് തനിക്ക് പറയാനുള്ളത് നോവലിന്റെ പശ്ചാത്തലത്തിൽ അവതരിപ്പിച്ചിരിക്കുകയാണ് നോവലിസ്റ്റ്.

അടുക്കുന്തോറും അകലുന്ന കെട്ടുപിണഞ്ഞു കിടക്കുന്ന ബന്ധങ്ങളെയും ബന്ധനങ്ങളെയും ഹൃദയത്തിൽ തൊടുന്ന ഭാഷയിൽ അതീവ തീവ്രമായാണ് നോവലിൽ അവതരിപ്പിച്ചിരിക്കുന്നത്. നാടകീയത മുറ്റി നിൽക്കുന്ന സന്ദർഭങ്ങളിൽ പോലും നോവലിന്റെ സൂക്ഷ്മാംശങ്ങളിലെത്താൻ നോവലിസ്റ്റിനു സാധിക്കുന്നു. ഹൊറർ പശ്ചാത്തലത്തിൽ ആധുനികതയുടെ ആഖ്യാനശൈലിയിൽ

ത്രുപപ്പെടുത്തിയിരിക്കുന്ന പുസ്തകം വിരസതയില്ലാതെ ഒഴുക്കോടെ വായിച്ചു പോകാവുന്ന നോവലാണ്. കഥാപാത്രങ്ങളുടെ വിശേഷണം, പശ്ചാത്തലം, കഥയൊരുക്കൽ എന്നിവയിലെല്ലാം നോവലിസ്റ്റ് തികഞ്ഞ പാടവം കാട്ടുന്നുണ്ട്. വാക്കുകൾ ജീവിക്കുന്ന വാമൊഴിയിൽ നിന്നും മലയാളിത്വം തുളുമ്പുന്ന നിത്യജീവിത സംഭവങ്ങളിൽ നിന്നും ശക്തി സംഭരിച്ച് ഈ നോവലിലെ സംഭാഷണങ്ങൾ ചിട്ടപ്പെടുത്തി യിരിക്കുന്നു. നല്ല പദപ്രയോഗങ്ങളും തിരുവനന്തപുരത്തെ തെക്കൻ സംഭാഷണങ്ങളുമെല്ലാം തനിമയോടെ അവതരിപ്പിച്ചിട്ടുണ്ട്.

"അവള ഒര് പട്ടാളത്തുകാരൻ കെട്ടി. അവൻ അവളേം കൊണ്ട് ജോലി സ്ഥലത്ത് പെയ്യ്. ഒര് തെവസം അവള മാപ്പള വീട്ടി ഇല്ലാ യ്ര്ന്നപ്പം ഒര് പട്ടാളത്തുകാരൻ അവള കേറി പിടിച്ച്. അവള് അവന്റ ചെവിക്കുറ്റിക്ക് ഒന്ന് കൊട്ത്ത്. കശപിശ മൂത്തപ്പം പട്ടാളത്ത്കാ രന് കലി കേറി അവള വെടി വച്ച് കൊന്ന്. പൊടവൊട കഴിഞ്ഞ് നപ്പത്തിയേഴ് ദെവസേം അവള് ജീവിച്ചോള്ളു. മര്ച്ച് തോന ദെവസം കഴിഞ്ഞപ്പഴാണ് ചവം കൊണ്ട് വന്നത്. ഞാൻ കാണാൻ പെയ്യില്ല."

പ്രകൃതിസ്നേഹിയും കവയിത്രിയും സാമൂഹിക പ്രവർത്തകയുമായ കസ്തൂരി എന്ന പെൺകുട്ടിയുടെ വിപതിധൈര്യത്തിന്റെയും സാഹസം നിറഞ്ഞ അതിജീവനത്തിന്റെയും കഥയാണ് 'കുങ്കുമം പൂക്കുന്ന സന്ധ്യകൾ' എന്ന നോവൽ. രാജ്യം വളരെയധികം പുരോഗതി കൈവരിച്ചെങ്കിലും, സ്ത്രീകൾക്ക് നേരെയുള്ള പീഡനങ്ങളും അതി ക്രമങ്ങളും വർദ്ധിച്ചുകൊണ്ടിരിക്കുന്നു. ഈ സാഹചര്യത്തിൽ, നീതി പീഠത്തിന്റെ കാരുണ്യത്തിൽ തനിക്ക് നീതിലഭിക്കില്ലെന്ന് തീർച്ച പ്പെടുത്തിയ കസ്തൂരി എന്ന ധീരയായ പെൺകുട്ടി തന്നെ ആക്രമിച്ച കാശിനാഥിനെ കൊണ്ട് സ്വയം അടിയറവുപറയിച്ച് നിയമത്തിനു മുന്നിൽ കൊണ്ടുവരുന്ന നാടകീയമായ കഥാവിഷ്കാരമാണ് ഈ പുസ്തകത്തിൽ.

കാലഘട്ടത്തിന്റെ അനുഭവങ്ങളുമായി ബന്ധപ്പെട്ടു നിൽക്കുന്ന ഘടകങ്ങൾ നോവലിലുടനീളം കാണാം. ജീവിത യാഥാർത്ഥ്യങ്ങളുടെ ഭിന്നമുഖങ്ങൾ സുതാര്യതയോടെ അവതരിപ്പിച്ചിരിക്കുന്നതിനാൽ വായനക്കാരന്റെ ബോധതലങ്ങളെ ഉദ്ദീപിപ്പിക്കുന്നു. കസ്തൂരി എന്ന മിടുക്കിയായ പെൺകുട്ടിക്ക് കാശിനാഥെന്ന തന്നിഷ്ടക്കാരനായ പുരുഷനിൽ നിന്ന് അനുഭവിക്കേണ്ടി വന്ന പീഡാനുഭവങ്ങളെകു റിച്ചും ആ അനുഭവങ്ങൾ അവർ ഇരുവരുടെയും ജീവിതഗതിയിൽ

വരുത്തിയ പരിവർത്തനങ്ങളെ കുറിച്ചും ഉദ്വേഗഭരിതമായ ചാരുതയോടെ അവതരിപ്പിച്ചിരിക്കുന്ന നോവലാണ് 'കുങ്കുമംപൂക്കുന്ന സന്ധ്യകൾ'. കാശിനാഥിന്റെയും കസ്തൂരിയുടെയും ജീവിതത്തിൽ വന്നുപെടുന്ന സങ്കീർണ്ണതകളെ അതിവിദഗ്ധമായി തന്നെ കൈകാര്യം ചെയ്തിരിക്കുന്നു. നോവലിന് അപ്രതീക്ഷിത ക്ലൈമാക്സുകൾ നൽകുന്ന നോവലിസ്റ്റ് വളരെയധികം സൂക്ഷ്മതയോടെയും തന്ത്രപരമായും വിഷയങ്ങൾ കൈകാര്യം ചെയ്തിരിക്കുന്നു.

ജീവിതത്തിനും മരണത്തിനുമിടയ്ക്കുള്ള ജീവിതയത്നത്തിന്റെ . ചുടുനീർകണങ്ങളെ നനവോടെ അനുവാചക ഹൃദയങ്ങളിലേക്കിറ്റിക്കുന്ന അനുഭവമാണ് ഈ നോവലിൽ. അധികാരത്തിന്റെ അടിച്ചമർത്തലുകൾ സ്ത്രീശക്തിയ്ക്കു മുന്നിൽ ഒന്നുമല്ലെന്ന് തെളിയിക്കുകയാണ് കസ്തൂരി എന്ന പെൺകുട്ടിയുടെ അതിജീവനത്തിന്റെ കഥ. കാല്പനികതയുടെ ബിംബങ്ങൾ കോരിനിറച്ച് നോവലിൽ മൂടൽമഞ്ഞ് തീർക്കുന്നില്ല, മറിച്ച് ജീവിതയാഥാർത്ഥ്യത്തിന്റെ നേരറിവുകളുടെ ആഴങ്ങളിലേക്കിറങ്ങുന്ന ഗഹനതയാണ് ഉടനീളം കാണുന്നത്. നിയമത്തിന്റെ നൂലാമാലകളിൽപെട്ട് ഞെരിഞ്ഞമരുന്ന നിയമത്തെ നിശിതമായി വിമർശിക്കുകയും അനീതിയ്ക്കെതിരെ പ്രതിഷേധധ്വനി ഉയർത്തുകയും ചെയ്യുന്ന സന്ദർഭങ്ങൾ നോവലിലൂടെ കൊണ്ടുവന്നതിൽനിന്ന്, ഈ എഴുത്തുകാരിയുടെ സാമൂഹിക പ്രതിബദ്ധതയെ കുറിച്ച് മനസ്സിലാക്കാം.

വർത്തമാനകാലത്തിന്റെ നേർചിത്രങ്ങളും അരക്ഷിതാവസ്ഥയുടെ ചില്ലുചീളുകളും നവകാല സാഹിത്യത്തിന്റെ പുതുമയായി നിറഞ്ഞുനിൽക്കുന്നു. സന്ദർഭത്തിനനുസൃതമായി ഭാഷയുടെ ഗുരുലഘുത്വങ്ങൾ നിർണ്ണയിക്കാനുള്ള നോവലിസ്റ്റിന്റെ കഴിവ് അഭിനന്ദനാർഹമാണ്. ജീവിത കമ്പനത്തിന്റെ വിശാലമായ കാൻവാസിൽ പ്രത്യക്ഷതകളോടുള്ള പ്രതികരണമായി നിറയുന്ന നോവൽ ഉള്ള് പൊള്ളിക്കുന്ന ജീവിതസത്യങ്ങളുടെ ഇരുണ്ട തലങ്ങളെയാണ് തുറന്നുകാട്ടുന്നത്. മാദകസ്വപ്നങ്ങൾകൊണ്ട് മർത്ത്യകസത്യങ്ങളെ അളന്നു ചിട്ടപ്പെടുത്തുക അസാധ്യമാണെന്നത് അനുഭവവേദ്യമാക്കുകയും ജീവിതസത്യത്തിന്റെ നേരറിവുകളെ കൂടുതൽ വ്യക്തതയോടെ വരച്ചുകാട്ടുകയും ചെയ്യുന്ന നോവൽ, സ്ത്രീകളുടെ ആത്മധൈര്യത്തിന് ശക്തി പകരുന്നതോടൊപ്പം കാലവും രൂപവും ഭാവവും മാറിക്കൊണ്ടിരിക്കുന്ന ഈ കാലത്ത് ക്ഷോഭങ്ങളിലും നിസ്സഹായതകളിലും സഹനങ്ങളിലും

പെട്ട് അടിയറവു പറയേണ്ടവരല്ല ഇന്നത്തെ സ്ത്രീകൾ എന്ന് വെളിപ്പെടുത്തിക്കൊണ്ട്, സ്ത്രീകൾക്ക് അതിജീവനത്തിന്റെ സൂത്രവാക്യം നൽകുകയും ചെയ്യുന്ന അനുഭവമാണ് നോവലിൽ കാണുന്നത്.

അനുദിനം നിരവധി ഗ്രന്ഥങ്ങൾ പ്രസിദ്ധീകരിക്കുന്നു എങ്കിലും വായനാനുഭവം നൽകുന്ന പുസ്തകങ്ങൾ അംഗുലീപരിമിതമാണ്. അക്ഷരങ്ങളിൽ അടയിരിക്കുന്ന മൗനങ്ങളെ വിരിയിക്കുന്നതാണ് വായനകല. മൗനത്തിൽ നിന്ന് വാചാലതയിലേയ്ക്കും വാചാലതയിൽ നിന്നും അസ്വാദനത്തിന്റെ അനുഭൂതിയിലേക്കും അനുവാചകരെ കൂട്ടിക്കൊണ്ടു പോകുന്നു. ലഘുത്വം കൊണ്ട് ഗുരുത്വം വരുത്തുന്ന രസതന്ത്രം നന്നായി പ്രകാശിക്കുന്ന എഴുത്താണ് ഈ നോവലിൽ. വിഷയവൈവിധ്യം പോലെ തന്നെ ആവിഷ്കാര വൈവിധ്യവും കാത്തു സൂക്ഷിക്കുവാൻ ഈ എഴുത്തുകാരി ശ്രദ്ധിച്ചിട്ടുണ്ട്.

ഡിക്റ്ററ്റീവ് നോവൽ, ജീവചരിത്ര നോവൽ, ബാലസാഹിത്യ നോവൽ തുടങ്ങി വ്യത്യസ്തമായ നോവലുകളെഴുതുന്ന എഴുത്തുകാരിയുടെ ഹൊറർ പശ്ചാത്തലമുള്ള ഈ നോവലും വ്യത്യസ്തത പുലർത്തുന്നു. നോവൽ രചനയുടെ ടെക്നിക്കുകൾ കഥാകാരി വശത്താക്കിയിട്ടുണ്ട്. കഥ, കവിത, നോവൽ, ബാലസാഹിത്യം തുടങ്ങി സാഹിത്യത്തിന്റെ വിവിധ ശാഖകളിൽ രചനകൾ നടത്തുന്ന എഴുത്തുകാരിയെ ഹൃദയം നിറഞ്ഞ് അഭിനന്ദിക്കുന്നതിനോടൊപ്പം 'കുങ്കുമം പൂക്കുന്ന സന്ധ്യകൾ' എന്ന കൃതി സഹൃദയ സമക്ഷം അവതരിപ്പിക്കുന്നു.

കാർ പ്രധാന നിരത്തിൽ പ്രവേശിക്കുമ്പോൾ കാശിനാഥ് ഒന്നിളകിയിരുന്നു. ഗാന്ധി പാർക്ക് ലക്ഷ്യമാക്കി കാറോടിക്കുമ്പോൾ അയാളുടെ മനസ്സിൽ യുവ പരിസ്ഥിതി പ്രവർത്തകയും സാമൂഹിക പ്രവർത്തകയും കവയിത്രിയുമായ കസ്തൂരി ശ്രീധറിന്റെ മുഖമായിരുന്നു. പാർക്കിംഗ് ഏര്യായിൽ കാർ പാർക്ക് ചെയ്ത ശേഷം പാർക്കിലേക്ക് നടക്കുമ്പോൾ കസ്തൂരിയുടെ ശക്തമായ സ്വരം കാതിൽ മുഴങ്ങിക്കേട്ടു. വേദിക്കു മുന്നിൽ നിരത്തിയിട്ടിരുന്ന കസേരകളിലൊന്ന് നീക്കിയിട്ട്, കസ്തൂരിയുടെ മുഖത്ത് കണ്ണുകൾ കേന്ദ്രീകരിക്കത്തക്ക രീതിയിൽ കസേരയുടെ സ്ഥാനം ക്രമീകരിച്ച് കാശിനാഥ് ഇരുന്നു.

ആത്മധൈര്യവും ആത്മവിശ്വാസവും തുളുമ്പുന്ന കസ്തൂരിയുടെ വാക്കുകൾ കാശിനാഥിന്റെ കാതുകളിൽ പതിച്ചു. പ്രസംഗത്തിനിടയിൽ ചൊല്ലുന്ന കവിതകൾ അയാളുടെ അന്തരംഗത്തെ പ്രകമ്പനം കൊള്ളിക്കുന്നതു പോലെ തോന്നി. സ്വർണ്ണ നിറത്തിൽ നേർത്ത അവളുടെ രൂപത്തെ കണ്ണെടുക്കാതെ അയാൾ നോക്കിയിരുന്നു. അരമണിക്കൂറിനു ശേഷം കസ്തൂരി പ്രസംഗം അവസാനിപ്പിച്ച് വേദിയിലെ അവളുടെ ഇരിപ്പിടത്തിലിരുന്നു. ശേഷം വേദിയിലിരുന്നവരെല്ലാം സംസാരിച്ച് കഴിഞ്ഞ് സെമിനാർ അവസാനിച്ചപ്പോൾ അഞ്ച് മണി കഴിഞ്ഞിരുന്നു. പുറത്തിറങ്ങാനായി കസ്തൂരി പ്രവേശന കവാടത്തിലെത്തിയപ്പോൾ കാശിനാഥ് അവളുടെ തൊട്ടു പിന്നിൽ നിന്ന് പറഞ്ഞു.

"കസ്തൂരിക്ക് വയസ്സ് ഇരുപത്തിരണ്ടേ ആയിട്ടുള്ളൂ എങ്കിലും

പ്രസംഗം അതിഗംഭീരമായിരുന്നു. അറുപതു വയസ്സിനു മേലെ പ്രായമുള്ളവർക്കുപോലും തന്റെ മേലെ എത്താൻ കഴിഞ്ഞിരുന്നില്ല. വാക്കുകളുടെ ഉച്ചാരണശക്തിയും കവിതകളുടെ ആലാപനഭംഗിയും എടുത്തു പറയണം. പ്ലീസ് അക്സെപ്റ്റ് മൈ കൺഗ്രാജുലേഷൻ."

കസ്തൂരി മുഖത്തു നോക്കാതെ തന്നെ ധൃതിയിൽ പറഞ്ഞു.

"താങ്ക്സ് ഫോർ യുവർ ഗുഡ് വിഷസ്."

കാശിനാഥിനെ ഒഴിവാക്കാനായി കസ്തൂരി വേഗത്തിൽ പുറത്തിറങ്ങാൻ ഭാവിക്കുമ്പോൾ കാശിനാഥ് പുഞ്ചിരിച്ചു കൊണ്ട് സ്വയം പരിചയപ്പെടുത്തി.

"ഞാൻ.... കാശി..."

കാശിനാഥ് പേര് പറഞ്ഞ് പൂർത്തിയാക്കുന്നതിന് മുൻപ് അയാളെ സംസാരിക്കാനനുവദിക്കാതെ കസ്തൂരി പറഞ്ഞു.

"കാശിനാഥ്, ഇരുപത്തിയേഴ് വയസ്സ്. റോസ് ഗാർഡൻസിൽ പത്താം നമ്പർ വീട്ടിൽ താമസിക്കുന്നു. അപ്പാവും അമ്മാവും ഒരു കാർ ആക്സിഡന്റിൽ പെട്ട് മരിച്ചുപോയി. അളവറ്റ സ്വത്തിന്റെ ആധിക്യത്തിൽ ആഗ്രഹങ്ങൾക്ക് കടിഞ്ഞാണിടാതെ ജീവിക്കുന്നു."

കസ്തൂരി പറഞ്ഞു നിർത്തിയപ്പോൾ കാശിനാഥിന്റെ മുഖം വിസ്മയഭരിതമായി. മുഖത്തും സ്വരത്തിലും പരിഭവം വരുത്തിക്കൊണ്ട് അയാൾ ചോദിച്ചു.

"എന്നെക്കുറിച്ച് ഇത്രയും അറിയാമായിരുന്നിട്ടാണോ അപരിചിതത്വം നടിച്ച് പോകാനൊരുങ്ങിയത്. ഇതുവരേം നമ്മൾ തമ്മിൽ പരിചയപ്പെട്ടിട്ടില്ലെങ്കിലും കസ്തൂരിയെ കുറിച്ചെല്ലാം എനിക്കും അറിയാം."

കസ്തൂരിയുടെ മുഖം വീർത്തു ചുവന്നു. ഗൗരവം കലർന്ന ദൃഢമായ സ്വരത്തിൽ അവൾ ചോദിച്ചു.

"എന്നെക്കുറിച്ച് എന്തറിയാമെന്ന്..."

കാശിനാഥ് കസ്തൂരിയുടെ കണ്ണുകളിലെ ആഴങ്ങളിലേക്ക് മിഴികളൂന്നിക്കൊണ്ട് പറഞ്ഞു.

"ഗൾഫിൽ സ്ഥിര താമസക്കാരായ ശ്രീധരനുണ്ണിയുടെയും ദേവപ്രഭയുടെയും മകളാണെന്നും... നാടൻ കലകളെ കുറിച്ച് പഠിക്കുന്നതിനും കോളെജ് വിദ്യാഭ്യാസം നാട്ടിൽ തന്നെ ചെയ്യണമെന്നും ഉള്ളതു കൊണ്ട് സംഗീതാധ്യാപകൻ വൈശാഖൻ മാഷിന്റെ വീട്ടിൽ പെയിംഗ് ഗസ്റ്റായിട്ട് താമസിക്കുന്നു."

കസ്തൂരിയെ നഖശിഖാന്തം ഉഴിഞ്ഞ ശേഷം കാശിനാഥ് വീണ്ടും പറഞ്ഞു.

"കസ്തൂരി ജനിച്ചതും വളർന്നതും ഗൾഫിലാണെന്ന് ആരോടു പറഞ്ഞാലും വിശ്വസിക്കില്ല. ഇടുപ്പറ്റം എത്തി നിൽക്കുന്ന കേശഭാരവും നെറ്റിയിലെ ചുവന്ന സിന്ദൂര തിലകവും ഈ കേരളീയ പുടവയുമൊക്കെ ചുറ്റി ഇറങ്ങിയാൽ രവിവർമ ചിത്രത്തിന് ജീവൻ വച്ച പോലെയേ തോന്നൂ. പിന്നെ... ആ മുഖത്തു നിന്ന് കണ്ണെടുക്കാൻ തോന്നില്ല. അത്രയ്ക്ക് മാസ്മരികതയാ..."

കാശിനാഥ് മന്ത്രിക്കുന്നതു പോലെ പറഞ്ഞപ്പോൾ കസ്തൂരിയുടെ മുഖം കൂടുതൽ തീക്ഷ്ണമായി. ഉള്ളിൽ അസ്വസ്ഥത നിറഞ്ഞു. നേർത്ത താണെങ്കിലും ദൃഢമായ സ്വരത്തിൽ അവൾ പറഞ്ഞു.

"കസ്തൂരിയുടെ വേഷത്തിലും മുഖഭാവത്തിലും മാത്രമേ ഈ നാടൻ ടച്ചുള്ളൂ... മനസ്സ് വജ്രത്തേക്കാൾ കാഠിന്യമാ. എനിക്ക് പോകണം."

കസ്തൂരി അസ്വസ്ഥത പ്രകടിപ്പിച്ചപ്പോൾ അത് കാര്യമാക്കാതെ കാശിനാഥ് പറഞ്ഞു.

"എന്റെയും കസ്തൂരിയുടെയും താമസസ്ഥലങ്ങൾ തമ്മിൽ ഒരു ഒന്ന് ഒന്നര കിലോമീറ്ററിന്റെ വ്യത്യാസമല്ലേ ഉള്ളൂ. വിരോധമില്ലെങ്കിൽ എന്റെ കാറിൽ പോകാം."

കസ്തൂരിയുടെ മറുപടി പെട്ടെന്നായിരുന്നു

"വിരോധമുണ്ട്."

ശക്തമായ സ്വരത്തിൽ പറഞ്ഞ ശേഷം എതിർ വശത്തെ കവാടത്തിനരുകിലേക്ക് കസ്തൂരി നടന്നു. കവാടത്തിനു പുറത്തിറങ്ങി അവിടേക്ക് വന്ന ഒരു ഓട്ടോക്ക് കൈ നീട്ടി അതിൽ കയറി പോയി. കാശിനാഥ് കൈ വിരലുകൾ മുറുക്കിയും നിവർത്തിയും അസ്വസ്ഥത പ്രകടിപ്പിച്ചു. കസ്തൂരി അയാളുടെ ഹൃദയത്തിൽ ഒരു സൂചി തറച്ചിട്ടു പോയതു പോലെ അയാൾക്കു തോന്നി. കാറിനടുത്തേക്ക് നടക്കുമ്പോൾ അയാളുടെ മനസ്സ് ചിലതൊക്കെ കണക്കു കൂട്ടി.

കസ്തൂരി വീട്ടിലെത്തി വേഷമൊക്കെ മാറി ചായ കുടിച്ചു കൊണ്ടിരുന്നപ്പോൾ അവളുടെ മൊബൈലിൽ കോൾ വന്നു. സ്ക്രീനിൽ അപരിചിത നമ്പർ തെളിഞ്ഞപ്പോൾ അത് കാശിനാഥായിരിക്കുമെന്ന് ചിന്തിച്ച് അവൾ ഫോൺ അറ്റന്റ് ചെയ്തില്ല. തുടരെ തുടരെ കോൾ വന്നുകൊണ്ടിരുന്നപ്പോൾ അവൾ ഫോൺ ഓൺ ചെയ്ത് മറു തലയ്ക്കൽ നിന്നുള്ള സ്വരം ശ്രദ്ധിച്ചു. അത് കാശിനാഥിന്റെ സ്വരമാണെന്ന്

തിരിച്ചറിഞ്ഞപ്പോൾ കസ്തൂരി പറഞ്ഞു.

"നിങ്ങളാണ് വിളിക്കുന്നതെന്ന് അറിയാമായിരുന്നു. അതാ ഫോൺ അറ്റന്റ് ചെയ്യാതിരുന്നത്. നമ്മൾ അല്പ സമയം മുൻപ് സംസാരിച്ച് പിരിഞ്ഞതാണല്ലോ... പിന്നെന്താ എന്നെയിപ്പോൾ ഫോണിൽ വിളിച്ചത്."

സ്വരത്തിൽ മൃദുലത വരുത്തിക്കൊണ്ട് കാശിനാഥ് പറഞ്ഞു.

"കസ്തൂരി എന്തിനാ എന്നോട് ക്ഷോഭിച്ച് സംസാരിക്കുന്നത്... നമ്മൾ ശത്രുക്കളല്ലല്ലോ... കുറച്ച് ദിവസം ഈ ഭൂമിയിൽ ജീവിക്കാൻ അതിഥികളായി എത്തുന്നവരല്ലേ... ക്ഷണ നേരം കൊണ്ട് ആരുടെ ജീവൻ വേണമെങ്കിലും പൊലിഞ്ഞു പോകാം. ആ ക്ഷണ നേരത്തിന് തൊട്ടു മുൻപുള്ള നിമിഷങ്ങളാണ് നമുക്ക് സ്വന്തമായിട്ടുള്ളത്. ഫിലോസഫി സ്റ്റുഡന്റായ തനിക്ക് ജീവിതത്തിന്റെ വ്യത്യസ്ഥ മുഖങ്ങളെ കുറിച്ച് പറഞ്ഞു തരേണ്ടതില്ലല്ലോ... അതുകൊണ്ട് സഹജീവികളോട് കുറച്ച് മയമായിട്ടൊക്കെ സംസാരിച്ചു കൂടേ..."

കസ്തൂരിയുടെ ആത്മനിയന്ത്രണം വിടുന്നതു പോലെ തോന്നി. അവൾ ഫോൺ ഇടതു കൈയിൽ നിന്നും വലതു കൈയിലേക്ക് മാറ്റിപ്പിടിച്ചു കൊണ്ട് അരിശത്തോടെ സംസാരിച്ചു.

"ഫിലോസഫി സ്റ്റുഡന്റാകുന്നതിനു മുൻപു തന്നെ ഭൂമിയിലെ ജീവിതങ്ങളെ കുറിച്ച് വ്യക്തമായ ധാരണയും കാഴ്ചപ്പാടുമുണ്ട്. അതുകൊണ്ടാ ഞാനൊരു സാമൂഹിക പ്രവർത്തകയും പരിസ്ഥിതി പ്രവർത്തകയുമൊക്കെ ആയത്. പണവും സ്വാധീനവും ഉപയോഗിച്ച് പെൺകുട്ടികളെ പ്രലോഭിപ്പിച്ച് സ്വന്തം വരുതിയിൽ കൊണ്ടു വന്ന്, ആഗ്രഹ സാക്ഷാൽക്കാരത്തിനു ശേഷം വലിച്ചെറിയുന്ന ആൾക്കാരെ ഏതു നിലയിൽ കാണണമെന്നും അവരോട് എങ്ങനെ പെരുമാറണമെന്നുമുള്ള ഫിലോസഫിയും... എനിക്കറിയാം... എനിക്ക് നിങ്ങളെ കൊണ്ട് എന്തെങ്കിലും ആവശ്യമുണ്ടെങ്കിൽ ഈ നമ്പരിൽ ഞാൻ അങ്ങോട്ട് വിളിക്കാം. ഇങ്ങോട്ടുള്ള വിളി വേണ്ട."

കസ്തൂരി പറഞ്ഞു തീരുന്നതിനു മുൻപ് കാശിനാഥ് ധൃതിയിൽ പറഞ്ഞു.

"അയ്യോ... കസ്തൂരി എന്നെ തെറ്റിദ്ധരിച്ചിരിക്കുകയാണെന്ന് തോന്നുന്നു. യുവാക്കൾക്കുള്ള ചില ചാപല്യങ്ങൾ എനിക്കും ഉണ്ടായിട്ടുണ്ട്. പക്ഷേ കസ്തൂരിയോട് അങ്ങനെയൊന്നുമല്ല. നല്ലൊരു ഫ്രണ്ട്. അതാ ഞാൻ തന്നിൽ നിന്ന് പ്രതീക്ഷിക്കുന്നത്."

കാശിനാഥ് വളരെ താഴ്മയായി പറഞ്ഞപ്പോൾ ക്ഷമ കെട്ടവളെ പോലെ കസ്തൂരി പറഞ്ഞു.

"നിങ്ങളുടെ ഫ്രണ്ടാകാനൊന്നും എനിക്ക് പറ്റില്ല. നിങ്ങൾ മറ്റാരെയെങ്കിലും നോക്ക്."

പറഞ്ഞ ഉടൻ തന്നെ കസ്തൂരി ഫോൺ കട്ട് ചെയ്തു. അപ്പോൾ തന്നെ കാശിനാഥ് വീണ്ടും വിളിച്ചു. ഫോൺ ഓൺ ചെയ്ത ശേഷം അവൾ പറഞ്ഞു.

"എന്റെ അഭിപ്രായം ഞാൻ നിങ്ങളോട് പറഞ്ഞതാണല്ലോ. പിന്നെന്തിനാ എന്നെ വീണ്ടും ശല്യപ്പെടുത്തിക്കൊണ്ടിരിക്കുന്നത്."

കാശിനാഥ് അപേക്ഷാ സ്വരത്തിൽ പറഞ്ഞു.

"ഞാൻ പറയുന്നത്... അൽപ സമയം കസ്തൂരി ക്ഷമയോടെ കേൾക്കണം... എന്നിട്ട് എന്തു വേണമെന്ന് തീരുമാനിക്കാം."

കസ്തൂരി നിശ്ശബ്ദയായി നിന്നപ്പോൾ കാശിനാഥ് പറഞ്ഞു തുടങ്ങി.

"എന്റെ പതിനഞ്ചാമത്തെ വയസ്സിലാണ് തിരുപ്പതിയിൽ പോകുന്ന വഴി കാർ ആക്സിഡന്റിൽ പെട്ട് അപ്പാവും അമ്മാവും എന്റെ മുന്നിൽ കിടന്ന് പിടഞ്ഞു പിടഞ്ഞ് മരിക്കുന്നത്. ഞാൻ പിൻസീറ്റിലായിരുന്നതു കൊണ്ട് ചെറിയ പരുക്കുകളോടെ രക്ഷപ്പെട്ടു. ചോര കണ്ടുള്ള അറപ്പ് അന്ന് തീർന്നു. ഉപനയനം കഴിഞ്ഞതു മുതൽ ദൈവസേവ നടത്തി കഴിയുകയായിരുന്നു അപ്പ. അമ്മാവും നല്ലൊരു ഭക്ത. ആ അപ്പാക്ക് ദൈവദർശനത്തിനു പോകുന്ന വഴി ഭയാനകമായൊരന്ത്യം. അന്നു മുതൽ ഞാൻ സകല ദൈവങ്ങളെയും വെറുത്തു. പൂണൂൽ പൊട്ടിച്ചെറിഞ്ഞു. വിദ്യാഭ്യാസം മതിയാക്കി. മാംസവും മദ്യവും കഴിച്ചു തുടങ്ങി. സുഖഭോഗങ്ങൾക്കു വേണ്ടി മാത്രം ജീവിച്ചു. കുറച്ചു കാലം കഴിഞ്ഞപ്പോൾ ആ ജീവിതത്തോടും മടുപ്പു തോന്നിത്തുടങ്ങിയിരിക്കുന്നു. ഇപ്പൊ എനിക്ക് സ്നേഹം വേണമെന്ന് തോന്നുന്നു. ബ്രാഹ്മണന്റെ ആചാരമര്യാദകളൊന്നും പാലിക്കാതെ ജീവിക്കുന്നതു കൊണ്ട് ബന്ധുക്കളൊന്നും അടുപ്പിക്കുന്നില്ല. എന്റെ പണത്തിന്റെയും സൗകര്യങ്ങളുടെയും പങ്ക് പറ്റാൻ കൂടുന്ന ഫ്രണ്ട്സ് ഒഴിച്ച് ആരും എന്നെ അടുപ്പിക്കുന്നില്ല. പ്രകൃതിയെ സ്നേഹിക്കുന്ന... ഭൂമിയിലെ ജീവികളുടെ മനശാസ്ത്രം മനസ്സിലാക്കി ജീവിക്കുന്ന കുട്ടിയല്ലേ കസ്തൂരി... കസ്തൂരിയുടെ സ്നേഹം ഞാൻ ആഗ്രഹിക്കുന്നു... എന്നെ മനസ്സിലാക്കി അംഗീകരിച്ചു കൂടേ..."

കസ്തൂരിയുടെ മറുപടി പെട്ടെന്നായിരുന്നു.

"നിങ്ങളുടെ ഇഷ്ടത്തിനും താൽപര്യത്തിനും അനുസരിച്ച് എന്റെ വ്യക്തിത്വത്തെ അടിയറവു വയ്ക്കണമെന്നാണോ നിങ്ങൾ പറയുന്നത്. നിങ്ങളുടെ സ്വാർഥ താൽപര്യങ്ങൾക്കനുസരിച്ച് എനിക്ക് ജീവിക്കാൻ പറ്റില്ല. എനിക്ക് എന്റേതായ വ്യക്തിത്വം ഉണ്ട്. പ്ലീസ്.... എന്നെ ഒഴിവാക്കൂ..."

കാശിനാഥിന്റെ മറുപടി കേൾക്കാൻ കൂട്ടാക്കാതെ കസ്തൂരി ഫോൺ കട്ട് ചെയ്തു. കാശിനാഥ് വീണ്ടും വിളിച്ചുകൊണ്ടിരുന്നപ്പോൾ അവൾ ഫോൺ സ്വിച്ചോഫ് ചെയ്തു. പിറ്റേ ദിവസം കസ്തൂരി ഫോൺ ഓൺ ചെയ്തപ്പോൾ ആദ്യം വന്ന കോൾ കാശിനാഥിന്റേതായിരുന്നു. കസ്തൂരി ഫോൺ ഓൺ ചെയ്ത് ഗൗരവത്തിൽ പറഞ്ഞു.

"ഇന്നലെ നിങ്ങൾ പറഞ്ഞതൊന്നും ഇനി ആവർത്തിക്കണമെന്നില്ല. എനിക്ക് നിങ്ങളോട് തോന്നുന്നത് സ്നേഹമല്ല... സഹതാപം... ഒരു മനുഷ്യൻ ഇത്രേം അധഃപതിക്കുന്നല്ലോ എന്ന സഹതാപം. സസ്യങ്ങളുടെയും ജന്തുക്കളുടെയും ഭൂമിയുടെയും ഒക്കെ മനസ്സറിയാൻ ശ്രമിച്ചിട്ടുണ്ട്. കുറെയൊക്കെ വിജയിച്ചിട്ടുമുണ്ട്. കമ്പ്യൂട്ടറിനു മുന്നിലിരുന്ന് ജോലിചെയ്യുന്ന ശാസ്ത്രജ്ഞരേക്കാൾ അല്ലെങ്കിൽ അതുപോലുള്ള വൈറ്റ് കോളർ ജോബ് ചെയ്യുന്ന വ്യക്തികളോട് തോന്നുന്നതിനേക്കാൾ ആദരവ് പാടത്ത് പണി ചെയ്യുന്നവരോട് തോന്നിയിട്ടുമുണ്ട്. അവരുടെ വിയർപ്പിന്റെ പാരിതോഷികമാണ് മനുഷ്യന്റെ അന്നം. അന്നത്തേക്കാൾ വലുതല്ല ലോകത്ത് മറ്റൊന്നും... സമയം കിട്ടുമ്പോൾ കൃഷിയിടങ്ങളിൽ ഞാൻ അവരോടൊപ്പം കൂടും. മണ്ണ് തരുന്ന സന്തോഷം വളരെ വലുതാണ്. നിങ്ങൾക്കും അതൊന്ന് പരീക്ഷിക്കാവുന്നതേയുള്ളൂ. സന്തോഷം കിട്ടും."

കസ്തൂരി പറഞ്ഞതൊന്നും കാര്യമാക്കാതെ കാശിനാഥ് വീണ്ടും പറഞ്ഞു.

"ഞാനിന്നലെ ഉറങ്ങിയിട്ടില്ല. കസ്തൂരി ഫോൺ ഓൺ ചെയ്യുന്നതും കാത്ത് നമ്പർ ഡയൽ ചെയ്തു കൊണ്ടിരുന്നു. എനിക്ക് കസ്തൂരിയെ ഒന്ന് നേരിൽ കാണണം. എവിടെ വച്ച് നമുക്ക് കാണാം."

കസ്തൂരി ഭ്രാന്തമായ ആവേശത്തോടെ പറഞ്ഞു.

"എനിക്ക് നിങ്ങളെ കാണണ്ട... നിങ്ങൾ അതിനു വേണ്ടി ശ്രമിക്കുകയും വേണ്ട..."

കസ്തൂരി തീർത്ത് പറഞ്ഞപ്പോൾ കാശിനാഥിന്റെ സ്വരം ദൃഢമായി. വെല്ലുവിളിയുടെ ധ്വനിയിൽ കാശിനാഥ് പറഞ്ഞു.

"കാശിനാഥിന് കാണണമെന്ന് തോന്നിയാൽ കണ്ടിരിക്കും. അതിനി.... കസ്തൂരി ദുബായിൽ അച്ഛന്റെയും അമ്മയുടെയും അടുത്ത് പോയാൽ തന്നെ, അവിടെ വച്ചാണെങ്കിൽ കൂടി..."

ബാക്കി കേൾക്കാതിരിക്കാൻ കസ്തൂരി ഫോൺ കട്ട് ചെയ്തു. അന്നേ ദിവസം അവൾ യാത്രകൾ ഒഴിവാക്കി വീട്ടിലിരുന്ന് പത്രത്തിൽ കൊടുക്കേണ്ട വാർത്തകൾ തയ്യാറാക്കി. കാശിനാഥിന്റെ ശല്യം ഉണ്ടാകാതിരിക്കാൻ ഫോൺ ഓഫാക്കി വച്ചു. രാത്രി എട്ട് മണിയായപ്പോൾ ഗ്രൗണ്ട് ഫ്ലോറിൽ പോയി വൈശാഖൻ മാഷിന്റെ ഭാര്യ കൃഷ്ണവേണി വിളമ്പിക്കൊടുത്ത ചപ്പാത്തി കഴിച്ചു. ഒരു മണിക്കൂറിലധികം വൈശാഖൻ മാഷിനോടും കൃഷ്ണവേണിയോടും സംസാരിച്ചിരുന്ന ശേഷം കസ്തൂരി മുറിയിൽ വന്നു. വാതിലടച്ച് താഴിട്ട് തിരിഞ്ഞു നോക്കുമ്പോൾ മുറിയുടെ കോർണറിൽ കാശിനാഥ് നിൽക്കുന്നു. അവളുടെ തലച്ചോറിലൂടെ ഒരു കൊള്ളിയാൻ പാഞ്ഞു പോയി. അവൾ ഒച്ചയുണ്ടാക്കാൻ ഒരുമ്പെട്ടപ്പോൾ കാശിനാഥ് അവളുടെ വായ് പൊത്തിയ ശേഷം പറഞ്ഞു.

"ഒച്ചയുണ്ടാക്കിയാൽ അത് ദോഷം ചെയ്യുന്നത് തനിക്ക് തന്നെയായിരിക്കും. താൻ എന്തൊക്കെ പറഞ്ഞാലും താനൊരു പെണ്ണാണ്. അതിന്റെ പരിമിതികളും തനിക്കുണ്ട്. പിന്നെ ഞാൻ പറയുന്നത് താൻ അക്ഷരംപ്രതി അനുസരിച്ചില്ലെങ്കിൽ താൻ വിലപ്പെട്ടതെന്ന് കരുതി സൂക്ഷിക്കുന്നതൊക്കെ ഈ നിമിഷം തനിക്ക് നഷ്ടമാകും. എന്റെ കൈയിലിരിക്കുന്ന ഈ സ്പ്രേ കണ്ടോ... ഈ ബോട്ടിലിൽ എന്റെ വിരലൊന്നമർന്നാൽ മതി പിന്നെ തനിക്ക് ഒന്ന് മിണ്ടാൻ പോലും കഴിയില്ല. എന്റെ ഇംഗിതങ്ങൾ നടത്തിയ ശേഷം ഒരു പോറൽ പോലും ഏൽക്കാതെ എനിക്ക് തിരിച്ചു പോകാം. പിന്നെ തന്റെ പല തരത്തിലുള്ള ഫോട്ടോകളെടുക്കാം. അത് സോഷ്യൽ മീഡിയാസിൽ പോസ്റ്റ് ചെയ്യാം. എന്നെക്കൊണ്ട് അതൊക്കെ ചെയ്യിക്കണോ... അതോ ഞാൻ പറയുന്നത് അനുസരിക്കുന്നോ... തീരുമാനം തനിക്ക് വിട്ടു തന്നിരിക്കുന്നു."

ഉൾക്കിടിലത്തോടെ കസ്തൂരി എല്ലാം കേട്ടു നിന്നു. അവളുടെ ശരീരത്തിലെ രക്തമെല്ലാം ആവിയായി പോകുന്നതു പോലെ തോന്നി. ഇനിയെന്തെന്ന് ചിന്തിച്ച് ശ്വാസമടക്കി നിന്നു. കാശിനാഥിനെ അനുനയിപ്പിക്കാൻ ശ്രമിച്ചുകൊണ്ട് കസ്തൂരി പറഞ്ഞു.

"ഞാൻ നിങ്ങൾക്കോ മറ്റുള്ളവർക്കോ ഒരുപദ്രവവും ചെയ്യുന്നില്ല.

മറ്റുള്ളവരുടെ ക്ഷേമത്തിന് എന്നാൽ കഴിയുന്ന കാര്യങ്ങളൊക്കെ ചെയ്യുന്നുമുണ്ട്. നിങ്ങളുടെ പ്രവർത്തി നീതിക്ക് നിരക്കുന്നതാണെന്ന് തോന്നുന്നുണ്ടോ... ഇവിടുത്തെ പാവം മാഷിനു കൂടി ദുഷ്പേര് ഉണ്ടാക്കുന്ന പ്രവർത്തിയല്ലേ നിങ്ങൾ ചെയ്യുന്നത്. നിങ്ങളുടെ തെറ്റ് സ്വയം മനസ്സിലാക്കി നിങ്ങൾ ഇവിടെ നിന്ന് പോകണമെന്ന് ഞാൻ അപേക്ഷിക്കുന്നു."

കാശിനാഥ് കസ്തൂരിയെ തറപ്പിച്ച് നോക്കിക്കൊണ്ട് പറഞ്ഞു.

"എന്റെ നിഘണ്ടുവിൽ ശരിയും തെറ്റും ഇല്ല... നീതിയും അനീതിയും ഇല്ല... ധർമ്മവും അധർമ്മവും ഇല്ല... ഉള്ളത് ഞാൻ രൂപപ്പെടുത്തിയെടുത്ത എന്റെ സിദ്ധാന്തങ്ങളും നിയമങ്ങളും മാത്രം. എന്റെ സിദ്ധാന്തങ്ങളാണ് എന്റെ ശരികൾ... അതിൽ നിന്ന് വ്യതിചലിക്കാൻ ഞാൻ തയ്യാറല്ല."

കാശിനാഥ് വന്യമായ ആവേശത്തോടെ പറഞ്ഞപ്പോൾ കസ്തൂരിയുടെ ഉള്ളൊന്നു കാളി. ഉള്ളിലെ പരിഭ്രമം പുറത്തറിയിക്കാതിരിക്കാൻ പരിശ്രമിച്ചു കൊണ്ട് അവൾ പറഞ്ഞു.

"ബ്രഹ്മത്തെ അറിയുന്നവനാണ് ബ്രാഹ്മണൻ. പൂണൂൽ പൊട്ടിച്ചെറിഞ്ഞാലും നോൺ വെജിറ്റേറിയനായാലും ജനനത്തിലൂടെ നിങ്ങൾക്ക് ലഭിച്ച ബ്രാഹ്മണ്യം അത് നിങ്ങളിൽ നിന്ന് മാറില്ല. അതാ നിങ്ങൾ നല്ലതെന്നു പറഞ്ഞ് ചെയ്യുന്ന ഒരു പ്രവർത്തിയിൽ നിന്നും നിങ്ങൾക്ക് ആശ്വാസവും സംതൃപ്തിയും ലഭിക്കാത്തത്."

ക്ഷമ കെട്ടവനെ പോലെ കാശിനാഥ് സംസാരിച്ചു.

"ഞാൻ എന്തു ചെയ്യണം എന്തു ചെയ്യണ്ട എന്നതൊക്കെ ഞാൻ തീരുമാനിച്ചോളാം. അതിന് ആരും എന്നെ ഉപദേശിക്കണമെന്നില്ല. എനിക്ക് വേണ്ടത് ക്ലിയറായിട്ടുള്ള ഉത്തരം."

കസ്തൂരി വല്ലാത്ത പരിഭ്രമത്തോടെയും ആശങ്കയോടെയും ചോദിച്ചു.

"നിങ്ങൾക്ക് ഞാനെന്ത് ഉത്തരമാണ് തരേണ്ടത്?"

കസ്തൂരി ചോദിച്ചപ്പോൾ കാശിനാഥ് അവളുടെ കണ്ണുകളിൽ തറപ്പിച്ച് നോക്കിക്കൊണ്ട് പറഞ്ഞു.

"ഞാനിന്നലെ തന്നോടു പറഞ്ഞ കാര്യം. ആവർത്തിച്ച് പറഞ്ഞ് യാചിക്കുന്നത് എനിക്കിഷ്ടമല്ലെന്നും ഞാൻ പറഞ്ഞിരുന്നു. താൻ എന്നെ അംഗീകരിക്കണം... സ്നേഹിക്കണം... അതാ എന്റെ ആവശ്യം."

രണ്ടും കൽപിച്ചുള്ള കാശിനാഥിന്റെ സംസാരം കേട്ടപ്പോൾ

ഇലയ്ക്കും മുള്ളിനും കേടില്ലാത്ത രീതിയിൽ പ്രശ്നം കൈകാര്യം ചെയ്യണമെന്ന് കസ്തൂരി ചിന്തിച്ചു. ഞൊടിയിടയ്ക്കുള്ളിൽ പല വിധത്തിലുള്ള ചിന്തകൾ അവളുടെ തലച്ചോറിലൂടെ പാഞ്ഞു പോയി. അയാളെ അനുനയിപ്പിക്കാനെന്ന വണ്ണം അവൾ സംസാരിച്ചു.

"എനിക്ക് നിങ്ങളുടെ മനസ്സ് മനസ്സിലാക്കാൻ സാധിക്കുന്നു. എങ്കിലും... പെട്ടെന്ന് ഒരാൾ വന്ന് എന്നെ സ്നേഹിക്കണമെന്ന് പറഞ്ഞാൽ എങ്ങനെയാ ഞാൻ അത് ഉൾക്കൊള്ളുന്നത്... മറുപടി പറയാൻ കുറച്ച് സാവകാശമൊക്കെ തരണ്ടേ..."

കാശിനാഥ് വല്ലാത്ത ഭാവത്തോടെ കസ്തൂരിയെ നോക്കിക്കൊണ്ട് ചോദിച്ചു.

"എത്ര സമയം വേണം?"

പെട്ടെന്നൊരുത്തരം പറയാൻ സാധിക്കാതെ കസ്തൂരി പകച്ചു നിന്നപ്പോൾ കാശിനാഥ് വീണ്ടും പറഞ്ഞു.

"കൃത്യതയുള്ള ഒരുത്തരം. അതാ എനിക്ക് വേണ്ടത്. അതിൽ വീഴ്ച വരാൻ പാടില്ല."

കാശിനാഥിന്റെ ഉറച്ച സ്വരം കസ്തൂരിയുടെ കാതുകളിൽ പ്രതിധ്വനിച്ചുകൊണ്ടിരുന്നു. അയാളെ മുറിയിൽ നിന്നൊഴിവാക്കാൻ ഒരുത്തരം കൊടുത്തേ മതിയാവൂ എന്നു ചിന്തിച്ചപ്പോൾ കസ്തൂരി പറഞ്ഞു.

"ഒരു... മൂന്നു മാസം..."

കാശിനാഥ് ദീർഘമായി ശ്വാസമെടുത്തു കൊണ്ട് പറഞ്ഞു.

"ഓ.കെ. അതിനിടയിൽ ഫോൺ വഴിയോ അല്ലാതെയോ എന്നിൽ നിന്ന് തനിക്ക് ഒരു ശല്യവും ഉണ്ടാകില്ല. എന്നാ നമ്മളിനി കാണുന്നത് മൂന്നു മാസങ്ങൾക്ക് ശേഷം. പിന്നെ ഒരു പ്രധാന കാര്യം പറയാനുള്ളത് ഞാൻ തന്നെ ശല്യപ്പെടുത്തുന്നു എന്നെങ്ങാനും പറഞ്ഞ് പോലീസിലോ സൈബർ സെല്ലിലോ പരാതി കൊടുത്താൽ... കാശിനാഥിന് ഒന്നും സംഭവിക്കില്ല. പക്ഷേ കസ്തൂരിക്ക് സംഭവിക്കേണ്ടതൊക്കെ സംഭവിക്കും. ചെറിയ തോതിലെങ്കിലും തനിക്കത് മനസ്സിലായികാണുമല്ലോ... താൻ കവയിത്രിയല്ലേ.... ബാക്കിയൊക്കെ ഇമാജിൻ ചെയ്തു നോക്ക്..."

കസ്തൂരി നോക്കി നിന്നപ്പോൾ ഞൊടിയിടയിൽ കാശിനാഥ് മുറിയിൽ നിന്നിറങ്ങി ടെറസ്സിൽ കയറി. പെട്ടെന്ന് അവൾ മുറിയിൽ കയറി ഡോർ ലോക്ക് ചെയ്തു. ഡോറിൽ ചാരി നിന്ന് വല്ലാതെ കിതച്ചു കൊണ്ടിരുന്നു. പരവേശത്തോടെ ജഗ്ഗിലിരുന്ന വെള്ളമെടുത്ത് കുടിച്ചു.

അൽപം മുൻപു നടന്ന സംഭവത്തെ കുറിച്ചോർത്തപ്പോൾ അവളുടെ ശരീരവും മനസ്സും ദുർബലമാകുന്നതു പോലെ തോന്നി. ഇലകളുടെ നേർത്ത മർമരം പോലും കർണ്ണ കഠോരമായ ശബ്ദം പോലെ അവൾക്ക് തോന്നി. കട്ടിലിൽ കിടന്നെങ്കിലും ഉറക്കം വന്നില്ല. മസ്തിഷ്കത്തെ മരവിപ്പിക്കുന്ന ചിന്തകൾ അവളുടെ ബോധമണ്ഡലത്തിൽ നിറഞ്ഞു.'പുരുഷന്റെ ദുർപ്രവർത്തികളെ സ്ത്രീകൾ മറ കൂടാതെ വിളിച്ചു പറയണമെന്നും അതിനെതിരെ പ്രതികരിക്കണമെന്നും പ്രവർത്തിക്കണമെന്നും ആഹ്വാനം ചെയ്ത് പ്രസംഗിച്ച സാമൂഹിക പ്രവർത്തക... രാത്രിയിൽ മുറിയിൽ കയറി നിന്ന പുരുഷന്റെ മുന്നിൽ നെടുവീർപ്പടക്കി അടിയറവു പറഞ്ഞെന്ന് സമൂഹം അറിഞ്ഞാൽ, വാക്കും പ്രവർത്തിയും തമ്മിൽ ഏകീകരിച്ചു കൊണ്ടുപോകാൻ സാധിക്കാക്കാത്ത വ്യക്തിത്വത്തിന് ഉടമയെന്നു പറഞ്ഞ് സമൂഹം എന്നെ പുഛിക്കില്ലേ. ഞാൻ എന്തെങ്കിലും പുറത്തു പറഞ്ഞാൽ അയാൾ എന്തു ചെയ്യാനും മടിക്കാത്തവനുമാണ്. ഞാനൊരു അഭിസാരികയാണെന്നു പറയാനും പോലും അയാൾ മടിക്കില്ല...'

കാശിനാഥിനെ പേടിച്ച് കസ്തൂരി എല്ലാം മറച്ചു വച്ചു. അവൾ പതിവു പോലെ കോളെജിൽ പോവുകയും നിത്യേനയുള്ള പ്രവർത്തികളിൽ ശ്രദ്ധ കേന്ദ്രീകരിക്കുകയും ചെയ്തു. തിരക്കൊഴിയുന്ന സമയങ്ങളിൽ ഹൃദയത്തെ ഞെരിക്കുന്നൊരാന്തൽ അവളുടെ ഉള്ളിൽ കത്തിപ്പടരും. ദിവസങ്ങൾ സെക്കന്റുകളുടെ വേഗതയിൽ കടന്നു പോകുന്നതു പോലെ അവൾക്ക് തോന്നി. കാശിനാഥിനോട് പറഞ്ഞിരുന്ന സമയം അടുക്കാറായപ്പോൾ അവൾ ചിന്തിച്ചു.

'മൂന്നുമാസം തികയുന്ന ദിവസം കാത്തിരുന്ന് അയാൾ എത്തിയിരിക്കും. തൽക്കാലം ഈ വീട്ടിൽ നിന്ന് മാറി ഹോസ്റ്റലിൽ താമസിക്കാം. അവിടെയാകുമ്പോൾ സെക്യൂരിറ്റിയൊക്കെ ഉള്ളതു കൊണ്ട് അയാൾക്ക് അകത്തു കടക്കാൻ ആവില്ല. ഫോൺ ഓഫാക്കി വയ്ക്കാം. കോളെജ് ബസിൽ കോളെജിൽ പോകാം. അന്യരെ കോളെജിനുള്ളിൽ പ്രവേശിപ്പിക്കാത്തതു കൊണ്ട് അയാൾ കോളെജിനകത്ത് കയറില്ല. പരീക്ഷയാണെന്നു പറഞ്ഞ് പൊതു പരിപാടികളൊക്കെ ഒഴിവാക്കാം. അയാളുടെ ഇനിയുള്ള പ്രതികരണം എന്തെന്നറിഞ്ഞിട്ട് എന്തെങ്കിലും ഒരു പരിഹാരം കണ്ടുപിടിക്കാം.'

എല്ലാം ചിന്തിച്ചുറപ്പിച്ച ശേഷം കസ്തൂരി മനസ്സിൽ പ്ലാൻ ചെയ്തതു പോലെ നീങ്ങി. കസ്തൂരി ഹോസ്റ്റലിലേക്ക് മാറി. മൂന്നുമാസത്തെ

കാലാവധി കഴിഞ്ഞു. ഒരു ദിവസം കസ്തൂരി കോളെജിൽ പോയി മടങ്ങി വരുമ്പോൾ കോളെജ് ബസിന്റെ ടയർ പഞ്ചറായി ബസ് വഴിയിലൊതുക്കി. മറ്റു ബസുകളെല്ലാം പല റൂട്ടുകളിൽ പോയിരുന്ന തിനാൽ രണ്ടു മണിക്കൂർ കഴിഞ്ഞേ മറ്റൊരു ബസിൽ കയറ്റിക്കൊ ണ്ട് പോകാൻ കഴിയൂ എന്ന് ഡ്രൈവർ അറിയിച്ചതിനെ തുടർന്ന് വിദ്യാർഥികൾ ഓട്ടോയിലും ട്രാൻസ് പോർട്ട് ബസിലും കയറി പോകാൻ തുടങ്ങി. അല്പ സമയം ചിന്തിച്ചു നിന്ന ശേഷം കസ്തൂരിയും ഓട്ടോയിൽ പോകാൻ തീരുമാനിച്ചു. അതുവഴി വന്ന ഒരു ഓട്ടോയ്ക്ക് അവൾ കൈ നീട്ടി. ഓട്ടോയിൽ യാത്ര ചെയ്തു കൊണ്ടിരുന്നപ്പോൾ അവൾ സഞ്ചരിച്ചു കൊണ്ടിരുന്ന ഓട്ടോയിൽ ഒരു കാർ വന്നിടിച്ചു. ഇടിയുടെ ആഘാതത്തിൽ ഓട്ടോക്കാരൻ ബോധരഹിതനായി. കസ്തൂരി പരിഭ്രമിച്ച് പുറത്തിറങ്ങി, ഓട്ടോയിൽ തളർന്നു കിടന്ന ഓട്ടോക്കാരനെ നോക്കി.

പെട്ടെന്ന് അവൾ കാറിനടുത്തു ചെന്ന് പറഞ്ഞു.

"ഓട്ടോക്കാരനെ ഉടൻ ഹോസ്പിറ്റലിൽ എത്തിക്കണം. അയാൾ ബോധ രഹിതനാണ്."

ഓട്ടോയ്ക്കുള്ളിൽ വെള്ളം ഇരിപ്പുണ്ടോ എന്ന് കസ്തൂരി പരതിയ പ്പോൾ, കാറിൽ നിന്നിറങ്ങിയ ആൾ കസ്തൂരിയുടെ തൊട്ടു പിന്നിൽ നിൽക്കുന്നു. ഒരു കൈ ഓട്ടോയിൽ പിടിച്ച് മറു കൈ കൊണ്ട് സിഗററ്റ് വലിച്ച് അയാൾ അലസനായി നിന്നപ്പോൾ കസ്തൂരിക്ക് വല്ലാത്ത അരിശം തോന്നി. അവൾ വല്ലാത്ത അസഹ്യത പ്രകടിപ്പിച്ചു കൊണ്ട് പറഞ്ഞു.

"ഹേ മിസ്റ്റർ... നിങ്ങളല്ലേ ഓട്ടോയിൽ കാറ് കൊണ്ടു വന്ന് ഇടിച്ചത്. എന്നിട്ട് ഇയാളെ ഹോസ്പിറ്റലിൽ എത്തിക്കാതെ ഇവിടെ നിന്ന് കൂത്താടുകയാണോ..."

"അതെ... ഞാൻ കൂത്താടുകയാണ്. അതിന് ഞാൻ ടാക്സ് കൊടുക്കണോ... തമ്പുരാട്ടി പറഞ്ഞാൽ ഞാൻ അതും ചെയ്യാം..."

നിമിഷാർഥം കൊണ്ട് കസ്തൂരി ശബ്ദത്തിന്റെ ഉടമയെ തിരിച്ചറി ഞ്ഞു. അവൾ ഉരുകി തുടങ്ങി. പല്ലുകൾ തമ്മിൽ ഞെരിച്ചു കൊണ്ട് അവളെ നോക്കി കാശിനാഥ് പറഞ്ഞു.

"ഞാൻ നേരത്തെ പറഞ്ഞിരുന്നു എന്നെ കബളിപ്പിക്കാൻ ശ്രമിക്കരുതെന്ന്. താനിപ്പോ എനിക്ക് കൂടുതൽ ജോലി ഉണ്ടാക്കി. തന്നെ ആ ബസിൽ നിന്നിറക്കാൻ കോളെജ് ബസിന്റെ ടയർ

പഞ്ചറാക്കേണ്ടി വന്നു. ഈ ഓട്ടോയെ ഇടിച്ചിടേണ്ടി വന്നു. ആ ഓട്ടോക്കാരന് ഈ ഗതി വന്നതിന് കാരണക്കാരി ആരാ...? താൻ... തന്റെ അതി സാമർത്ഥ്യം. ഇയാളെ ഞാൻ ഹോസ്പിറ്റലിൽ എത്തിക്കാം. അതിനു മുൻപ് എനിക്ക് കിട്ടേണ്ട ഉത്തരം കിട്ടിയിരുന്നെങ്കിൽ പോകാമായിരുന്നു."

കാശിനാഥിന്റെ സ്വരത്തിന് ആയിരം തിരമാലകളുടെ ശക്തിയുള്ളതുപോലെ കസ്തൂരിക്ക് തോന്നി. ഭൂമി പിളർന്ന് ഉള്ളിലേക്ക് പോയിരുന്നെങ്കിലെന്ന് അവൾ ചിന്തിച്ചു. എന്ത് മറുപടി പറയണമെന്നറിയാതെ അവൾ പകച്ചു നിന്നപ്പോൾ കാശിനാഥ് പറഞ്ഞു.

"ബോധമറ്റ് കിടക്കുന്ന ആ ഡ്രൈവർ മരിക്കുന്നതിനു മുൻപ് എനിക്കൊരുത്തരം താ."

അപ്പോഴാണ് ഓട്ടോക്കാരനെ കുറിച്ചുള്ള ബോധം കസ്തൂരിയെ അസ്വസ്ഥയാക്കിയത്. അവൾ രണ്ടും കൽപ്പിച്ച് പറഞ്ഞു.

"എല്ലാ മനുഷ്യരോടും തോന്നുന്ന ഇഷ്ടം നിങ്ങളോടും ഉണ്ട്. അല്ലാതെ പ്രത്യേകി...."

കസ്തൂരി പറഞ്ഞു വന്നത് തടഞ്ഞുകൊണ്ട് കാശിനാഥ് പറഞ്ഞു.

"പ്രത്യേകിച്ചൊരിഷ്ടം ഇല്ലെന്ന്... എനിക്കു കിട്ടേണ്ട ഉത്തരം കിട്ടി. ഇതാണ് തന്റെ മറുപടിയെങ്കിൽ എന്നോട് മൂന്നു മാസത്തെ കാലാവധി പറഞ്ഞതെന്തിന്? എന്നെയൊന്ന് കളിപ്പിച്ചതാണല്ലേ. ഓ.കെ.... ഓട്ടോ ഡ്രൈവറെ ഹോസ്പിറ്റലിൽ എത്തിക്കാൻ ആംബുലൻസ് അയക്കാം. പിന്നെ, എന്റെ കാറാണ് ഓട്ടോയിൽ ഇടിച്ചതെന്ന് ആരോടും പറയണ്ട. ഞാൻ പറയുന്നത് അക്ഷരം പ്രതി അനുസരിക്കണമെന്ന് തനിക്കറിയാമല്ലോ. എന്നാ കാണാം..."

അമർത്തി ചവുട്ടി കാശിനാഥ് കാറിനടുത്തേക്ക് നടക്കുമ്പോൾ കസ്തൂരി ശ്വാസമടക്കി നിന്നു. അവളുടെ ശരീരവും മനസ്സും ഒരുപോലെ മരവിച്ചു. ഉടൻ തന്നെ അവളുടെ മുന്നിൽ ആംബുലൻസ് വന്നു നിന്നു. ആംബുലൻസിൽ വന്ന രണ്ട് ആളുകൾ ചേർന്ന് ഓട്ടോ ഡ്രൈവറെ എടുത്ത് ആംബുലൻസിൽ കിടത്തി. കസ്തൂരിയും അവരോടൊപ്പം ആശുപത്രിയിലേക്ക് പോയി. കാശിനാഥ് ആക്സിഡന്റ് ഉണ്ടാക്കിയതൊഴിച്ച് മറ്റെല്ലാ വിവരങ്ങളും റിപ്പോർട്ട് ചെയ്തു. ഓട്ടോക്കാരന്റെ ബന്ധുക്കളെ വിവരം അറിയിച്ച് അവർ എത്തിയ ശേഷം കസ്തൂരി ഹോസ്റ്റലിൽ വന്നു.

മുറിയിൽ കയറിയ ഉടൻ വേഷം പോലും മാറാതെ അവൾ

കട്ടിലിലേക്ക് വീണു. കാശിനാഥിന്റെ അടുത്ത നീക്കം എന്താണെന്ന് അവൾ പല വിധത്തിൽ വിഭാവന ചെയ്തു. മ്ലാനമായ മുഖത്തോടെ അവൾ കട്ടിലിൽ കിടക്കുമ്പോൾ റൂംമേറ്റ് രേഷ്മ അവൾക്കഭിമുഖമായി കട്ടിലിൽ ഇരുന്ന ശേഷം ചോദിച്ചു.

"കസ്തൂരിയുടെ മുഖമെന്താ ഇങ്ങനെ? ഒരാഴ്ചയായി ഞാൻ ശ്രദ്ധിക്കുന്നു... തന്നെ എന്തോ അലട്ടുന്നുണ്ട്. തന്റെ സ്മാർട്ട്നെസും കഴിവുകളും കണ്ട് ഞാൻ അസൂയപ്പെട്ടിട്ടുണ്ട്. ഇപ്പൊ തന്റെ ഈ ഉദാസീനത... നിഷ്ക്രിയത്വം... ഈ റോൾ തനിക്ക് ചേരില്ല. തന്നെ ഗർജിക്കുന്ന കേസരിയായി കാണാൻ തന്നെയാ എനിക്കിഷ്ടം. മൂഡൊക്കെ മാറ്റി ഉഷാറാവെടോ..."

കസ്തൂരി ദയനീയമായി രേഷ്മയെ നോക്കിയതല്ലാതെ മറുപടിയൊന്നും പറഞ്ഞില്ല. രേഷ്മ അവളുടെ മുഖത്ത് സൂക്ഷിച്ചു നോക്കിക്കൊണ്ട് ചോദിച്ചു.

"തനിക്ക്... ലൗ അഫയറെന്തെങ്കിലും..."

രേഷ്മയുടെ ചോദ്യത്തിന് ഇല്ല എന്ന അർഥത്തിൽ തല ചലിപ്പിച്ച് വീണ്ടും കസ്തൂരി ആലോചനാ ഭാവത്തിൽ ഇരുന്നപ്പോൾ രേഷ്മ പറഞ്ഞു.

"തന്റെ മനസ്സിനെ വേദനിപ്പിക്കുന്ന എന്തെങ്കിലും ഉണ്ടെങ്കിൽ റൂംമേറ്റായ എന്നോടെങ്കിലും പറഞ്ഞു കൂടേ."

"അത്രയ്ക്കുള്ള പ്രശ്നങ്ങളൊന്നും എനിക്കില്ല രേഷ്മാ... അച്ഛൻ പറയുന്ന ദുബായിലേക്ക് ചെല്ലാൻ. ഇവിടെ തുടങ്ങി വച്ചതൊക്കെ വഴിയിലിട്ടിട്ട് പോകാൻ സാധിക്കുമോ."

കസ്തൂരി പറഞ്ഞത് രേഷ്മ പൂർണ്ണമായി വിശ്വസിച്ചില്ലെങ്കിലും എല്ലാം സമ്മതിക്കുന്നതായി ഭാവിച്ച് തല ചലിപ്പിച്ചു കൊണ്ടിരുന്നു. അവർ അൽപ സമയം സംസാരിച്ചിരുന്ന ശേഷം കസ്തൂരി പതിവു പോലെ യോഗ ചെയ്യാൻ തുടങ്ങി. ഒരു മണിക്കൂറോളം യോഗയും മെഡിറ്റേഷനും ചെയ്തപ്പോൾ അവളുടെ മനസ്സൊന്നു തണുത്തു. വിശ്രമത്തിനു ശേഷം തണുത്ത വെള്ളത്തിൽ കുളിച്ചു. കുളി കഴിഞ്ഞു വന്നപ്പോൾ തെല്ല് ഉന്മേഷം വന്നതു പോലെ തോന്നി. നാടൻ കലകളെ കുറിച്ച് അവസാനം എഴുതിയത് ഒന്നുകൂടി വായിച്ചു.

തിറയാട്ടം:

മലപ്പുറം, കോഴിക്കോട് ജില്ലകളിലെ കാവുകളിലെ അനുഷ്ഠാന കലയാണ് തിറയാട്ടം. സാമൂതിരി ഭരണകാലത്ത് കോഴിക്കോടൻ

കാവുകളിൽ ഉത്ഭവം കൊണ്ടതാണ് തിറയാട്ടം. ഈ കലാരൂപത്തിന് അഞ്ഞൂറ് വർഷത്തോളം പഴക്കമുണ്ട്. വെള്ളാട്ട്, തിറ, ചാന്തു തിറ എന്നിങ്ങനെ ജീവിതത്തിന്റെ മൂന്നവസ്ഥയാണ് തിറയാട്ടത്തിനുള്ളത്. വെള്ളാട്ട് കൗമാരത്തെ പ്രതിനിധാനം ചെയ്യുന്നു. ഇത് വൈകുന്നേരത്തെ വെളിച്ചത്തിലാണ് ആടുന്നത്. അതുകൊണ്ടാണ് വെള്ളാട്ട് എന്ന പേര് വന്നത്. യൗവനത്തെ പ്രതിനിധാനം ചെയ്യുന്ന തിറ, ചൂട്ടിന്റെ വെളിച്ചത്തിലാണ് ആടുന്നത്. ചാന്തു തിറ വാർദ്ധക്യത്തെ പ്രതിനിധാനം ചെയ്യുന്നു. ഉത്സവത്തിന് സമാപനം കുറിച്ച് പുലർച്ചയിലാണ് ചാന്തു തിറ ആടുന്നത്. നാൽപതിലേറെ വേഷങ്ങളിലും ഭാവങ്ങളിലും തിറയാട്ടം ഉണ്ട്. തിറയാട്ടം ഇന്ന് ആരും പരിഗണിക്കാത്ത കലയായി മാറിക്കൊണ്ടിരിക്കുന്നു.

വായിച്ചു കൊണ്ടിരുന്ന പുസ്തകം നെഞ്ചോട് ചേർത്ത് പിടിച്ചുകൊണ്ട് ചിന്തിച്ചു.

'ജീവിതത്തിന്റെ മൂന്നവസ്ഥയെ കുറിച്ച് അനുഷ്ഠാന കലയിലൂടെ അവതരിപ്പിച്ച കലാരൂപം. ഇപ്പോൾ അതിന് പരിഗണനകളൊന്നും ലഭിക്കുന്നില്ല. കേരളത്തിന്റെ ഇത്തരം തനത് കലകളാണ് മറ്റ് സംസ്ഥാനങ്ങളിൽ നിന്ന് കേരളത്തെ വ്യത്യസ്തമാക്കുന്നത്. കഥകളിക്ക് ഇപ്പോഴും പരിഗണന ലഭിക്കുന്നുണ്ടെങ്കിലും തിറയാട്ടം എന്തെന്ന് അറിയാത്ത മലയാളികളാണ് അധികവും. തിറയാട്ടം എന്ന കലാരൂപം ലോകത്തെ അറിയിക്കുന്നതിന് വെബ് സൈറ്റുകളിൽ ഫോട്ടോകൾ പോസ്റ്റ് ചെയ്യണം. കാശിനാഥെന്ന വൃത്തികെട്ടവൻ കാരണം ഒന്നിനും സാധിക്കുന്നില്ല. ഞാൻ ഇതിനകത്ത് അടച്ചിരുന്ന് നിഷ്ക്രിയയായി തുരുമ്പിച്ചു പോകും.'

കസ്തൂരി അടുത്തതായി തെയ്യത്തെ കുറിച്ചുള്ള വിവരണങ്ങൾ തയ്യാറാക്കാൻ തുടങ്ങി. രണ്ട് മണിക്കൂറിലധികം വിഷയത്തെക്കുറിച്ച് വിശകലനം ചെയ്ത് എഴുതിയ ശേഷം റൈറ്റിംഗ് പാഡ് അടച്ചു വച്ചു. ഉറങ്ങാനായി ബെഡിൽ വന്നിരുന്നപ്പോൾ രേഷ്മ ചോദിച്ചു.

"തന്റെ മൂഡൗട്ടൊക്കെ മാറിയോ?"

"മാറി."

കസ്തൂരി പുഞ്ചിരിച്ചു കൊണ്ട് പറഞ്ഞപ്പോൾ ഉത്സാഹത്തോടെ രേഷ്മ പറഞ്ഞു.

"എങ്കിൽ നാളെ നമുക്ക് ഫിലിം ഫെസ്റ്റ്‌വെല്ലിന് പോകാം. നിനക്ക് ആർട്ട് ഫിലിമിനോടല്ലേ താൽപര്യം. അടൂർ സാറിന്റെ

ഒരാർട്ട് ഫിലിം പ്രദർശനത്തിലുണ്ട്."

ഏതാനും നിമിഷം കസ്തൂരി കാശിനാഥിനെ കുറിച്ച് ചിന്തിച്ച ശേഷം പറഞ്ഞു.

"നാളെ എനിക്ക് കോളെജ് കട്ട് ചെയ്യാൻ കഴിയില്ല. ഫൈനലിയറല്ലേ. കുറച്ച് നോട്ട്സൊക്കെ കറക്റ്റ് ചെയ്യണം. നീ അഭിരാമിയെയും കൂട്ടി പൊയ്ക്കോ."

കസ്തൂരിയുടെ നിർദ്ദേശം രേഷ്മയ്ക്ക് തൃപ്തി നൽകിയില്ല. അവൾ തെല്ല് പരിഭവത്തിൽ പറഞ്ഞു.

"ഈ ഇടെയായി തന്നെ ഞാനെവിടേക്കെങ്കിലും വിളിച്ചാൽ താൻ എന്തെങ്കിലും റീസൺ പറഞ്ഞ് തന്ത്രപൂർവം ഒഴിഞ്ഞു മാറുന്നു. തനിക്ക്... എന്നൊടെന്തെങ്കിലും അതൃപ്തി..."

രേഷ്മ പരിഭവിച്ചപ്പോൾ കസ്തൂരി അവളുടെ തോളിൽ പിടിച്ചുകൊണ്ട് പറഞ്ഞു.

"തന്നോട് എനിക്ക് ഒരു പരിഭവവും ഇല്ലെടോ... അല്ലെങ്കിൽ തന്നെ ഞാനെന്തിനാ തന്നോട് പരിഭവിക്കുന്നത്. താനല്ലേ എന്റെ കഴിവുകളെ കുറിച്ചൊക്കെ പ്രശംസിച്ചു പറഞ്ഞ് എന്നെ ഉത്തേജിപ്പിച്ച് എന്റെ നിഷ്ക്രിയത്വമൊക്കെ മാറ്റി എന്നെ ഉത്തേജിപ്പിക്കുന്നത്. തന്റെ സാന്നിദ്ധ്യവും സംസാരവും എന്റെ മനഃശക്തി വർധിപ്പിക്കുന്നു. പിന്നെ മറ്റൊന്ന്, ഞാൻ കുറച്ചൊക്കെ അന്തർമുഖിയാണ്. ചില കാര്യങ്ങൾ ഞാൻ എന്റെ സ്വകാര്യതയിൽ തന്നെ വയ്ക്കുന്നു. അതെന്റെ ശീലമായിപ്പോയി."

കുറച്ചു സമയം സംസാരിച്ചിരുന്ന ശേഷം ഉറക്കം വരുന്നെന്ന് പറഞ്ഞ് രേഷ്മ ഉറങ്ങാൻ കിടന്നു. കിടന്ന ഉടൻ തന്നെ രേഷ്മ ഉറങ്ങി. മസ്തിഷ്കത്തെ കീറി മുറിക്കുന്ന ചിന്തകൾ കസ്തൂരിയുടെ ഉറക്കം കെടുത്തി. ഏതു നിമിഷവും എവിടെയും കാശിനാഥ് പ്രത്യക്ഷപ്പെടുമെന്ന ഭയത്തോടെ അവൾ ദിവസങ്ങൾ തള്ളി നീക്കിയെങ്കിലും കാശിനാഥ് അവൾക്കു മുന്നിൽ വന്നില്ല. കസ്തൂരിയുടെ പെട്ടെന്നുള്ള മാറ്റം എല്ലാപേരും ശ്രദ്ധിച്ചിരുന്നു. കസ്തൂരിയോടൊപ്പം കോളെജിൽ പഠിക്കുകയും സാമൂഹിക പ്രവർത്തനങ്ങളിൽ സജീവ സാന്നിദ്ധ്യവുമായ ജിഗീഷ് കസ്തൂരിയോട് ചോദിച്ചു.

"കുറച്ചു ദിവസമായി താൻ വേദികളിൽ വരുകയോ മീറ്റിംങ്ങുകൾ അറ്റന്റ് ചെയ്യുകയോ ചെയ്യുന്നില്ല. അശ്രദ്ധവും അലസവുമായ ഭാവം. തനിക്ക്... എന്തു പറ്റി?

“അത്... എനിക്ക് ചില പേഴ്സണൽ പ്രോബ്ലമ്സുണ്ട്. എന്റെ അഭാവത്തിൽ ജിഗീഷ് സജീവമായിട്ടുതന്നെ ഉണ്ടാവണം. പരിസ്ഥിതി പ്രവർത്തനമെന്നും ചാരിറ്റിയെന്നും പറഞ്ഞ് ഫണ്ട് സ്വരൂപിച്ച് അതിൽ നിന്നും വെട്ടിപ്പ് നടത്തി സ്വന്തം കീശ നിറയ്ക്കാൻ ശ്രമിക്കുന്നവരും കൂട്ടത്തിലുണ്ടെന്ന് അറിയാമല്ലോ. അവരെയൊക്കെ ഒന്നു ശ്രദ്ധിക്കണം.”

ജിഗീഷ് കസ്തൂരിയുടെ മുഖത്തു നോക്കി ചിരിച്ചു കൊണ്ട് പറഞ്ഞു.

“ആരൊക്കെ ഉണ്ടായാലും കസ്തൂരിയുടെ അഭാവം വലിയ കുറവു തന്നെയാണ്. താൻ പഴതു പോലെ ആക്ടീവാക്. ഇപ്പോഴത്തെ റോൾ തനിക്ക് ചേരില്ല.”

തല ചലിപ്പിച്ച് സമ്മതിച്ചു കൊണ്ട് പറഞ്ഞു.

“പ്രശ്നങ്ങളിൽ നിന്നൊക്കെ ഒരു റിലീഫ് ഉണ്ടാകട്ടെ. എല്ലാറ്റിനും ഞാൻ ഒപ്പം ഉണ്ടാകും.”

കസ്തൂരിയുടെ പ്രശ്നം എന്തെന്നറിയാൻ ജിഗീഷിന് ആകാംക്ഷയുണ്ടായിരുന്നെങ്കിലും കസ്തൂരി പറയാതിരുന്നതു കൊണ്ട് ജിഗീഷ് ഒന്നും ചോദിച്ചില്ല. കോളെജ് ബസ് ഒതുക്കിയിട്ടിരിക്കുന്നിടം വരെ കസ്തൂരിയും ജിഗീഷും സംസാരിച്ചു നടന്നു. കസ്തൂരിയുടെ നീക്കങ്ങളെല്ലാം ശ്രദ്ധിച്ച് ഒരു വിളിപ്പാടകലെ കാശിനാഥ് ഉണ്ടായിരുന്നു. ജിഗീഷിനോട് യാത്ര പറഞ്ഞ് കസ്തൂരി ബസിൽ കയറിയപ്പോൾ ജിഗീഷ് തിരിഞ്ഞു നടന്ന് കൂട്ടുകാരോടൊപ്പം കൂടി. കുറച്ചു സമയം കാമ്പസിനുള്ളിൽ ചിലവഴിച്ച ശേഷം, ബസ്സ് സ്റ്റോപ്പിൽ പോകാനായി നടക്കുമ്പോൾ ഒരു ചുവന്ന ബി.എം.ഡബ്ലിയു. കാർ ജിഗീഷിന്റെ മുന്നിൽ ബ്രേക്കിട്ടു നിന്നു. ജിഗീഷ് കാറിനുള്ളിരുന്ന ആളെ ഒന്നു നോക്കി. അകത്തിരുന്ന ആൾ വളരെ പരിചിത ഭാവത്തിൽ ജിഗീഷിനോടു ചോദിച്ചു.

“ജിഗീഷിന് ക്ലാസ് കഴിഞ്ഞോ?”

അതെയെന്നു പറഞ്ഞ ശേഷം ജിഗീഷ് അപരിചിത ഭാവത്തിൽ നിന്നപ്പോൾ കാറിലിരുന്ന ആൾ സ്വയം പരിചയപ്പെടുത്തിക്കൊണ്ട് പറഞ്ഞു.

“ഞാൻ കാശിനാഥ്.... കൂടുതൽ അടുപ്പമുള്ളവർ കിച്ചുവെന്ന് വിളിക്കും. കസ്തൂരിയ്ക്കൊപ്പം പല വേദികളിലും ജിഗീഷിനെ കണ്ടിട്ടുണ്ട്. ഇപ്പൊ കുറച്ചു ദിവസമായി വേദികളിലൊന്നും കസ്തൂരിയെ കാണാനില്ലല്ലോ... അവർക്കെന്തു പറ്റി?”

"എന്തോ പെഴ്സണൽ പ്രോബ്ലം ഉണ്ടെന്നാ കസ്തൂരി പറഞ്ഞത്. എന്താണെന്നൊന്നും അറിയില്ല."

കാശിനാഥ് വളരെ താൽപര്യത്തോടെ പറഞ്ഞു.

"തന്റെ അടുത്ത ഫ്രണ്ടല്ലേ... ചോദിച്ചറിയാമായിരുന്നില്ലേ."

"എന്നോട് പറയേണ്ടതായിരുന്നെങ്കിൽ ഞാൻ ചോദിക്കാതെ തന്നെ കസ്തൂരി പറയുമായിരുന്നു. പറയാൻ പറ്റാത്തതാണെങ്കിൽ എത്ര ചോദിച്ചിട്ടും ഫലമില്ല. അതാ കസ്തൂരി."

കാശിനാഥ് ചിരിച്ചുകൊണ്ട് പറഞ്ഞു.

"ഓ.കെ. ഞാൻ തന്റെ റൂട്ടിലാ. കയറൂ. വീട്ടിലിറക്കാം."

കാശിനാഥിന്റെ ക്ഷണത്തിന് നന്ദി പറഞ്ഞ്, ഒരു പുഞ്ചിരി സമ്മാനിച്ചു കൊണ്ട് ജിഗീഷ് കാറിൽ കയറി. കാശിനാഥ് കാർ സ്റ്റാർട്ട് ചെയ്തു കൊണ്ട് ചോദിച്ചു.

"ജിഗീഷിന്റെ നേറ്റീവ് പ്ലയ്സ് എവിടെയാ?"

"കൊല്ലത്തെ ആശ്രാമം. ഇവിടെ താമസത്തിനു വന്നിട്ട് മൂന്നു മാസമേ ആയിട്ടുള്ളൂ. ഇവിടെ വരുന്നതിനു മുൻപ് ഞാൻ ദിവസവും പോയി വരുമായിരുന്നു. അമ്മയ്ക്ക് ഇവിടെ ഒരു ട്രാവലേജൻസിയിൽ ജോലി ശരിയായപ്പോൾ ഇങ്ങോട്ട് താമസം മാറി. ഇവിടെ താമസമാക്കിയ ശേഷമാ എക്സ്ട്രാ ആക്ടിവിറ്റീസിനൊക്കെ സമയം കിട്ടുന്നത്."

ജിഗീഷിന്റെ മുഖ ചലനങ്ങൾ വീക്ഷിച്ചു കൊണ്ട് കാശിനാഥ് ചോദിച്ചു.

"താനൊരു എം.എ. സ്റ്റുഡന്റല്ലേ. ഒരു ബൈക്ക് വാങ്ങാത്തതെന്താ? യാത്ര സൗകര്യപ്രദമായിരുന്നല്ലോ."

ചെറു പുഞ്ചിരിയോടെ കാശിനാഥിനെ നോക്കിക്കൊണ്ട് വിനയത്തോടെ ജിഗീഷ് പറഞ്ഞു.

"ബൈക്ക് വാങ്ങാനോ... ഇന്നത്തെ ജീവിത രീതിക്കനുസരിച്ച് വീട്ടു ചെലവും വാടകയും പഠിക്കാനുള്ള ചിലവുമൊക്കെ നോക്കാനായി അമ്മയുടെ ശമ്പളം തികയുന്നില്ല."

കാശിനാഥ് ഒന്ന് ഊറി ചിരിച്ച ശേഷം ഡ്രൈവിംഗിൽ ശ്രദ്ധിച്ചു. ജിഗീഷിനെ സ്ഥലത്തിറക്കിയ ശേഷം കാശിനാഥ് യാത്ര പറഞ്ഞു. പിന്നീടുള്ള ദിവസങ്ങളിൽ പല സ്ഥലങ്ങളിലും വച്ച് കാശിനാഥ് ജിഗീഷിനെ കണ്ടു. ഇടയ്ക്കിടെയുള്ള കണ്ടു മുട്ടൽ അവർ തമ്മിലുള്ള സൗഹൃദം മെച്ചപ്പെടുത്തി. ഒരു ദിവസം കോളെജിൽ നിന്നിറങ്ങുമ്പോൾ കാശിനാഥ് ജിഗീഷിനെ കാറിൽ കയറ്റി. ഒരു റസ്റ്റോറന്റിന്റെ

മുന്നിലെത്തിയപ്പോൾ കാശിനാഥ് പറഞ്ഞു.

"ചായക്ക് സമയമായി. നമുക്കവിടെ കേറി ചായ കുടിച്ചിട്ട് പോകാം."

ഹോട്ടലിലെ പാർക്കിംഗ് ഏരിയായിൽ കാർ നിർത്തിയ ശേഷം കാശിനാഥ് ജിഗീഷിനെയും കൂട്ടി ഹോട്ടലിലെ ഫാമിലി റൂമിൽ കയറി. ജിഗീഷിന് അഭിമുഖമായിരുന്ന ശേഷം ചോദിച്ചു.

"ജിഗീഷിന് ചായയോ കോഫിയോ?"

"എനിക്ക് കോഫി മതി."

"എനിക്കും അത് മതി. ഇവിടെ കിട്ടുന്ന തേയില പൊടികളിലൊക്കെ ഇരുമ്പു പൊടിയും കശുവണ്ടിയുടെ തോട്ടമൊക്കെയല്ലേ ചേർക്കുന്നത്."

ഏതാനും മിനിട്ടുകൾക്കകം തന്നെ കോഫിയും കഴിക്കാനുള്ളതും കൊണ്ടുവന്നു. കോഫി കുടിച്ചുകൊണ്ടിരിക്കുമ്പോൾ കാശിനാഥ് പറഞ്ഞു.

"പ്രാരാബ്ധങ്ങളുള്ള ജീവിതം എപ്പോഴും ദുരിതം തന്നെ. ഇല്ലായ്മയിൽ പെട്ട് ചക്രശ്വാസം വലിക്കുമ്പോൾ ജീവിതം തന്നെ മടുത്തു തുടങ്ങും. കഷ്ടപ്പെടാൻ വേണ്ടി മാത്രമായിരുന്നെങ്കിൽ ഇങ്ങനെയൊരു ജീവിതം ഭൂമിയിൽ വേണ്ടായിരുന്നെന്നു തോന്നും. ഏത് ആദർശങ്ങൾക്കും മുന്നിൽ നിൽക്കുന്നത് പണം തന്നെ. ഞാൻ പറഞ്ഞതിൽ ജിഗീഷിന് എന്തെങ്കിലും എതിരഭിപ്രായം ഉണ്ടോ?"

കൂർമ്മ ദൃഷ്ടിയോടെ കാശിനാഥ് ജിഗീഷിന്റെ മുഖത്തു നോക്കി. ജിഗീഷിന്റെ മറുപടി കേൾക്കാൻ ചെവി കൂർപ്പിച്ചിരുന്നു.

"ജീവിക്കാൻ പണം അത്യാവശ്യമായ ഘടകമല്ലെന്ന് പറയാൻ സാധിക്കില്ല. ആദർശങ്ങളുടെ വലകണ്ണികൾക്കപ്പുറമുള്ള സ്ഥാനവും അതിനുണ്ട്. എന്നാൽ ചില ആദർശങ്ങൾ പണത്തിനും മേലെയാണ്."

ജിഗീഷ് പറഞ്ഞപ്പോൾ ഇടം കണ്ണുകൊണ്ട് കാശിനാഥ് ജിഗീഷിനെ നോക്കി പറഞ്ഞു.

"തന്റെ ജീവിതത്തിൽ ചില ആദർശങ്ങൾ ഉണ്ടെന്ന് കരുതുന്നു. ഈ ആദർശങ്ങൾ കൊണ്ട് തന്റെ വയറ് നിറഞ്ഞിട്ടുണ്ടോ? തന്റെ ആവശ്യങ്ങൾ നിറവേറിയിട്ടുണ്ടോ? ഉത്തരം ഇല്ല എന്നു തന്നെ. എന്റെ ജീവിതത്തിൽ ആദർശങ്ങളൊന്നും ഇല്ല. പണം ഉപയോഗിച്ച് ഞാൻ സുഖമായി ജീവിക്കുന്നു. നാളെ ഞാൻ മരിച്ചു പോയാലും ഒന്നും

അനുഭവിക്കാതെയാണ് പോയതെന്ന് പറയാൻ സാധിക്കില്ല."

കാശിനാഥിന്റെ വാക്കുകളിലെ സംതൃപ്തിയും ആവേശവും ശ്രദ്ധിച്ചു കൊണ്ട് ജിഗീഷ് പറഞ്ഞു.

കിച്ചുവേട്ടനെ പോലുള്ള കാശ്കാർക്ക് ആഗ്രഹത്തിനൊത്ത് ജീവിക്കാം. പക്ഷേ എന്നെ പോലുള്ളവർക്ക് ഇത്തരം ആഗ്രഹങ്ങൾ വിദൂര സ്വപ്നം മാത്രമാണ്."

ജിഗീഷിന്റെ സംസാരത്തിലെ നൈരാശ്യം മനസ്സിലാക്കിക്കൊണ്ട് കാശിനാഥ് ചിന്തിച്ചു. 'ഞാൻ വിരിച്ച വലയുടെ അരികിലേക്കാണ് ഇര ചലിച്ചുകൊണ്ടിരിക്കുന്നത്. ഒന്നു കൂടെ സ്ട്രോങ്ങായി പിടിച്ചാൽ ഇരയെ വലയ്ക്കുള്ളിൽ അകപ്പെടുത്താം.' പെട്ടെന്നു തന്നെ കാശിനാഥ് ചിന്തയിൽ നിന്നുണർന്ന് ജിഗീഷിനോട് പറഞ്ഞു.

"തനിക്കും എല്ലാം സ്വപ്നം കാണാം. സ്വയം കാണാൻ സാധിച്ചില്ലെങ്കിൽ ഞാൻ കാണിച്ചു തരാം. തന്നോട് എനിക്ക് ഒരു പ്രത്യേക വാൽസല്യം തോന്നുന്നു. ഇന്നു മുതൽ ഞാൻ തന്റെ സ്പോൺസറാകുന്നു. നിനക്ക് ആവശ്യമുള്ളതെന്തും ഞാൻ തരും. ഇനി മുതൽ എന്താവശ്യമുണ്ടെങ്കിലും എന്നോട് ചോദിക്കാം. ഓ.കെ."

ജിഗീഷ് അവിശ്വസനീയ ഭാവത്തിൽ കാശിനാഥിനെ നോക്കി. ജിഗീഷ് ആദരവും സ്നേഹവും വിധേയത്വവും പ്രകടമാക്കുന്ന സ്വരത്തിൽ പറഞ്ഞു.

"കിച്ചുവേട്ടന് എന്നോട് ഇത്രേം ഇഷ്ടം തോന്നാൻ കാരണം..."

"പല വേദികളിൽ വച്ചും ഞാൻ തന്റെ പ്രസംഗം കേട്ടിട്ടുണ്ട്. നല്ല ഉശിരുള്ള പയ്യനെന്ന് മനസ്സ് പറഞ്ഞിരുന്നു. ഇപ്പൊ തന്റെ ജീവിത കഥകളൊക്കെ കേട്ടപ്പോൾ, തനിക്ക് വേണ്ടി എന്തെങ്കിലും ചെയ്യണമെന്ന് തോന്നി.സ്നേഹിക്കാൻ ബന്ധുക്കളൊന്നുമില്ല. ഇപ്പൊ താൻ എന്റെ സുഹൃത്തായ സ്ഥിതിക്ക് തന്നെ സഹായിക്കണമെന്ന് തോന്നുന്നത് സ്വാഭാവികമല്ലേ."

കാശിനാഥിനോട് ജിഗീഷിന് ജ്യേഷ്ഠനോടെന്ന പോലുള്ള സ്നേഹം തോന്നി. അളവറ്റ സ്നേഹവും നന്ദിയും ജിഗീഷിന്റെ മുഖത്ത് പ്രകടമായിരുന്നു. അതു ശ്രദ്ധിച്ച കാശിനാഥ് പറഞ്ഞു.

"ഞാൻ നിനക്കു വേണ്ടി എന്തെങ്കിലും ചെയ്യുന്നെന്ന് വച്ച് ആവശ്യത്തിലധികമുള്ള വിധേയത്വമൊന്നും വേണ്ട. ഒരു സഹോദരനായി കണ്ടാൽ മതി. പിന്നെ, എനിക്ക് ഒരു ഡിമാന്റ് ഉണ്ട്..."

കാശിനാഥ് ഒന്നു നിർത്തിയപ്പോൾ ജിഗീഷ് ആകാംക്ഷയോടെ

കാശിനാഥിനെ നോക്കി. കാശിനാഥ് തന്റെ കണ്ണുകൾ ജിഗീഷിന്റെ മുഖത്ത് തറപ്പിച്ചു കൊണ്ട് പറഞ്ഞു.

"ഞാനും നീയും തമ്മിലുള്ള ബന്ധം മറ്റാരും അറിയരുത്. വലതു കൈ കൊടുക്കുന്നത് ഇടതു കൈ അറിയരുതെന്ന് എനിക്ക് നിർബന്ധം ഉണ്ട്."

"ഓ.കെ. കിച്ചുവേട്ടാ."

കാശിനാഥ് പെഴ്സ് തുറന്ന് പതിനായിരം രൂപയെടുത്ത് ജിഗീഷിന്റെ കൈയിൽ കൊടുത്തിട്ടു പറഞ്ഞു.

"തൽക്കാലം എന്തെങ്കിലും ആവശ്യം ഉണ്ടെങ്കിൽ നിനക്ക് ഈ കാശ് ഉപയോഗിക്കാം."

കാശിനാഥിന്റെ കൈയിലിരുന്ന ആയിരങ്ങളുടെ നോട്ടുകളിൽ നോക്കിക്കൊണ്ട് ചോദിച്ചു.

"ഇത്രേം കാശോ... ഇത്..."

"ഇരിക്കട്ടെ. ചില ദിവസങ്ങളിൽ ഞാനും രണ്ട് ഫ്രണ്ട്സും കാപ്പി കുടിച്ചിറങ്ങുമ്പോൾ ഇതിനേക്കാൾ അധികമാകും."

കാശിനാഥ് നിസ്സാര മട്ടിൽ പറഞ്ഞപ്പോൾ തെല്ലറപ്പോടെ ജിഗീഷ് ചോദിച്ചു.

"ചോദിക്കുന്നതു കൊണ്ട് കിച്ചുവേട്ടന് ഒന്നും തോന്നരുത്... കിച്ചു വേട്ടന്റെ ജോലി എന്താ?"

കാശിനാഥ് ജിഗീഷിനെ നോക്കി പുഞ്ചിരിച്ചു കൊണ്ട് പറഞ്ഞു.

"ഞാൻ വല്ല കള്ളക്കടത്തുകാരനുമാണോ എന്ന് താൻ ചിന്തിച്ചി ട്ടുണ്ടാവും അല്ലേ... എന്റെ അപ്പാവും അമ്മാവും മരിക്കുമ്പോൾ എന്റെ കൈക്കുള്ളിൽ വന്നു ചേർന്നത് ഒരു സാമ്രാജ്യം. അഞ്ഞൂറേക്കറോളം വരുന്ന തേയില തോട്ടവും അതുപോലെ തന്നെ ഏലവും പിന്നെ ബാങ്ക് ഡിപ്പോസിറ്റുകളും."

കോടികളുടെ അധിപനായ ദൈവത്തെ ജിഗീഷ് ആരാധന യോടെ നോക്കിയപ്പോൾ കാശിനാഥ് പറഞ്ഞു.

"എന്റെ കൈയിൽ നിന്നും വാങ്ങുന്ന കാശിന് ഒരു പോലീസുകാ രനോടും സമാധാനം പറയേണ്ടി വരില്ല. ടാക്സുകളും കൃത്യമായി അടയ്ക്കുന്നുണ്ട്."

രണ്ടുപേരും സംസാരിച്ചുകൊണ്ടിരുന്നപ്പോൾ ജിഗീഷിന്റെ ഫോണിൽ കോൾ വന്നു. ജിഗീഷ് ഫോൺ അറ്റന്റ് ചെയ്തപ്പോൾ കാശിനാഥ് അവന്റെ ഫോണിലേക്ക് നോക്കി. ജിഗീഷ് സംസാരിച്ചു

തീർന്നപ്പോൾ കാശിനാഥ് ചോദിച്ചു.

"ഈ ഫോണാണോ ജിഗി ഉപയോഗിക്കുന്നത്..."

ഡിസ്പ്ലേ പോയ ഫോണിൽ നോക്കിക്കൊണ്ട് ജിഗീഷ് ജാള്യതയോടെ പറഞ്ഞു.

"അത്... ഫോണിന്റെ ഡിസ്പ്ലേ പോയി. മൊബൈൽ ഷോപ്പിൽ കൊണ്ടു പോയപ്പോൾ ശരിയാക്കാൻ ആയിരത്തി അഞ്ഞൂറ് രൂപയാകുമെന്ന് പറഞ്ഞു. അമ്മ പറഞ്ഞു അടുത്ത മാസമാകട്ടേന്ന്... അതാ ഇങ്ങനെ..."

"ഇന്ന് എന്റെ കൈയിൽ വേറെ ഫോണില്ല. നാളെ നീ വീട്ടിൽ വാ... ഞാനൊരു ഫോൺ തരാം."

ജിഗീഷ് അറപ്പ് പ്രകടിപ്പിച്ചപ്പോൾ കാശിനാഥ് അവന്റെ കൈയിൽ പിടിച്ചു കൊണ്ട് പറഞ്ഞു.

"താൻ ഒന്നും വിചാരിക്കണ്ട. ഇനി നിന്റെ കാര്യങ്ങളെല്ലാം ഞാൻ നോക്കും. അതെന്റെ അവകാശമായി തന്നെ കാണുന്നു. നമുക്ക് പോകാം."

കാറോടിച്ചു കൊണ്ടിരുന്നപ്പോൾ കാശിനാഥ് ആലോചനാ ഭാവത്തിലിരുന്നു. ജിഗീഷിന് ഇറങ്ങേണ്ട സ്ഥലമെത്തിയപ്പോൾ ജിഗീഷ് പറഞ്ഞു.

"എന്റെ വീട്ടിനടുത്ത് വണ്ടി നിർത്തണ്ട. ആ വാകമരത്തിന്റെ അടുത്ത് നിർത്തിയാൽ മതി."

"ഓ.കെ. എന്നാ എല്ലാം പറഞ്ഞ പോലെ. നാളെ വീട്ടിൽ വച്ച് കാണാം."

ജിഗീഷ് സമ്മതിച്ച് കാശിനാഥിനോട് യാത്ര പറഞ്ഞു. പിറ്റേ ദിവസം കോളെജ് വിട്ടപ്പോൾ ജിഗീഷ് കാശിനാഥിന്റെ വീട്ടിൽ വന്നു. മുറ്റത്തു നിന്നു തന്നെ ജിഗീഷ് വീടും പരിസരവുമൊക്കെ വീക്ഷിച്ചു. അത്യാധുനിക സൗകര്യങ്ങളോടെ പണിതിരിക്കുന്ന കൊട്ടാരം പോലെ അവനു തോന്നി. ജിഗീഷിന്റെ കണ്ണുകൾ പലവട്ടം ചുറ്റുപാടുകളിലൂടെ കടന്നു പോയി. പണത്തിനോട് ജിഗീഷിന് വല്ലാത്ത ആരാധന തോന്നി. മുറ്റത്തെ പുൽതകിടിയിലൂടെ നടന്ന് സിറ്റൗട്ടിലെത്തി കോളിംങ് ബെല്ലിൽ വിരൽ വയ്ക്കാനൊരുങ്ങുമ്പോൾ മുന്നിൽ കാശിനാഥ് നിൽക്കുന്നു.

ജിഗീഷ് ബഹുമാനത്തോടെ കാശിനാഥിനെ നോക്കി ചിരിച്ചു. കാശിനാഥ് ജിഗീഷിന്റെ തോളിൽ പിടിച്ച് അകത്തേക്ക് കൂട്ടി.

ഡ്രോയിംങ് റൂം അലങ്കരിച്ചിരിക്കുന്ന ഓയിൽ പെയിന്റിംങ്ങുകളിലും ചന്ദനത്തിൽ വാർത്തെടുത്ത പ്രതിമകളിലും ജിഗീഷിന്റെ കണ്ണുകൾ ഉടക്കി. ചുറ്റിലും ജിഗീഷിന്റെ കണ്ണുകൾ പരതി പായുന്നത് കണ്ട് കാശിനാഥ് പറഞ്ഞു.

"ഞാൻ കലയുടെ ഉപാസകനാണ്. കലയുടെ ഉപാസകനെന്നു പറയുമ്പോൾ സൗന്ദര്യാരാധകൻ. എന്റെ സൗന്ദര്യ ബോധം എന്റെ മുറ്റത്തു നിന്ന് തുടങ്ങുന്നു. ഞാൻ കൂടുതൽ പണം ചിലവഴിക്കുന്നതും ആസ്വാദനത്തിനു വേണ്ടി തന്നെ."

"വളരെ നന്നായിരിക്കുന്നു കിച്ചുവേട്ടാ... ഇത്ര ചെറുപ്പത്തിലേ ഈ സൗഭാഗ്യങ്ങളുണ്ടാക്കാനുള്ള കാശ് കൈയിലുണ്ടാകുകാന്നു വച്ചാ... അതൊരു യോഗാ..."

ജിഗീഷ് അതിശയോക്തിയിൽ പറഞ്ഞപ്പോൾ കാശിനാഥിന്റെ കണ്ണുകൾ കുറുകി. ഏതാനും നിമിഷങ്ങൾ ചിന്താഭാവത്തിൽ നിന്ന ശേഷം അയാൾ പറഞ്ഞു.

"ചെറുപ്പത്തിലേ അപ്പാവും അമ്മാവും മരിക്കുന്നത് ഭാഗ്യമാണോ ജിഗീ... അങ്ങനെയെങ്കിൽ ആ ഭാഗ്യമാ എന്നെ കടാക്ഷിച്ചത്..."

ജിഗീഷിന്റെ വാക്കുകളിൽ വേദനയായിരുന്നോ സന്തോഷമായിരുന്നോ എന്ന് വേർതിരിച്ചെടുക്കാൻ ജിഗീഷിന് കഴിഞ്ഞിരുന്നില്ല. ജിഗീഷ് വല്ലാത്ത ഭാവത്തോടെ കാശിനാഥിനെ നോക്കി. കാശിനാഥ് ജിഗീഷിന്റെ തോളിൽ പിടിച്ചു കൊണ്ട് പറഞ്ഞു.

"ചില മൂഡിൽ ഞാനിങ്ങനെ ചില വട്ടുകളൊക്കെ പറയും. അതൊക്കെ പോട്ടെ... നിനക്ക് കഴിക്കാൻ ഹോട്ടായിട്ടെന്തെങ്കിലും വേണോ..."

വല്ലാത്ത പരിഭ്രമം മുഖത്തു വരുത്തിക്കൊണ്ട് ജിഗീഷ് പറഞ്ഞു.

"അയ്യോ... ഞാനതൊന്നും ഉപയോഗിക്കില്ല."

ജിഗീഷിന്റെ സംസാരത്തെ നിസ്സാരവൽക്കരിച്ചു കൊണ്ട് കാശിനാഥ് പറഞ്ഞു.

"ജിഗി വിചാരിക്കുന്നതു പോലെ ലോക്കൽ സാധനമൊന്നും അല്ല. ബോട്ടിലിന് പതിനായിരത്തിലധികം വരുന്ന സ്വയമ്പൻ സാധനാ. ചില അറിയപ്പെടുന്ന നടികൾ എന്നെ സന്തോഷിപ്പിക്കാൻ വരുമ്പോൾ ഇതിൽ നിന്ന് ഒരു പെഗ്ഗ് നൽകിയാ ഞാൻ സൽക്കരിക്കുന്നത്."

"എനിക്ക് വേണ്ട ചേട്ടാ."

"ഓ.കെ. പിന്നെ തനിക്കെന്ത് വേണം?"

ജിഗീഷ് വിനയത്തോടെ പറഞ്ഞു.

"മദ്യം ഒഴിച്ച് കിച്ചുവേട്ടന് ഇഷ്ടമുള്ളതെന്തും..."

ജിഗീഷിന്റെ മുഖത്ത് സൂക്ഷിച്ച് നോക്കിക്കൊണ്ട് കാശിനാഥ് പറഞ്ഞു.

"അപ്പൊ എന്റെ ഇഷ്ടമാണ് നിന്റെയും ഇഷ്ടം. എപ്പോഴും അങ്ങനെ ആയിരിക്കുമോ..."

ജിഗീഷ് പുഞ്ചിരിയോടെ പറഞ്ഞു.

"അങ്ങനെ ആവാൻ ശ്രമിക്കാം."

"ഞാനൊരു തമാശ പറഞ്ഞതാ. വാ..."

ജിഗീഷിനെ വിശാലമായ ഡൈനിംങ് റൂമിലേക്ക് കൂട്ടിക്കൊണ്ടു പോയി. കാശിനാഥ് ഫോണെടുത്ത് വിളിച്ചപ്പോൾ എയർ ഹോസ്റ്റസിനെ പോലെ തോന്നിക്കുന്ന സുന്ദരിയായ പെൺകുട്ടി വന്ന് ചോദിച്ചു.

"എന്തൊക്കെയാ വേണ്ടത് സാർ."

കാശിനാഥ് വേണ്ടതൊക്കെ പറഞ്ഞപ്പോൾ ഇപ്പൊ കൊണ്ടുവരാമെന്ന് പറഞ്ഞ് പെൺകുട്ടി അകത്തേക്ക് പോയി. അവൾ പോയി കഴിഞ്ഞപ്പോൾ കാശിനാഥ് പറഞ്ഞു.

"ഇവളാണ് എന്നെ ഊട്ടിക്കുന്നത്."

വിസ്മയത്തോടെ ജിഗീഷ് ചോദിച്ചു.

"ഇത് ഇവിടുത്തെ അടുക്കളക്കാരിയാണോ..."

"അല്ല, ഇവിടുത്തെ അടുക്കള ജോലിക്കുള്ള ആളെ നിയമിച്ച് വേണ്ട നിർദ്ദേശം നൽകുന്നത് ഇവളാ. ഇവിടുത്തെ പാചകക്കാർ ആരാണെന്ന് എനിക്കറിയില്ല. ഇവൾ ഹോട്ടൽ മാനേജ്മെന്റ് കഴിഞ്ഞ പെണ്ണാ. ഇവൾക്ക് ഞാൻ മന്ത്‌ലി ഫിഫ്റ്റി തൗസന്റ് കൊടുക്കുന്നുണ്ട്. ഇവിടെ ഇവളുടെ ജോലി, ഞാൻ കഴിക്കാൻ വരുമ്പോൾ ഒരു ബന്ധുവിനെ പോലെ അടുത്തു നിന്ന് വിളമ്പി തരുക."

ജിഗീഷ് ജിജ്ഞാസയോടെ കേട്ടിരുന്നപ്പോൾ അകത്തു പോയ പെൺകുട്ടി ഡിഷുകളുമായി എത്തി. വെജിറ്റേറിനും നോൺ വെജിറ്റേറിയനുമായ വിഭവങ്ങൾ ചിട്ടയോടെ ടേബിളിൽ നിരന്നു. എല്ലാം ഭംഗിയായി അലങ്കരിച്ചിട്ടുമുണ്ട്. കാശിനാഥ് ആവശ്യപ്പെട്ടതൊക്കെ പെൺകുട്ടി വിളമ്പിക്കൊടുത്തു. രണ്ടുപേരും കഴിച്ചു തീരുന്നതു വരെ ആവശ്യങ്ങൾ ചോദിച്ചറിഞ്ഞ് പെൺകുട്ടി അവർക്കരുകിൽ

തന്നെനിന്നു. കഴിച്ചു കഴിഞ്ഞപ്പോൾ കാശിനാഥ് ജിഗീഷിനെ അയാളുടെ ബഡ്റൂമിൽ കൊണ്ടുപോയി. പ്രകൃതിയുടെ വർണ്ണ ശബളിമ തെളിഞ്ഞു നിൽക്കുന്ന അന്തരീക്ഷത്തിലാണ് ബെഡ്റൂം ഒരുക്കിയിരുന്നത്. ആപ്പിളിന്റെ ലേറ്റസ്റ്റ് മോഡൽ ഫോൺ കൈവെള്ളയിൽ വച്ചു കൊടുത്തു കൊണ്ട് കാശിനാഥ് പറഞ്ഞു.

"എങ്ങനെയുണ്ട്?"

ഫോൺ ജിഗീഷിന്റെ കൈവെള്ളയിലിരുന്ന് വിറയ്ക്കുന്നതു പോലെ അവന് തോന്നി. വല്ലാത്ത ജാള്യതയോടെ കാശിനാഥിന്റെ മുഖത്ത് നോക്കിക്കൊണ്ട് ജിഗീഷ് പറഞ്ഞു.

"ഞാൻ ഇത്രേം വിലകൂടിയ ഫോണൊക്കെ ഉപയോഗിക്കാന്നു വച്ചാ... കിച്ചുവേട്ടാ എനിക്ക് ഒര് അയ്യായിരം രൂപയ്ക്കകത്തുള്ള ഫോൺ മതി."

ജിഗീഷിന്റെ സംസാരം കേട്ട് പൊട്ടിച്ചിരിച്ചു കൊണ്ട് കാശിനാഥ് പറഞ്ഞു.

"നീ എന്താടോ ഇങ്ങനെ? താനേത് നൂറ്റാണ്ടിലാ ജീവിക്കുന്നത്? നിനക്ക് ലോക്കൽ സാധനങ്ങൾ വാങ്ങിത്തന്ന് പേരെടുക്കാൻ വേണ്ടിയല്ല ഞാൻ നിന്റെ സ്പോൺസറാകാമെന്ന് പറഞ്ഞത്. ഇന്ന് രാവിലെ തന്നെ ഞാനീ ഫോൺ ചാർജിലിട്ടിരുന്നു. അതൊന്ന് ഓണാക്കി നോക്ക്."

ജീഗീഷ് ഫോൺ ഓൺ ചെയ്ത് സ്ക്രീനിൽ നോക്കിയപ്പോൾ കാശിനാഥ് പറഞ്ഞു.

"നിന്റെ പഴയ ഫോണിലെ സിം കാർഡ് ഊരി ഇതിലിട്."

ജീഗീഷ് പഴയ ഫോണിൽ നിന്നും സിം കാർഡ് ഊരി പുതിയ ഫോണിലിട്ടു. അപ്പോൾ തന്നെ കാശിനാഥ് ജിഗീഷിന്റെ നമ്പരിൽ വിളിച്ചു. എടുത്തോളൂ എന്ന് കാശിനാഥ് പറഞ്ഞപ്പോൾ ജിഗീഷ് കോൾ അറ്റന്റ് ചെയ്തു. ജിഗീഷ് ആർദ്രമായ സ്വരത്തിൽ പറഞ്ഞു.

"താങ്ക്യൂ കിച്ചുവേട്ടാ... താങ്ക്യൂ..."

"ഓ.കെ. സ്വീകരിച്ചിരിക്കുന്നു."

പറഞ്ഞ ശേഷം കാശിനാഥ് കോൾ കട്ട് ചെയ്തു. കബോർഡ് തുറന്ന് അഞ്ച് കവറുകൾ പുറത്തെടുത്തു. ഒരു കവർ തുറന്ന് അതിന്റെ ഉള്ളിലിരുന്ന ഒരു ജോഡി പാന്റ്സും ഷർട്ടും എടുത്തു കൊണ്ട് കാശിനാഥ് പറഞ്ഞു.

"ഇത് ഇഷ്ടപ്പെട്ടോന്നു നോക്ക്."

"കിച്ചുവേട്ടാ... ഇത്..."

"നിനക്ക് തന്നെ."

വസ്ത്രങ്ങൾ നോക്കിയ ശേഷം കണ്ണുകളിൽ വിസ്മയം പ്രകടമാക്കി ക്കൊണ്ട് ജിഗീഷ് പറഞ്ഞു.

"ഇത്... വളരെ വില കൂടിയ ബ്രാന്റാണല്ലോ... പാവപ്പെട്ട ഞാനിതൊക്കെ ഉപയോഗിക്കുമ്പോൾ മറ്റുള്ളവരെന്തു കരുതും? എന്തെങ്കിലും മോശമായ വഴിയിൽ കാശുണ്ടാക്കി ഞാനിതൊക്കെ വാങ്ങിയതാണെന്ന് കരുതില്ലേ."

ഏതാനും നിമിഷം ചിന്താധീനനായി നിന്ന ശേഷം കാശിനാഥ് പറഞ്ഞു.

"തന്റെ ചിന്താഗതി അസ്ഥാനത്തല്ല. നീ പറഞ്ഞതു പോലെ നിന്റെ പെട്ടെന്നുള്ള മാറ്റം ആൾക്കാർ ശ്രദ്ധിക്കും. അവരുടെ ആശങ്ക യ്ക്ക് ഞാനൊരുത്തരം കണ്ടു പിടിച്ച തരാം."

കാശിനാഥ് പറയുന്നത് കേൾക്കാൻ ജിഗീഷ് ആകാംക്ഷയോടെ കാതോർത്തപ്പോൾ അയാൾ പറഞ്ഞു.

"വളരെ ചെറുപ്പത്തിലേ നിന്റെ അച്ഛൻ നിങ്ങളെ ഉപേക്ഷിച്ച് പോയതാണല്ലേ പറഞ്ഞത്. അതുമായി ബന്ധപ്പെടുത്തി നമുക്ക് ഒര് കഥ രൂപപ്പെടുത്തിയെടുക്കാം. ജിഗിയുടെ അച്ഛൻ നിങ്ങളെ വിട്ടു പോയ ശേഷം ചെന്നൈയിലെ ഒരു സമ്പന്ന യുവതിയെ വിവാഹം കഴിച്ചു. ആ ബന്ധത്തിൽ കുട്ടികളൊന്നും ഇല്ല. പെട്ടെന്ന് അവർ മരിച്ചപ്പോൾ അവരുടെ സ്വത്തെല്ലാം നിന്റെ അച്ഛന്റെ പേരിലായി. അച്ഛൻ വീണ്ടും നിങ്ങളെ അന്വേഷിച്ചെത്തിയെങ്കിലും നിന്റെ അമ്മ അച്ഛനെ സ്വീകരിക്കാൻ തയ്യാറായില്ല. അന്നേരം അദ്ദേഹം നിനക്ക് വേണ്ടി കൊണ്ടു വന്ന സാധനങ്ങൾ നിനക്ക് തന്നിട്ട് പോയി. അതാ ഇപ്പൊ നീ ഉപയോഗിക്കുന്ന വിലകൂടിയ വസ്തുക്കളെല്ലാം. ഐഡിയ എങ്ങനെയുണ്ട്?"

കാശിനാഥ് ചമച്ച കഥ കേട്ടപ്പോൾ ജിഗീഷിന്റെ കണ്ണുകളിൽ പ്രകാശം നിറയുന്നതു പോലെ തോന്നി. കാശിനാഥിനെ ആരാധനാ ഭാവത്തിൽ നോക്കിക്കൊണ്ട് ജിഗീഷ് പറഞ്ഞു.

"കിച്ചുവേട്ടന് നല്ല ഭാവനയാണല്ലോ... ഏതാനും നിമിഷങ്ങൾ കൊണ്ടു തന്നെ ഒരു കഥ ചമച്ചല്ലോ."

കാശിനാഥ് തല കുലുക്കി സമ്മതിച്ചു കൊണ്ട് പറഞ്ഞു.

"എന്നാ നീ ഇങ്ങനെ തന്നെ എല്ലാപേരോടും പറയണം. വേണ്ടി

വന്നാൽ നിന്റെ അമ്മയോടു പോലും."

അമ്മയുടെ കാര്യം പറഞ്ഞപ്പോൾ തെല്ല് ഭീതിയോടെ ജിഗീഷ് കാശിനാഥിന്റെ കണ്ണുകളിൽ നോക്കി. ജിഗീഷിന് എന്തെങ്കിലും വല്ലായ്മ ഉണ്ടെങ്കിലോ എന്നു കരുതി കാശിനാഥ് തിരുത്തിപ്പറഞ്ഞു.

"അമ്മയോട് ജിഗിക്ക് ഇഷ്ടമുള്ളത് പറയാം. എന്റെ പേര് പറയരുതെന്നേ ഉള്ളൂ."

"ശരി. ഞാൻ അധികം വൈകിയാൽ അമ്മ തിരക്കും."

"അങ്ങനെയെങ്കിൽ ഇറങ്ങ്. കവറുകളൊക്കെ എടുത്ത് കാറിൽ കയറിക്കോളൂ. ഞാൻ ഓട്ടോ സ്റ്റാന്റിൽ ആക്കാം. അവിടുന്ന് ഒരു ഓട്ടോയിൽ കയറി പോയാൽ മതി."

ഓരോ ദിവസം കഴിയുന്തോറും കാശിനാഥും ജിഗീഷും തമ്മിൽ ഏറെ അടുത്തു. വളരെ വിലപിടിപ്പുള്ള സമ്മാനങ്ങളും പണവും കാശിനാഥ് ജിഗീഷിനു നൽകിക്കൊണ്ടിരുന്നു. പുതിയ ജീവിത സൗകര്യങ്ങൾ ജിഗീഷിന്റെ സ്വഭാവ രീതികൾ മാറ്റിക്കൊണ്ടിരുന്നു. കാശിനാഥിനെ അവൻ ദൈവത്തിന്റെ സ്ഥാനത്ത് കണ്ടു. ജിഗീഷ് കാശിനാഥിനു വേണ്ടി മരിക്കാൻ വരെ തയ്യാറാകുമെന്ന അവസ്ഥ വന്നപ്പോൾ കാശിനാഥ് പറഞ്ഞു.

"ജിഗീ... ഇപ്പൊ നീ ആ കസ്തൂരി ശ്രീധറുമായിട്ട് നല്ല റിലേഷനിലാണോ?"

"അതെ കിച്ചുവേട്ടാ. ഞങ്ങൾ പല വേദികളിലും ഒത്തുചേരാറുണ്ട്. അതൊക്കെ ഞാൻ കിച്ചുവേട്ടനോട് പറയാറുമുണ്ടല്ലോ."

കാശിനാഥ് ജിഗീഷിന്റെ മുഖത്ത് സൂക്ഷിച്ചു നോക്കിക്കൊണ്ട് ചോദിച്ചു.

"കസ്തൂരിയും നീയും തമ്മിൽ ഏതു തരത്തിലുള്ള ബന്ധമാ. ഐ മീൻ... നിങ്ങൾ തമ്മിലൊരു പ്രണയബന്ധം... അതേകുറിച്ചാ ഞാൻ ചോദിച്ചു വന്നത്..."

കാശിനാഥിന്റെ ചോദ്യത്തിന് ജിഗീഷ് ആവേശത്തോടെ മറുപടി പറഞ്ഞു.

"അയ്യോ... കസ്തൂരിയോട് എനിക്ക് അത്തരത്തിലുള്ള ഒരു ബന്ധവും ഇല്ല. അത്..."

ജിഗീഷ് പറഞ്ഞു വന്നത് നിർത്തിയപ്പോൾ വാക്കെടുത്തു പറഞ്ഞു കൊണ്ട് ജിഗീഷ് ചോദിച്ചു.

"അതെന്താ... നീയെന്താ പറയാൻ വന്നത്?"

"അതു പിന്നെ, കസ്തൂരി പെട്ടെന്നൊന്നും ഒരാളെ ഉൾക്കൊള്ളില്ല. അയാൾക്ക് എന്നിൽ ഒരു വിശ്വാസം ഉണ്ടെന്നല്ലാതെ പ്രണയമൊന്നും ഇല്ല. ഞങ്ങൾ നല്ല ഫ്രണ്ട്സാ."

കാശിനാഥ് തല കുലുക്കി എല്ലാം സമ്മതിച്ചു കൊണ്ട് വളരെ താൽപര്യത്തോടെ പറഞ്ഞു.

"നിന്നെ അവൾക്ക് നല്ല വിശ്വാസം ഉണ്ട്. അല്ലേ... ആ വിശ്വാസം കൂടുതൽ ശക്തിപ്പെടുന്ന രീതിയിലുള്ള പെരുമാറ്റം നിന്നിൽ നിന്നുണ്ടാകണം. പിന്നെ ഒരു പ്രധാന കാര്യം. മറ്റുള്ളവർ കാണുമ്പോൾ നീ അവളോട് കൂടുതൽ അടുപ്പം കാണിക്കണ്ട."

കാശിനാഥ് പറഞ്ഞതിന്റെ പൊരുൾ മനസ്സിലാകാതെ കാശിനാഥിന്റെ മുഖത്ത് സൂക്ഷിച്ചു നോക്കിക്കൊണ്ട് ജിഗീഷ് ചോദിച്ചു.

"കിച്ചുവേട്ടൻ എന്താ അങ്ങനെ പറഞ്ഞത്?"

എന്തൊക്കെയോ നിഗൂഢതകൾ ഉള്ളിൽ ഒളിപ്പിച്ചു കൊണ്ട് കാശിനാഥ് പറഞ്ഞു.

"അതൊക്കെയുണ്ട്. എന്തെങ്കിലും കാരണം ഇല്ലാതെ ഞാനിങ്ങനെയൊന്നും പറയില്ലെന്ന് അറിയാമല്ലോ. കാരണമൊക്കെ ഞാൻ മറ്റൊരവസരത്തിൽ പറയാം. അവളുമായി ഫോണിൽ സംസാരിക്കേണ്ട അവസരങ്ങളിൽ നിന്റെ പേരിലുള്ള സിംമിൽ നിന്ന് വിളിക്കുകയും വേണ്ട. നിനക്ക് ഞാൻ വേറെ രണ്ട് സിം കാർഡുകൾ തരാം. പ്രധാന കാര്യങ്ങളൊന്നും ഫോണിലൂടെ സംസാരിക്കണ്ട."

"കസ്തൂരി പാവമാ കിച്ചുവേട്ടാ... അവളോട് സംസാരിക്കുമ്പോൾ ഇത്തരത്തിലുള്ള മുൻ കരുതൽ ആവശ്യമുണ്ടോ."

ഗൂഢമായ ചിന്തയ്ക്കൊടുവിൽ കാശിനാഥ് പറഞ്ഞു.

"അതൊക്കെ ഉണ്ട്. എല്ലാം വഴിയേ പറയാം. ഞാൻ പറഞ്ഞത് അനുസരിക്കേണ്ടത് നിന്റെ കൂടി സെയ്ഫിറ്റിക്ക് വേണ്ടിയായിരുന്നെന്ന് പിന്നീട് നിനക്ക് മനസ്സിലാകും."

ജിഗീഷിന്റെ മനസ്സ് വല്ലാതെ പരിഭ്രമിക്കുകയും പരവേശപ്പെടുകയും ചെയ്തു. ഭീതിയുടെ നിഴലാട്ടം കണ്ണുകളിൽ പ്രതിഫലിച്ചപ്പോൾ, അയാളുടെ ഭീതിയെ നിസ്സാരവൽക്കരിച്ചു കൊണ്ട് കാശിനാഥ് പറഞ്ഞു.

"ഡോണ്ട് വറി... നീ വേവലാതിപ്പെടുകയോ പേടിക്കുകയോ ഒന്നും വേണ്ട. നിന്നോടൊപ്പം ഞാനില്ലേ... കോടികൾ ഉള്ളവൻ ഈശ്വരൻ തന്നെയാണെന്ന് വിശ്വസിക്ക്. ഈശ്വരൻ കൂടെ

ഉള്ളപ്പോൾ നീയെന്തിനാ പേടിക്കുന്നത്."

കാശിനാഥ് ആത്മവിശ്വാസം തുളുമ്പുന്ന സ്വരത്തിൽ പറഞ്ഞപ്പോൾ അയാളുടെ കണ്ണുകളിൽ നോക്കി അനുസരണയുള്ള കുട്ടിയെ പോലെ ജിഗീഷ് നിന്നു. ഏതാനും നിമിഷങ്ങൾക്കു ശേഷം പതിഞ്ഞ സ്വരത്തിൽ ജിഗീഷ് പറഞ്ഞു.

"കിച്ചുവേട്ടനെന്ന ഈശ്വരന്റെ കര വലയത്തിനുള്ളിലാണ് ഞാനെങ്കിൽ എനിക്ക് പേടിയില്ല."

"ഗുഡ്. ഇത്രയും ധൈര്യവും ആത്മവിശ്വാസവും ഉള്ള ഫ്രണ്ടിനെയാ എനിക്ക് വേണ്ടത്."

കാശിനാഥ് ജിഗീഷിന്റെ കൈ പിടിച്ചു കുലുക്കിക്കൊണ്ട് പറഞ്ഞപ്പോൾ ജിഗീഷിന്റെ കണ്ണുകൾ തിളങ്ങി. കാശിനാഥിന്റെ നിർദ്ദേശങ്ങൾ മാത്രം അനുസരിക്കുന്ന വ്യക്തിയായി ജിഗീഷ് മാറിക്കഴിഞ്ഞു. ഒരു ദിവസം കാശിനാഥ് ജിഗീഷിനെ വിളിച്ച് പാർക്കിൽ കൊണ്ടുപോയിട്ടു പറഞ്ഞു.

"ഞാനിപ്പോ പറയുന്നത് നീ ശ്രദ്ധിച്ചു കേൾക്കണം. ആദിവാസികൾ താമസിക്കുന്ന മലയോര മേഘലയിൽ, മയക്കുമരുന്ന് മാഫിയ സംഘങ്ങൾ വൻതോതിൽ കഞ്ചാവ് കൃഷി ചെയ്യുന്നു. സാമൂഹിക വിരുദ്ധ പ്രവർത്തികളും നടത്തുന്നു. അത് കണ്ടുപിടിച്ച് പോലീസിലറിയിക്കാൻ നീ കസ്തൂരിയെയും ഒപ്പം കൂട്ടണം. ഓപ്പറേഷനെല്ലാം അതീവ രഹസ്യമായിരിക്കണമെന്ന് നീ അവളോട് പറയണം. നേരത്തെ ഇക്കാര്യം പോലീസ് അറിയാൻ ഇടയായാൽ മാഫിയാ സംഘങ്ങളിൽ നിന്ന് പണം കൈപ്പറ്റിക്കൊണ്ട് അവർക്ക് രക്ഷപ്പെടാനുള്ള ഒത്താശ ചെയ്യുമെന്നും, അതുകൊണ്ട് കൃഷി സ്ഥലത്തു പോയി എല്ലാം ക്യാമറയിൽ പകർത്തിയ ശേഷം പോലീസിനെ വിവരം അറിയിക്കാമെന്നും പറയണം."

"കിച്ചുവേട്ടന് ഈ വിവരങ്ങളൊക്കെ എവിടുന്ന് കിട്ടി."

"അതൊക്കെ കിട്ടി. ഈശ്വരൻ എല്ലാം അറിയുന്നു. ഒരാഴ്ചക്കാലം ഫോണൊക്കെ ഓഫാക്കി വെച്ച് നീ വിവരങ്ങൾ ശേഖരിക്കാൻ പോകയാണെന്ന് അവളോട് പറയണം. അടുത്ത തിങ്കളാഴ്ച രാവിലെ ആറു മണിക്ക് യാത്ര പോകാനായി ഷെല്ലി ബ്രിഡ്ജിൽ നിൽക്കാൻ പറയണം. ഇടയ്ക്ക് വിളിക്കാൻ പറ്റില്ലെന്ന കാര്യം പ്രത്യേകം പറയണം. എല്ലാം നിന്റെ സ്വന്തം അഭിപ്രായമായിട്ടാണ് പറയേണ്ടത്."

സംശയഭാവത്തോടെ ജിഗീഷ് ചോദിച്ചു.

"കിച്ചുവേട്ടാ ഞാനെന്തിനാ ഫോണൊക്കെ ഓഫാക്കി വച്ച് ഒരാഴ്ച മാറി നിൽക്കുന്നത്."

"അതെല്ലാം സസ്പെൻസ്. തിങ്കളാഴ്ച നീ കാർ ഡ്രൈവ് ചെയ്ത് ഷെല്ലി ബ്രിഡ്ജിലെത്തി കസ്തൂരിയെ കാറിൽ കയറ്റണം. ഒരു കിലോമീറ്റർ പിന്നിടുമ്പോൾ ഏഴാംകല്ലിലെ ഗുൽമോഹർ മരത്തിനടുത്ത് ഞാനുണ്ടാകും. നീ അവിടെ കാറ് നിർത്തണം. അവൾക്ക് എന്നെ പരിചയമില്ലാത്തതു കൊണ്ട്, ഞാൻ ഒപ്പമുള്ള കാര്യം നേരത്തെ നീ അവളോട് പറയണ്ട. ബാക്കി കാര്യങ്ങളൊക്കെ നമുക്കവിടെ വച്ച് തീരുമാനിക്കാം."

ജിഗീഷ് തെല്ല് ആശങ്കയോട് ചോദിച്ചു.

കിച്ചുവേട്ടാ... കസ്തൂരിക്ക് എന്തെങ്കിലും പ്രോബ്ലം ഉണ്ടാകുമോ..."

തികഞ്ഞ ആത്മാർഥത മുഖത്തു പ്രതിഫലിപ്പിച്ചു കൊണ്ട് കാശിനാഥ് പറഞ്ഞു.

"എന്ത് പ്രോബ്ലം. അവൾക്ക് ഒരു പോറൽ പോലും ഏൽക്കാതെ ഞാൻ നോക്കും. അതു പോരെ."

"അത് മതി."

ജിഗീഷ് സംതൃപ്തിയോടെ പറഞ്ഞപ്പോൾ മുഖത്ത് ആശങ്ക പ്രകമാക്കിക്കൊണ്ട് കാശിനാഥ് ചോദിച്ചു.

"നീ വിളിച്ചാൽ അവൾ വരുമോ?"

"അതെന്താ... മുൻപും പല പദ്ധതികളുമായിട്ട് ഞങ്ങൾ ഇതുപോലുള്ള യാത്രകൾ പോയിട്ടുണ്ട്. എന്നെ അവൾക്ക് നല്ല വിശ്വാസമാ."

"ഓ.കെ. എല്ലാം അതീവ രഹസ്യമായിരിക്കണമെന്ന് നീ അവളെ ഓർമിപ്പിക്കണം."

"ഞാൻ പറയുന്നതു പോലെ അവൾ അനുസരിക്കും."

കാശിനാഥും ജിഗീഷും തമ്മിൽ പറഞ്ഞുറപ്പിച്ചതു പോലെ ജിഗീഷ് കാര്യങ്ങൾ നീക്കിക്കൊണ്ടിരുന്നു. തിങ്കളാഴ്ച ആറ് മണിക്കു മുൻപു തന്നെ കസ്തൂരി ഷെല്ലി ബ്രിഡ്ജിൽ വന്നു നിന്നു. ജിഗീഷ് കസ്തൂരിയെ കൂട്ടി യാത്ര ആരംഭിച്ചു. കാശിനാഥ് പറഞ്ഞ സ്ഥലത്ത് കാർ നിർത്തിയതും ഗുൽമോഹർ മരത്തിന്റെ ചുവട്ടിൽ മറഞ്ഞു നിന്ന കാശിനാഥ് കാറിന്റെ പിൻ ഡോർ തുറന്ന് അകത്ത് കയറി. ബാക്കിൽ കയറിയത് ആരാണെന്നു കസ്തൂരി ചോദിച്ചപ്പോൾ ഇൻഫർമേഷൻ തന്ന ഫ്രണ്ടാണെന്ന് ജിഗീഷ് പറഞ്ഞു.

ക്ഷണ നേരം കൊണ്ട് കസ്തൂരിയുടെ മൂക്കിനു പുറത്ത് ഒരു ടൂവാല അമർന്നു. തൽക്ഷണം തന്നെ അവൾ ബോധരഹിതയായി സീറ്റിലേക്ക് ചാഞ്ഞു. കസ്തൂരി സീറ്റിൽ മയങ്ങിക്കിടക്കുന്നത് കണ്ടപ്പോൾ ജിഗീഷ് സഡൻ ബ്രേക്കിട്ട് കാർ നിർത്തി. വല്ലാത്ത വിഭ്രാന്തിയോടെ അയാൾ ഡോർ തുറന്ന് പുറത്തിറങ്ങിയ ശേഷം പറഞ്ഞു.

"കിച്ചവേട്ടാ... കസ്തൂരി... ബോധം കെട്ടു വീണു."

കാശിനാഥ് നിസ്സാര മട്ടിൽ പറഞ്ഞു.

"ബോധം കെട്ടതല്ല. ഞാൻ ബോധം കെടുത്തിയതാണ്."

വല്ലാത്ത ജിജ്ഞാസയോടും പരവേശത്തോടും ജിഗീഷ് ചോദിച്ചു.

"കിച്ചവേട്ടൻ എന്തിനാ അവളെ ബോധം കെടുത്തിയത്?"

കാശിനാഥ് ജിഗീഷിനെ നോക്കി ഒന്ന് കണ്ണടച്ച് തുറന്നു കൊണ്ട് നിസ്സാര മട്ടിൽ പറഞ്ഞു.

"അതൊക്കെ പറയാം. ഇപ്പൊ നീ ഇവിടെ ഇറങ്ങിക്കോ. ഇവിടുന്ന് ഒര് ഓട്ടോയിൽ കയറി വീട്ടിലേക്ക് വിട്ടോ. ഇന്ന് നീ കോളെജിൽ പോവുകയും ഒന്നും സംഭവിക്കാത്തതു പോലെ പെരുമാറുകയും ചെയ്യണം. കസ്തൂരിയെ കാണാതായതു സംബന്ധിച്ച് പോലീസ് അന്വേഷണം ഉണ്ടാകും. അവളുടെ ഫ്രണ്ടായ നിന്നോടും അവളെ കുറിച്ച് ചോദിക്കും. ഒരാഴ്ചയായി നീ ഇല്ലായിരുന്നെന്നും ഇന്ന് കോളെജിൽ എത്തിയപ്പോൾ അവളെ കണ്ടില്ലെന്നും പറയണം. മുഖത്ത് ഏതൊരു ഭാവ പകർച്ചയും ഉണ്ടാകരുത്. നീ എന്നെ വിളിക്കണ്ട. ഞാൻ നിനക്കു തന്ന സിമ്മിൽ നിന്നെ ഞാൻ അങ്ങോട്ടു വിളിക്കാം."

കാശിനാഥ് മനസ്സിൽ കണ്ടിരിക്കുന്നത് എന്തെന്നറിയാതെ ജിഗീഷിന്റെ മനസ്സ് പ്രകമ്പിച്ചു കൊണ്ടിരുന്നു. ഗദ്ഗദ സ്വരത്തിൽ ജിഗീഷ് പറഞ്ഞു.

"കിച്ചവേട്ടാ... കസ്തൂരി..."

"കസ്തൂരി, അവൾ കുറച്ചു ദിവസം എന്റെ അടുത്തുണ്ടാകും. നീ പേടിക്കണ്ട... പൂ കൊണ്ടു പോലും അവളിൽ ഒരു പോറൽ ഏൽപ്പിക്കില്ല. എന്റെ അടുത്ത് അവൾ വളരെ സുരക്ഷിത ആയിരിക്കും. ഇത് ഞാൻ നിനക്ക് നൽകുന്ന ഉറപ്പ്."

"കിച്ചവേട്ടാ... എന്തിനാ അവളെ..."

"ഇപ്പൊ നീ പോ... ഞാനും ഇവളും തമ്മിൽ ഒര് കരാർ ഉണ്ടായിരുന്നു. സൗകര്യം പോലെ എല്ലാം പറയാം. ഓ.കെ... എന്നാ എല്ലാം

പറഞ്ഞതു പോലെ."

ജിഗീഷ് എന്തെങ്കിലും പറയുന്നതിന് മുൻപ് കാശിനാഥ് കാർ സ്റ്റാർട്ട് ചെയ്തു. കാർ കണ്ണിൽ നിന്ന് മറയുന്നതു വരെ നോക്കി നിന്ന ശേഷം ജിഗീഷ് തിരിഞ്ഞു നടന്നു. ഒരു ഓട്ടോയിൽ കയറി വീട്ടിൽ വന്ന ശേഷം കോളെജിൽ പോയി. കസ്തൂരി കോളെജിൽ വരാത്തതെന്തെന്ന് അവളുടെ ഫ്രണ്ട്സിനോടൊക്കെ ചോദിച്ച് താൻ നിരപരാധിയാണെന്ന വിവരം ബോധ്യപ്പെടുത്തി.

രാത്രിയായിട്ടും കസ്തൂരി ഹോസ്റ്റലിൽ എത്താത്തതിനെ തുടർന്ന് പോലീസ് അന്വേഷണം ആരംഭിച്ചു. ഹോസ്റ്റൽ അധികാരികളെ യൊക്കെ ചോദ്യം ചെയ്തു. ഹോസ്റ്റലിൽ കസ്തൂരിയുടെ റൂംമേറ്റായ രേഷ്മയോട് സബ്ഇൻപെക്ടർ മഹാദേവൻ ചോദിച്ചു.

"ഇന്ന് അതിരാവിലെ കസ്തൂരി ഇവിടുന്ന് പോകുന്നതിനു മുൻപോ ഇന്നലെയോ യാത്രയെ കുറിച്ച് എന്തെങ്കിലും കുട്ടിയോട് പറഞ്ഞി രുന്നോ?"

എസ്.ഐ. ചോദിച്ചപ്പോൾ വിഷാദം കലർന്ന സ്വരത്തിൽ രേഷ്മ പറഞ്ഞു.

"കസ്തൂരി പോയപ്പോൾ ഞാൻ എണീറ്റിരുന്നില്ല. ഇന്നലെ രാത്രി പറഞ്ഞു നാളെ രാവിലെ ഒരു പ്രോഗ്രാം ഉണ്ടെന്ന്. എവിടെയാണെ ന്നൊന്നും പറഞ്ഞിരുന്നില്ല."

"പ്രോഗ്രാമിൽ ആരൊക്കെയാണ് പങ്കെടുക്കുന്നതെന്ന് പറഞ്ഞി രുന്നോ?"

"അതൊക്കെ ഞാൻ എടുത്തു ചോദിച്ചാലേ അവൾ പറയൂ. എനിക്ക് ഹെഡ് പെയിൻ ഉണ്ടായിരുന്നതു കൊണ്ട് ഞാൻ മറ്റൊന്നും ചോദിക്കാതെ കിടന്നു."

"കസ്തൂരിക്ക് ലൗ അഫയർ എന്തെങ്കിലും ഉണ്ടായിരുന്നതായി അറിയാമോ?"

രേഷ്മ തെല്ല് ആലോചിച്ച ശേഷം പറഞ്ഞു.

"അതേ കുറിച്ചൊന്നും എനിക്കറിയില്ല. കുറച്ചു ദിവസമായി കസ്തൂരി വല്ലാതെ മാറിയിരുന്നു."

"മാറ്റമെന്നു വച്ചാ."

"വളരെ ആക്ടീവായിരുന്ന കസ്തൂരി, ഇടയ്ക്ക് പ്രോഗ്രാമുകൾക്കൊന്നും പോകാതെ മുറിയിൽ തന്നെ കഴിച്ചുകൂടി. വല്ലാത്ത മെന്റൽ ഡിപ്രഷൻ ഉള്ളതു പോലെ തോന്നിയിരുന്നു."

“കാരണം ചോദിച്ചിരുന്നില്ലേ.”

“ചോദിച്ചിരുന്നു. അതിന് വ്യക്തമായ മറുപടി തന്നിരുന്നില്ല.”

എസ്.ഐ. ഒരു നിമിഷം ആലോചിച്ച ശേഷം ചോദിച്ചു.

“കസ്തൂരിക്ക് അടുത്ത ഫ്രണ്ടായി ആരാ ഉള്ളത്?”

“കസ്തൂരിക്ക് ശത്രുക്കളായി ആരും തന്നെ ഇല്ല. പരിചയപ്പെടുന്ന എല്ലാപേരോടും അവൾ ഒരേ തരത്തിലുള്ള ബന്ധം പുലർത്തിയിരുന്നു.”

“കസ്തൂരി എന്നും അച്ഛനെ വിളിക്കാറുണ്ടോ?”

“കസ്തൂരിയുടെ അച്ഛൻ എന്നും രാത്രിയിൽ വിളിക്കുമായിരുന്നു... പക്ഷേ അമ്മ... “

രേഷ്മ പറഞ്ഞു വന്നത് ഒന്നു നിർത്തിയപ്പോൾ എസ്.ഐ. പ്രോത്സാഹിപ്പിച്ചു കൊണ്ട് ചോദിച്ചു.

“കുട്ടിയെന്താ പറഞ്ഞു വന്നത്? കസ്തൂരിക്ക് വീട്ടുകാരുമായി എന്തെങ്കിലും പ്രോബ്ലം ഉണ്ടായിരുന്നോ?”

രേഷ്മ തെല്ലറപ്പോടെ പറഞ്ഞു.

“അത്... ഒരു ദിവസം കസ്തൂരി വല്ലാത്ത ടെൻഷനിലായിരുന്നു. അവളുടെ അച്ഛൻ അവളെ ദുബായിൽ മടങ്ങി ചെല്ലാൻ പറഞ്ഞതു കൊണ്ടാണ് അവൾ വിഷമിച്ചത്. അതിന് ഇത്രേം വിഷമിക്കുന്നതെന്തിനെന്ന് ചോദിച്ചപ്പോൾ അവൾ പറഞ്ഞു.

“ഞാൻ പെയിംങ് ഗസ്റ്റായി താമസിച്ചിരുന്ന വൈശാഖൻ മാഷിന്റെ തൊട്ടടുത്ത വീട്ടിലാണ് എന്റെ അമ്മുമ്മയും അപ്പൂപ്പനും താമസിച്ചിരുന്നത്. അവരെ കാണാനും അവരുടെ സാമീപ്യം ആഗ്രഹിച്ചുമാണ് ഞാൻ ദുബായിൽ നിന്ന് കേരളത്തിൽ വന്നതു തന്നെ. അപ്പൂപ്പനും അമ്മുമ്മയും മരിക്കുന്നതു വരെ ഞാൻ അവരുടെ ചെറുമകളാണെന്ന് അറിഞ്ഞിരുന്നില്ലെങ്കിലും ഒരു കൊച്ചുമകൾക്ക് തരേണ്ട സ്നേഹം മുഴുവൻ അവർ എനിക്ക് തന്നിരുന്നു.”

പറഞ്ഞു വന്നപ്പോൾ കസ്തൂരിയുടെ കൺതടങ്ങളിൽ നീർ നിറഞ്ഞിരുന്നു. ഗദ്ഗദ സ്വരത്തിൽ അവൾ വീണ്ടും സംസാരിച്ചു.

“ഗോവിന്ദ വാര്യരെന്ന അപ്പൂപ്പന്റെയും ദേവകി വാരസ്യാരെന്ന അമ്മുമ്മയുടെയും ഏക മകളായിരുന്നു എന്റെ അമ്മ കൃഷ്ണവേണി. നെഴ്സിംഗ് വിദ്യാഭ്യാസം പൂർത്തിയായി കഴിഞ്ഞപ്പോൾ അമ്മയ്ക്ക് ദുബായിൽ പോകാനുള്ള അവസരം ഒത്തു വന്നു. മകളുടെ എന്താഗ്രഹവും നിറവേറ്റികൊടുക്കുന്ന മാതാപിതാക്കൾ, ഒറ്റയ്ക്ക് അമ്മയെ

ദുബായിൽ അയയ്ക്കാൻ അനുവദിച്ചില്ല. തറവാട് വക പുരയിടങ്ങളിൽ പണിചെയ്തിരുന്ന ദളിത് വിഭാഗത്തിൽപ്പെട്ട ദാമോദരൻ എന്ന ആളുടെ മകനായിരുന്നു ശ്രീധരനുണ്ണി

എന്ന എന്റെ അച്ഛൻ. പണിക്കാരന്റെ മകന് ഹോട്ടൽ മാനേജ്മെന്റ് കോഴ്സിൽ ചേരണമെന്ന് പറഞ്ഞപ്പോൾ അപ്പൂപ്പൻ തന്നെ കാശ് മുടക്കി അച്ഛനെ പഠിക്കാൻ അയച്ചു. കോഴ്സിൽ അച്ഛൻ ഒന്നാമതായി പാസായി. ഗൾഫിൽ കൂടുതൽ അവസരങ്ങളുണ്ടെന്നും നല്ല സാലറി കിട്ടുമെന്നും പറഞ്ഞപ്പോൾ അങ്ങനെയെങ്കിൽ അവൻ പൊയ്ക്കോട്ടെ എന്ന് അപ്പൂപ്പൻ അഭിപ്രായപ്പെട്ടു. അയയ്ക്കുന്നതിനു വേണ്ട ചിലവും അപ്പൂപ്പൻ വഹിച്ചോളാമെന്ന് പറഞ്ഞു. സഹായത്തിന് ആളുണ്ടല്ലോ എന്നു പറഞ്ഞ് അമ്മയും ദുബായിൽ പോകണമെന്ന് വാശി പിടിച്ചു. അമ്മയുടെ വാശിക്കു കീഴടങ്ങി അപ്പൂപ്പൻ അമ്മയെയും അച്ഛനോടൊപ്പം അയച്ചു.

ദുബായിൽ അമ്മയ്ക്ക് വേണ്ട സഹായങ്ങളെല്ലാം അച്ഛൻ ചെയ്തു കൊടുത്തു. അച്ഛൻ ഒരു ഹോട്ടലിൽ ജോലിക്കു പോകാൻ തുടങ്ങി. അച്ഛൻ ജോലി ചെയ്തു കൊണ്ടിരുന്ന ഹോട്ടലിന്റെ ഉടമയായ ഷെയ്ക്കിന് അച്ഛനെ വളരെ ഇഷ്ടപ്പെട്ടു. വ്യത്യസ്ഥങ്ങളായ വിഭവങ്ങൾ തയ്യാറാക്കിക്കൊടുത്ത് അച്ഛൻ അദ്ദേഹത്തെ കൂടുതൽ കൂടുതൽ സന്തോഷിപ്പിച്ചുകൊണ്ടിരുന്നു. വൈകാതെ തന്നെ ഷെയ്ക്ക് അച്ഛനെ അദ്ദേഹത്തിന്റെ എക്സ്പോർട്ടിംഗ് കമ്പനിയുടെ എം.ഡി.യാക്കി. പെട്ടെന്നൊരവസരം ഒത്തു വന്നപ്പോൾ ഷെയ്ക്കിന്റെ സഹായത്തോടെ അച്ഛൻ സ്വന്തമായി ഒരു കമ്പനിയും തുടങ്ങി. സമയം കിട്ടുമ്പോഴൊക്കെ അച്ഛൻ അമ്മയെ കാണാൻ പോവുകയും പുറത്തേക്ക് കൂട്ടിക്കൊണ്ടു പോവുകയുമൊക്കെ ചെയ്യുമായിരുന്നു. അവരുടെ സൗഹൃദം വളർന്ന് പ്രണയത്തിലെത്തി. പ്രണയത്തിനു മുന്നിൽ അവർ മറ്റെല്ലാം മറന്നു. ഒന്നും വീട്ടിലറിയിക്കാനുള്ള ധൈര്യം രണ്ടു പേർക്കും ഇല്ലായിരുന്നു. വരുന്നതു പോലെ വരട്ടെ എന്ന തീരുമാനത്തിനൊടുവിൽ വിവാഹം കഴിക്കാതെ തന്നെ അവർ ഒരുമിച്ച് ജീവിക്കാൻ തുടങ്ങി. ഒന്നര വർഷമായപ്പോൾ ഞാൻ ജനിച്ചു.

രണ്ടു വർഷം തികയുന്നതിനു മുൻപ്, അമ്മ നാട്ടിൽ വരണമെന്ന് പറഞ്ഞ് അപ്പൂപ്പനും അമ്മൂമ്മയും വാശി പിടിക്കാൻ തുടങ്ങി. എന്നെയും കൊണ്ട് നാട്ടിൽ പോകാനോ എന്നെ കൂട്ടാതെ നാട്ടിൽ പോകാനോ കഴിയാത്ത അവസ്ഥയിൽ അമ്മ വീർപ്പുമുട്ടി. ആ

അവസരത്തിൽ അച്ഛന്റെ അസിസ്റ്റന്റായി ജോലി നോക്കിയിരുന്ന ദേവപ്രിയ എന്നെ നോക്കിക്കൊള്ളാമെന്ന് ഉറപ്പു കൊടുത്തപ്പോൾ എന്നെ അവരുടെ കൈയിൽ ഏൽപ്പിച്ചിട്ട് അമ്മ നാട്ടിൽ പോയി.

അമ്മ ഒരു മാസം നാട്ടിൽ ചെലവഴിച്ച ശേഷം തിരികെ വന്നപ്പോൾ അച്ഛന്റെ സ്വഭാവത്തിൽ അസ്വാഭികതയും അകൽച്ചയും കണ്ടു. അമ്മ ഹോസ്പിറ്റലിൽ ജോലിക്കു പോകുമ്പോൾ അച്ഛൻ രഹസ്യമായി അമ്മയെ നിരീക്ഷിച്ചു. അമ്മയോടൊപ്പം ജോലി ചെയ്തിരുന്ന ഒരു ബംഗാളി ഡോക്ടറെ ചേർത്ത് പറഞ്ഞ് വീട്ടിൽ വഴക്കുണ്ടാക്കി. അമ്മയുടെ നിരപരാധിത്വം അച്ഛനെ ബോധ്യപ്പെടുത്താൻ ശ്രമിച്ചെങ്കിലും, അച്ഛൻ ഒന്നും ചെവിക്കൊണ്ടില്ല.

അച്ഛന്റെ പെട്ടെന്നുള്ള വളർച്ചയിൽ ആകൃഷ്ടയായ ദേവപ്രിയയ്ക്ക് അച്ഛനെ സ്വന്തമാക്കുക എന്ന ലക്ഷ്യം ഉണ്ടായിരുന്നു. അതിനു വേണ്ടിയായിരുന്നു ബംഗാളി ഡോക്ടറെ കുറിച്ചുള്ള കഥകൾ മെനഞ്ഞ് അവർ അച്ഛനെ ധരിപ്പിച്ചത്. അച്ഛനെ മോഹ വലയത്തിൽ കുടുക്കി ഇഴകൾ ദൃഢപ്പെടുത്തിക്കൊണ്ടിരുന്നപ്പോൾ കടന്നുവന്ന വഴികളെല്ലാം അച്ഛൻ മറന്നു. ദിവസങ്ങൾ കഴിയുന്തോറും അവരുടെ ബന്ധത്തിൽ കൂടുതൽ ഉലച്ചിൽ അനുഭവപ്പെട്ടുകൊണ്ടിരുന്നു. ബംഗാളി ഡോക്ടറുമായുള്ള അമ്മയുടെ അവിഹിത ബന്ധം സ്ഥിരീകരിച്ചു ബോധ്യപ്പെടുത്താൻ, ദേവപ്രിയ ആശുപത്രിയിലെ ജീവനക്കാരിയെ കൊണ്ട് പല പദ്ധതികളും ആസൂത്രണം ചെയ്യിപ്പിച്ചു. ഒരുമിച്ചുള്ള ജീവിതം ദുസ്സഹമായപ്പോൾ അമ്മ എന്നെയും കൊണ്ട് വേറൊരു താമസ സ്ഥലത്തേക്ക് പോയി. അന്നെനിക്ക് രണ്ടു വയസ്സായിരുന്നു പ്രായം.

അമ്മ വീട്ടിൽ നിന്ന് താമസം മാറിയ ഉടൻ തന്നെ അച്ഛൻ ദേവപ്രിയയെ വിവാഹം കഴിച്ചു. അച്ഛനു നേരെ അവകാശ വാദങ്ങളൊന്നും ഉന്നയിക്കാൻ അമ്മ തയ്യാറായില്ല. അമ്മയ്ക്ക് വേണ്ടി നാട്ടിൽ ഒരു ബാങ്ക്മാനേജരെ നോക്കി വച്ചശേഷം അപ്പൂപ്പനും അമ്മുമ്മയും അമ്മയെ വിളിച്ചുകൊണ്ടിരുന്നു. എന്നെയും കൂട്ടി നാട്ടിലേക്ക് ചെല്ലാൻ അമ്മയ്ക്ക് കഴിഞ്ഞില്ല. റിയാക്ടീവ് ഡിപ്രഷൻ എന്ന അവസ്ഥയിൽ അമ്മ എത്തിച്ചേർന്നു. ആ അവസ്ഥയുടെ മൂർദ്ധന്യാവസ്ഥയിൽ അമ്മ സൂയിസൈഡ് ചെയ്തു. എപ്പോഴെങ്കിലും അമ്മ മരിക്കുകയാണെങ്കിൽ, ആ വിവരവും അമ്മയ്ക്ക് ഒരു കുഞ്ഞുണ്ടെന്ന വിവരവും ഒരിക്കലും അപ്പൂപ്പനും അമ്മുമ്മയും അറിയരുതെന്ന് അമ്മയുടെ ഡയറിക്കുറിപ്പിൽ എഴുതിയിട്ടുണ്ടായിരുന്നു. അച്ഛന്റെ സുഹൃത്തായ ഷെയ്ക്കിന്റെ

സഹായത്തോടെ അച്ഛൻ അമ്മയുടെ ജഡം ഏറ്റുവാങ്ങി ഗംഗാ തീരത്ത് കൊണ്ടുപോയി സംസ്കരിച്ചു.

അമ്മയുടെ കത്തോ ഫോണോ ഇല്ലാതിരുന്നപ്പോൾ വീട്ടുകാർ അച്ഛനെ വിളിച്ച് വിവരങ്ങൾ തിരക്കി. ഓരോ കാരണങ്ങൾ പറഞ്ഞ് അച്ഛൻ അവരെ സമാധാനിപ്പിച്ചുകൊണ്ടിരുന്നു. അവർ അച്ഛനെ കൂടുതൽ ബുദ്ധിമുട്ടിച്ചപ്പോൾ അച്ഛൻ പറഞ്ഞു, അമ്മ ബംഗാളിലെ മുസ്ലീം ഡോക്ടറെ വിവാഹം കഴിച്ച് ഡോക്ടറോടൊപ്പം അമേരിക്കയിൽ പോയെന്ന്. ആ അറിവ് അപ്പൂപ്പനും അമ്മൂമ്മയ്ക്കും സഹിക്കാൻ കഴിഞ്ഞില്ല. പിന്നെ അച്ഛനോട് അവർ അമ്മയെ കുറിച്ച് ചോദിച്ചില്ല.

അമ്മയുടെ മരണം അച്ഛന്റെ മാനസികാവസ്ഥയെ ഏറെ തകരാറിലാക്കി. അച്ഛൻ മദ്യപാനിയായി മാറി. പലപ്പോഴും സുബോധം ഉണ്ടാകാറില്ല. കമ്പനിയുടെ കാര്യങ്ങൾ അച്ഛന്റെ നിയന്ത്രണത്തിൽ നിന്നില്ല. ആ അവസരം ദേവപ്രിയ എന്ന രണ്ടാനമ്മ മുതലെടുത്തു. ഒരു കമ്പനി അവർ അവരുടെ പേരിലാക്കി. മാസം അഞ്ചു ലക്ഷത്തോളം വരുമാനം കിട്ടുന്ന മറ്റൊരു കമ്പനി അച്ഛൻ എന്റെ പേരിലാക്കി. അത് ചെറിയമ്മയിൽ അസ്വസ്ഥത ഉണ്ടാക്കി. എപ്പോഴും അവർ വീട്ടിൽ പ്രശ്നങ്ങൾ ഉണ്ടാക്കിക്കൊണ്ടിരുന്നു.

രണ്ടുപേരുടെയും ഇടയിൽ ഞാൻ വല്ലാതെ വീർപ്പുമുട്ടിയപ്പോൾ എനിക്ക് കേരളത്തിൽ പോയി എന്റെ അപ്പൂപ്പനെയും അമ്മൂമ്മയെയും കാണണമെന്നും ബാക്കിയുള്ള വിദ്യാഭ്യാസം നാട്ടിലാകണമെന്നും വാശി പിടിച്ചു. ഗൾഫിൽ വച്ച് അമ്മ മരിച്ചതു കാരണം ആരെയും ഫെയ്സ് ചെയ്യാനുള്ള കരുത്തില്ലാഞ്ഞ് അച്ഛൻ നാട്ടിൽ പോയിട്ടില്ല. ഞാൻ നാട്ടിൽ പുറപ്പെടാൻ നേരം, അപ്പൂപ്പനും അമ്മൂമ്മയും ഒന്നും അറിയരുതെന്ന് അച്ഛൻ താക്കീത് നൽകി, എന്റെ നിർബന്ധത്തിനു വഴങ്ങി അച്ഛൻ എന്നെ നാട്ടിൽ അയച്ചു. ഞാൻ വന്ന് ഒരു വർഷം കഴിഞ്ഞപ്പോൾ അപ്പൂപ്പനും ഒന്നര വർഷമായപ്പോൾ അമ്മൂമ്മയും മരിച്ചു. മകളെ കുറിച്ച് പറയാത്ത ഒരു ദിവസം പോലും അവരുടെ ജീവിതത്തിൽ ഉണ്ടായിരുന്നില്ല. അവർ മരിച്ചപ്പോൾ ദുബായിലേക്ക് മടങ്ങി ചെല്ലാൻ അച്ഛൻ നിർബന്ധിക്കുന്നു. ഞാൻ ജനിച്ചത് ദുബായിൽ ആണെങ്കിലും കേരളമാണ് എന്റെ തറവാട്. എന്റെ സ്വന്തം മണ്ണ്. ഈ ഭൂമി എന്റെ സ്വർഗമാണ്. ഇവിടുത്തെ മണ്ണിനും മഴയ്ക്കും കാറ്റിനുമൊക്കെ പ്രകൃതിയുടെ സുഗന്ധമുണ്ട്. എനിക്ക് ഇവിടം വിട്ട് പോകാൻ കഴിയില്ല."

വല്ലാത്ത ആവേശത്തോടെയാണ് കസ്തൂരി കേരളത്തെ കുറിച്ച് പറഞ്ഞത്.

രേഷ്മ പറഞ്ഞു നിർത്തിയപ്പോൾ എസ്.ഐ. നെറ്റി ചുളിച്ചു കൊണ്ട് ചോദിച്ചു.

"കസ്തൂരിയുടെ അച്ഛനോ രണ്ടാനമ്മയോ എപ്പോഴെങ്കിലും നാട്ടിൽ വന്നതായിട്ടറിയാമോ."

"ഇല്ല. കസ്തൂരിയെ ഇവിടുന്ന് കാണാതാകുന്നതു വരെ ആരും വന്നിട്ടില്ല. അതെനിക്ക് നന്നായി അറിയുന്ന കാര്യമാണ്."

"ഓ.കെ."

പോലീസ് സംഘം രേഷ്മയുടെ മുറിയിൽ നിന്നിറങ്ങി, ഹോസ്റ്റലിലെ മറ്റുള്ളവരെയൊക്കെ ചോദ്യം ചെയ്ത് സ്ഥിതിഗതികൾ വിലയിരുത്തി. മകളെ കുറിച്ച് അന്വേഷിക്കുന്നതിനായി കസ്തൂരിയുടെ അച്ഛൻ നാട്ടിലെത്തി വിവിധ മാധ്യമങ്ങളുമായും ഉദ്യോഗസ്ഥരുമായും ബന്ധപ്പെട്ടു. അന്വേഷണത്തിന്റെ ഭാഗമായി പോലീസ് കോളെജിലും എത്തി. കസ്തൂരിയുടെ അടുത്ത ഫ്രണ്ടെന്ന നിലയ്ക്ക് ജിഗീഷിനോടും കാര്യങ്ങൾ ചോദിച്ചറിഞ്ഞു. ജിഗീഷ് വിദഗ്ധമായി തന്നെ പോലീസിന്റെ ചോദ്യങ്ങൾ നേരിട്ടു. കസ്തൂരിയെ കണ്ടെത്താനാകുന്ന തരത്തിലുള്ള വിവരങ്ങളൊന്നും ആരിൽ നിന്നും ലഭിച്ചില്ല.

കസ്തൂരിയുടെ തിരോധാനത്തെക്കുറിച്ച് ശക്തമായ അന്വേഷണങ്ങൾ നടത്തിയെങ്കിലും ഒരു വിവരവും ലഭിച്ചില്ല. കസ്തൂരിയെ കുറിച്ചുള്ള അന്വേഷണം ഊർജിതമാക്കണമെന്ന ആവശ്യം ഉന്നയിച്ച് കോളെജ് വിദ്യാർഥികളും പൊതു ജനങ്ങളും പ്രതിഷേധ റാലികളും ഉപരോധങ്ങളും നടത്തി. അന്വേഷണം പല മേഖലകളിൽ വ്യാപിപ്പിച്ചെങ്കിലും പ്രയോജനം ഉണ്ടായില്ല.

കാശിനാഥ് കസ്തൂരിയെയും കൂട്ടി യാത്ര ആരംഭിച്ച് മണിക്കൂറുകൾ പിന്നിട്ടെങ്കിലും കസ്തൂരിക്ക് ബോധം തെളിഞ്ഞിരുന്നില്ല. ദീർഘമായ യാത്രയ്ക്കൊടുവിൽ വിജനമായ ഒരു കാപ്പിത്തോട്ടത്തിൽ വണ്ടി പ്രവേശിച്ചു. വിളവെടുപ്പു സമയമല്ലാത്തതിനാൽ കാപ്പിത്തോട്ടത്തിൽ തൊഴിലാളികളാരും ഇല്ലായിരുന്നു. കാപ്പിത്തോട്ടത്തിലൂടെ ഒരു കിലോമീറ്ററോളം സഞ്ചരിച്ച് എസ്റ്റേറ്റ് ബംഗ്ലാവിന്റെ ഗേറ്റിനു മുന്നിലെത്തി. കാപ്പിത്തോട്ടത്തെയും ബംഗ്ലാവിനെയും തമ്മിൽ വേർതിരിക്കുന്ന പത്തടിയോളം പൊക്കമുള്ള ചുറ്റു മതിലിനു മുന്നിൽ കാർ നിന്നു. കാശിനാഥ് റിമോർട്ടെടുത്ത് ഒരു ബട്ടണിൽ വിരലമർത്തിയപ്പോൾ

കാർ അകത്തു കയറാൻ പാകത്തിൽ ഗേറ്റ് തുറന്നു. അപ്പോഴും കസ്തൂരി കാറിന്റെ സീറ്റിൽ മയങ്ങിത്തന്നെ കിടക്കുകയായിരുന്നു. കാർ പോർച്ചിലിനുള്ളിൽ കയറ്റിയ ശേഷം കാശിനാഥ് റിമോർട്ടെടുത്ത് ഗേറ്റടച്ചു. റിമോർട്ട് ഉപയോഗിച്ച് തന്നെ ബംഗ്ലാവിന്റെ ഫ്രണ്ട് ഡോർ തുറന്നു. അയാൾ ഇരു കൈകൾ കൊണ്ടും കാറിന്റെ സീറ്റിൽ നിന്ന് കസ്തൂരിയെ കോരിയെടുത്ത് ബെഡ്റൂമിലെ കട്ടിലിൽ കിടത്തി. ഏതാനും നിമിഷം അവളെ നോക്കി നിന്ന് ഗൂഢമായി മന്ദഹസിച്ചു. അയാൾ മുഷിഞ്ഞ വേഷം മാറ്റി വന്ന ശേഷം ടേബിളിനു പുറത്തിരുന്ന റീഫ്രെഷർ എടുത്ത് കസ്തൂരിയുടെ മുഖത്ത് സ്പ്രേ ചെയ്തു.

ഏതാനും മിന്നിട്ടുകൾ കഴിഞ്ഞപ്പോൾ കസ്തൂരി കണ്ണുതുറന്നു. വല്ലാത്ത പരവേശത്തോടെ അവൾ ചുറ്റും നോക്കി. അവളുടെ നോട്ടം കാശിനാഥിന്റെ മുഖത്തു തറഞ്ഞതും ശരീരം വെട്ടിവിറച്ചു. നിന്ദാ ഗർഭമായ ഒരു പുഞ്ചിരി അയാളുടെ ചുണ്ടിൻ കോണുകളിൽ തങ്ങി നിൽക്കുന്നത് കസ്തൂരി ശ്രദ്ധിച്ചു. തന്റെ റോൾ ഭംഗിയായി അഭിനയിക്കുന്ന ഒരു നടന്റെ നടന ചാരുതയോടെ അയാൾ അവളെ പാളി നോക്കി. ബെഡിൽ നിന്ന് എണീക്കാൻ ആവാത്ത വിധം അവൾ അവശയായിരുന്നു. അവൾ കിടക്കയിൽ കിടന്നു കൊണ്ട് ഉരുവിട്ടു.

"ഞാനിപ്പോ... എവിടെയാ...?"

കാശിനാഥ് ഒരു സിഗരറ്റെടുത്ത് വിരലുകൾക്കിടയിൽ തിരുകി കത്തിച്ച ശേഷം പുക ഉള്ളിലേക്കെടുത്തു. ഏതാനും നിമിഷങ്ങൾ പുക ഉള്ളിൽ തടഞ്ഞു വച്ച ശേഷം കസ്തൂരിയെ നോക്കി ഒരു കണ്ണിറുക്കി പരിഹാസ ഭാവത്തോടെ പുക മുകളിലേക്ക് ഊതി വിട്ടു. കസ്തൂരിയുടെ മുഖത്ത് നോട്ടം തറപ്പിച്ചു കൊണ്ട് പറഞ്ഞു.

"താനിപ്പോ എന്റെ സാമ്രാജ്യത്തിൽ എന്റെ കൂടെ... ഇവിടെ ഞാനും താനും മാത്രം..."

കാഴ്ചകളെല്ലാം കണ്ണുകളിൽ നിന്നും അദൃശ്യമാകുന്നതു പോലെ കസ്തൂരിക്ക് തോന്നി. അന്ധകാരം അലകളായി അവളെ ആവരണം ചെയ്തു. ആ നിമിഷത്തിൽ അവളുടെ മുഖത്തിന് ഗർജിക്കുന്ന സംഹത്തിന്റെ ഛായ ഉള്ളതു പോലെ കാശിനാഥിന് തോന്നി. വല്ലാത്ത ആവേശത്തോടെയും കിതപ്പോടെയും ഒറ്റ ശ്വാസത്തിൽ കസ്തൂരി ചോദിച്ചു.

"നിങ്ങൾ... നിങ്ങളെന്നെ..."

പകുതി എരിഞ്ഞ സിഗരറ്റ് ആഷ്ട്രേയിൽ കുത്തിക്കെടുത്തി

അതിനെ അതിൽ നിക്ഷേപിച്ചു കൊണ്ടു അയാൾ പറഞ്ഞു.

"ഇതുവരെ ഞാൻ തന്നെ ഒരു പോറൽ പോലും ഏൽപ്പിച്ചിട്ടില്ല. ഇപ്പോഴും താൻ സുരക്ഷിതയാണ്."

കാശിനാഥ് മുന്നിൽ നിൽക്കുന്നത് മറന്ന് അവൾ സ്വന്തം ശരീരത്തെ മനസ്സിലാക്കാൻ ശ്രമിച്ചു. ജിഗീഷിനോടൊപ്പം കാറിൽ യാത്ര ചെയ്തിരുന്നത് ഓർത്തെടുത്ത ശേഷം മൂർച്ചയേറിയ സ്വരത്തിൽ ചോദിച്ചു.

"ജിഗീഷെവിടെ?"

കസ്തൂരിയുടെ നിസ്സഹായ അവസ്ഥ ആസ്വദിക്കുന്നതു പോലെ കാശിനാഥിന്റെ ചുണ്ടുകളിൽ ക്രൂര മന്ദസ്മിതം വിടർന്നു. ചുണ്ടുകൾ വക്രിച്ചു കൊണ്ട് അയാൾ പറഞ്ഞു.

"തന്നോടൊപ്പം അവൻ വന്നാൽ അവന് കോളെജിൽ പോകണ്ടെ... കസ്തൂരിയെ സുരക്ഷിതയായി എന്നെ ഏൽപ്പിച്ചിട്ട് അവൻ പോയി."

അയാളുടെ സ്വരത്തിലെ ധാർഷ്ട്യവും നിന്ദയും കസ്തൂരിയെ വല്ലാതെ പ്രകോപിപ്പിച്ചു. അവളുടെ ഉള്ളിലും പുറത്തും അഗ്നി പടർന്നു. അവൾ ആവേശത്തോടെ എണീക്കാൻ ശ്രമിച്ചപ്പോൾ ദുർബലപ്പെട്ടുപോയ ശരീരം കട്ടിലിൽ ഒട്ടിച്ചേർന്നിരിക്കുന്നതു പോലെ തോന്നി. വിശപ്പും ദാഹവും കാരണം അവൾ വല്ലാതെ പരവശയായിരുന്നു. അവളുടെ അവശതയുടെ കാരണം അറിയാമായിരുന്ന കാശിനാഥ് അകത്തു പോയി ഒരു ഗ്ലാസ് ആപ്പിൾ ജ്യൂസുമായി വന്നു. അത് അവൾക്ക് നേരെ നീട്ടിക്കൊണ്ടു പറഞ്ഞു.

"ആദ്യം താനിത് കുടിക്ക്. കുടിച്ചില്ലെങ്കിൽ തനിക്കിവിടുന്ന് എണീക്കാനോ സംസാരിക്കാനോ എന്നോട് യുദ്ധം പ്രഖ്യാപിക്കാനോ ഒന്നുമല്ലെങ്കിൽ... ഒന്ന് ആത്മഹത്യ ചെയ്യണമെന്ന് വിചാരിച്ചാ അതിനോ സാധിക്കത്തില്ല."

അവശയായിരുന്നെങ്കിലും ഉള്ളിലെ ശക്തി മുഴുവൻ ആവാഹിച്ചു കൊണ്ട് ദൃഢമായ സ്വരത്തിൽ കസ്തൂരി പറഞ്ഞു.

"എനിക്ക് വേണ്ട..."

കസ്തൂരിയുടെ കണ്ണുകൾക്ക് നേരെ കാശിനാഥിന്റെ കണ്ണുകൾ കേന്ദ്രീകരിച്ച്, വാക്കുകളിൽ വിധേയത്വം വരുത്തിക്കൊണ്ട് പറഞ്ഞു.

"ഞാൻ തരുന്നതേ ഇനി തനിക്ക് കുടിക്കാനോ കഴിക്കാനോ സാധിക്കൂ. അല്ലെങ്കിൽ താനിവിടുന്ന് എണീക്കാതെ ഇവിടെ തന്നെ

കിടന്നു ചാവും. അത്ര തന്നെ."

അടിസ്ഥാനാവശ്യങ്ങൾക്കു മുന്നിൽ വാശി പിടിക്കാൻ കസ്തൂരിക്ക് കഴിഞ്ഞില്ല. അവൾ കാശിനാഥിനെ തറപ്പിച്ചു നോക്കിക്കൊണ്ട് ചോദിച്ചു.

"എന്നെ മയക്കിക്കിടത്തി നിങ്ങളുടെ തോന്ന്യാസം കാണിക്കാൻ, ഇതിൽ എന്തെങ്കിലും പൊടി ചേർത്തിട്ടുണ്ടോ?"

കസ്തൂരി ചോദിച്ചപ്പോൾ ചിലങ്ക കിലുങ്ങുന്ന ശബ്ദത്തിൽ കാശിനാഥ് പൊട്ടിച്ചിരിച്ചു. ആയിരം കടവാവലുകൾ അവൾക്കു ചുറ്റും ചിറകടിച്ച് വട്ടമിടുന്നതു പോലെ തോന്നി.

വെറുപ്പും നിന്ദയും വേദനയുമൊക്കെ കലർന്ന സമ്മിശ്ര വികാരത്താൽ അവൾ വീർപ്പുമുട്ടി. ആത്മരോക്ഷം ഉള്ളിലൊതുക്കി അവൾ അസ്വസ്ഥതയോടെ കിടന്നപ്പോൾ കാശിനാഥ് പറഞ്ഞു.

"ഇനി ഞാൻ തന്നെ മയക്കുന്നതെന്തിനാ? ഇത്രേം നേരം താൻ മയക്കത്തിൽ തന്നെയായിരുന്നല്ലോ കിടന്നിരുന്നത്. അപ്പോൾ എനിക്ക് എന്തു വേണമെങ്കിലും ആവാമായിരുന്നല്ലോ... കാറിൽ നിന്ന് തന്നെ എടുത്ത് ഈ കട്ടിലിൽ കിടത്തിയതല്ലാതെ ഞാൻ തന്നെ സ്പർശിച്ചിട്ടേ ഇല്ല. ശവത്തിനോട് പോരാടുന്നത് എനിക്ക് ഇഷ്ടമല്ല. തന്നെ എനിക്ക് സ്വന്തമാക്കാൻ ഞാനൊരു സമയം നിശ്ചയിച്ചിട്ടുണ്ട്. അതിന് തന്റെ ഇഷ്ടത്തിനും താൽപര്യത്തിനും പ്രാധാന്യം നൽകിയിട്ടുമുണ്ട്. അതുവരെ താൻ സുരക്ഷിതയായിരിക്കും."

ആയിരക്കണക്കിന് ശവം തീനി ഉറുമ്പുകൾ അവളുടെ ശരീരത്തെ കൊത്തി വലിക്കുന്നതായി കസ്തൂരിക്ക് തോന്നി. അവളുടെ ഉള്ളിൽ അസ്വസ്ഥതയോടെ വിങ്ങിയ ചോദ്യങ്ങൾ ചോദിക്കാൻ അവൾ നാവുയർത്തിയപ്പോൾ അവശത കാരണം അവൾക്ക് സംസാരിക്കാൻ കഴിഞ്ഞില്ല. അത് മനസ്സിലാക്കിയ കാശിനാഥ് ജ്യൂസെടുത്ത് കസ്തൂരിക്ക് കൊടുത്തു. അവൾ അല്പം തല ചരിച്ച് ജ്യൂസ് ഒറ്റ വലിക്ക് കുടിച്ചു തീർത്തു. അയാൾ വീണ്ടും അകത്തു പോയി ഒരു ഗ്ലാസ് ജ്യൂസും ലഘുഭക്ഷണവും കൊണ്ടു വന്നു. എല്ലാം മേശപ്പുറത്തു വച്ചിട്ടു പറഞ്ഞു.

"തനിക്ക് ആവശ്യമുള്ളതെടുത്ത് കഴിക്ക്. അപ്പോഴേക്കും ഞാനൊന്ന് കുളിച്ച് ഫ്രഷായി വരാം."

കാശിനാഥ് പോയി കഴിഞ്ഞപ്പോൾ കസ്തൂരി ആർത്തിയോടെ ഭക്ഷണസാധനങ്ങളിൽ നോക്കി. കഴിച്ചില്ലെങ്കിൽ കിടക്കയിൽ

നിന്നെണീക്കാനോ രക്ഷപ്പെടാനോ കഴിയില്ലെന്ന ബോധം വന്ന പ്പോൾ ആവശ്യമുള്ളതൊക്കെ കഴിക്കാൻ തുടങ്ങി. വിശപ്പടങ്ങി ക്ഷീണം മാറി തുടങ്ങിയപ്പോൾ അവൾ മുറിക്ക് പുറത്ത് ഹാളിൽ വന്നു. അടുത്തൊന്നും കാശിനാഥ് ഇല്ലെന്ന് ഉറപ്പു വരുത്തിയ ശേഷം ചാരിയിരുന്ന വാതിൽ തുറന്ന് പുറത്തിറങ്ങി. വളരെ പൊക്കമുള്ള മതിലുകളും ഗേറ്റും കൊണ്ട് തടവറയിലാക്കിയിരുന്ന ബംഗ്ലാവിനെ നെടുവീർപ്പോടെ അവളൊന്നു നോക്കി. ഗേറ്റ് തുറന്നാൽ പുറത്തു കടക്കാനാകുമോ എന്നറിയാൻ അവൾ ഗേറ്റിനടുത്തു പോയി. ഗേറ്റ് എങ്ങനെയാണ് ലോക്ക് ചെയ്തിരിക്കുന്നതെന്നു പോലും അവൾക്ക് മനസ്സിലായില്ല. നിരാശയോടെ തിരിച്ച് വന്ന് പഴയ മുറിയിൽ കയറി യപ്പോൾ കാശിനാഥ് കുളിയൊക്കെ കഴിഞ്ഞ് വന്നു. നിന്ദാഗർഭമായ ഒരു പുഞ്ചിരി സമ്മാനിച്ചു കൊണ്ട് അയാൾ പറഞ്ഞു.

"താനെന്താ എന്നെക്കുറിച്ച് വിലയിരുത്തിയിരിക്കുന്നത്. തനിക്ക് രക്ഷപ്പെടാനുള്ള പഴുതെല്ലാം അടച്ചിട്ടല്ലേ ഞാൻ ഇത്തരത്തിലുള്ള ഒരു ഉദ്യമത്തിനൊരുങ്ങൂ. താൻ ഇവിടുന്ന് രക്ഷപ്പെടാൻ നോക്കിയ തെല്ലാം മുറിയിലിരുന്ന് ഞാൻ സ്ക്രീനിൽ കണ്ടിരുന്നു. ഇത്തരം പാഴ് ശ്രമങ്ങൾ നടത്തി എനർജി വേസ്റ്റാക്കണ്ട. കുളിക്കുകയോ മറ്റോ ചെയ്യുന്നെങ്കിൽ ആവാം. ബാത്ത് റൂമിൽ ക്യാമറയൊന്നും ഫിറ്റ് ചെയ്തി ട്ടില്ല. പിന്നെ... തന്നെ കാണാതായെന്നറിഞ്ഞതു മുതൽ മാധ്യമങ്ങൾ ആഘോഷിച്ചു കൊണ്ടിരിക്കയാ."

ചുവരിൽ ഘടിപ്പിച്ചിരുന്ന ടെലിവിഷൻ, കാശിനാഥ് ഓണാക്കി യപ്പോൾ ആകാംക്ഷയോടെ കസ്തൂരി സ്ക്രീനിൽ നോക്കി. അയാൾ പ്രമുഖ ചാനലിന്റെ വാർത്താ ബുള്ളറ്റിൻ വച്ചു. മുടിയൊക്കെ വെട്ടിച്ചു രുക്കിയ സുന്ദരിയായ പെൺകുട്ടി വാർത്ത വായന ആരംഭിച്ചു. ജിഷ എന്ന നിയമ വിദ്യാർഥിനിയെ ക്രൂരമായി ബലാൽസംഗം ചെയ്ത് കൊലപ്പെടുത്തിയ കൊലയാളിയെ കണ്ടുപിടിക്കാത്തതിൽ പ്രതി ഷേധിച്ച് രാജ്ഭവനിലും സെക്രട്ടറിയേറ്റിലും വിവിധ സംഘടനകളും വിദ്യാർഥികളും പൊതു ജനങ്ങളും നടത്തുന്ന റാലികളുടെയും സമര പരിപാടികളുടെയും വീഡിയോ ദൃശ്യങ്ങളും ടി.വി.റിപ്പോർട്ടർമാർ നൽകുന്ന വിവരണങ്ങളും കഴിഞ്ഞ് കസ്തൂരിയുടെ ഫോട്ടോയും കാണാ തായതിനെ കുറിച്ചുള്ള വിവരണങ്ങളും അന്വേഷണ റിപ്പോർട്ടുകളും വിവരിച്ചു പറഞ്ഞു. സർപ്പദംശനം ഏറ്റതു പോലെ കസ്തൂരി തരിച്ചിരു ന്നു. മുന്നിൽ നിൽക്കുന്ന വിഷസർപ്പത്തെ പല തുണ്ടുകളായി വെട്ടി

നറുക്കണമെന്ന് അവൾക്ക് തോന്നി. അവൾ അയാളുടെ ആത്മാവിനെ തുളയ്ക്കുന്ന നോട്ടം നോക്കിയപ്പോൾ കാശിനാഥ് പറഞ്ഞു.

"താനെന്തിനാ എന്നെ ഇങ്ങനെ ദഹിപ്പിക്കുന്ന നോട്ടം നോക്കുന്നത്. ഒരു സുന്ദരനും ആരോഗ്യവാനുമായ പുരുഷൻ ഒരു സുന്ദരിയെ പിടിച്ചുകൊണ്ടു വന്നിട്ട് തന്റെ മുടിയിഴയിൽ തൊട്ടുപോലും അശുദ്ധമാക്കിയില്ലല്ലോ. എന്റെ സാമാന്യ മര്യാദയെങ്കിലും തനിക്ക് അംഗീകരിച്ചു കൂടേ..."

ശീതീകരിച്ച മുറിയിലായിരുന്നെങ്കിലും കസ്തൂരിയുടെ ഉള്ളിലെരിഞ്ഞ കനലിന്റെ ബഹിർസ്ഫുരണമെന്നോണം അവളുടെ മുഖത്താകെ വിയർപ്പു കണങ്ങൾ പൊടിഞ്ഞു. ശ്വാസോച്ഛ്വാസത്തിന്റെ താളം വേഗത്തിലായി. അവൾ അക്ഷമയോടും വീറോടെയും ചോദിച്ചു.

"ഇൻഡ്യൻ ഭരണഘടനയിൽ സ്ത്രീക്കും പുരുഷനും തുല്യ സമത്വമാണ്. പുരുഷന് സ്ത്രീയെ തട്ടിക്കൊണ്ടു പോകാനും അവളോട് തോന്ന്യാസം പ്രവർത്തിക്കാനും സംസാരിക്കാനുമുള്ള ഒരു വ്യവസ്ഥയും ഇല്ല. ഇത്രയും ബൃഹത്തായ ഭരണഘടനയുള്ള ഏറ്റവും വലിയ ജനാധിപത്യ രാഷ്ട്രത്തിൽ സ്ത്രീകൾക്ക് സുരക്ഷയില്ലെന്നു പറഞ്ഞാൽ... നിങ്ങളെ പോലുള്ള അധമന്മാരായ പുരുഷൻമാരാണ് ഈ സമൂഹത്തിന്റെ ശാപം. എന്നിട്ടും തന്റെ ദൗദാര്യത്തിന്റെ മാഹാത്മ്യം വർണ്ണിച്ച് തരം താഴുന്നു. ഞാൻ നിങ്ങൾക്ക് ഒരു തെറ്റും ചെയ്തിട്ടില്ല. പിന്നെന്തിനാ നിങ്ങൾ എന്നെ പിടിച്ചു കൊണ്ടു വന്നത്. നിങ്ങളുടെ ഉദ്ദേശമെന്താ?"

ലോകത്തെ സ്വന്തം കൈക്കുമ്പിളിലൊതുക്കിയ യോദ്ധാവിന്റെ മുഖത്തു പ്രത്യക്ഷമാകുന്ന മസൃണ മന്ദസ്മിതം കാശിനാഥിന്റെ മുഖത്ത് പ്രതിഫലിച്ചു. അയാൾ കസ്തൂരിടെ അടുത്തു ചെന്ന് പറഞ്ഞു.

"ആദർശങ്ങളെന്നു പറയുന്നത് തേനിലും സുഗന്ധത്തിലും പൊതിഞ്ഞ പൊള്ളയായ മധുര വചനങ്ങളല്ലേ. ഇരുപത്തിനാല് കാരറ്റ് പ്യൂരിറ്റിയുള്ള സ്വർണ്ണം കൊണ്ട് മനോഹരമായ സ്വർണ്ണാഭരണങ്ങൾ നിർമ്മിക്കാൻ സാധിക്കില്ല. അതിൽ ചെമ്പെന്ന മാലിന്യം കർന്നാലേ അതിനെ ഇച്ഛയ്ക്കനുസരിച്ച് രൂപപ്പെടുത്തിയെടുക്കാൻ സാധിക്കൂ. അതുപോലെ തന്നെയാ മനുഷ്യരും. ഇരുപത്തിനാല് കാരറ്റ് പ്യൂരിറ്റിയുള്ള മനുഷ്യരെന്നു പറയുന്നത് ഭൗതിക സുഖങ്ങളെല്ലാം ഉപേക്ഷിച്ചു ജീവിക്കുന്ന സന്യാസിമാരാണ്. അല്പം ദുശ്ശീലങ്ങൾ ചേർന്നാലേ മനുഷ്യൻ പൂർണ്ണനാകൂ. കർത്തവ്യത്തിനു മുന്നിൽ

ആദർശം ഇല്ല. മനസ്സിലായോ?"

"നിങ്ങൾ വിഷയത്തിൽ നിന്ന് മാറി, വിരുദ്ധമായി സംസാരിക്കു ന്നു. ഞാൻ ചോദിച്ചതിന്റെ ഉത്തരം കിട്ടിയില്ല."

കസ്തൂരിയുടെ പ്രതിബിംബം ആവാഹിച്ചെടുക്കാനെന്നവണ്ണം കാശിനാഥിന്റെ കണ്ണുകൾ അവളുടെ മുഖത്ത് തറഞ്ഞു. പ്രേമ പരവ ശതയോടെ പതിഞ്ഞ സ്വരത്തിൽ അയാൾ പറഞ്ഞു.

"ഈ കണ്ണുകളിലെ ഇന്ദ്രനീലിമയും കമലദളങ്ങൾ വിരിയുന്ന ഈ കപോലങ്ങളിലെ മാദകത്വവും പവിഴാധരങ്ങളിലെ മഞ്ചാടി ശ്രോണിമയും മതിയാവോളം കാണാൻ. എന്റെ ശരീരത്തിന്റെയും മനസ്സിന്റെയും മറു പകുതിയിൽ ചേർക്കാൻ... എന്താ എനിക്ക് അതിനുള്ള അർഹതയില്ലേ..."

കസ്തൂരി പല്ലുകൾ തമ്മിൽ ഞെരിച്ചു. അയാളുടെ വാക്കുകൾ അവളുടെ സ്ത്രീത്വത്തിന് നേരെയുള്ള വെല്ലുവിളി പോലെ തോന്നി. നിഷേധാത്മകമായ വാഗ്വാദങ്ങൾ നടത്താൻ കഴിയാത്ത അവസ്ഥ യിൽ, അസഹ്യതയോടെ നിന്നപ്പോൾ അയാൾ വീണ്ടും സംസാരിച്ചു.

"സ്വേച്ഛാധിപതിയും ലക്ഷക്കണക്കിന് ആളുകളെ കൊന്നവനു മായ ഹിറ്റ്ലർക്കു പോലും കാമുകി ഉണ്ടായിരുന്നു. മനുഷ്യ മനസ്സി ന്റെ ഉദാത്തമായ വികാരങ്ങളിൽ അങ്ങേയറ്റത്താണ് പ്രണയം. ആ വികാരം എനിക്ക് തോന്നിയത് തന്നോടാണ്. അത് തന്റെ ഭാഗ്യമല്ലേ."

മൂർച്ചയേറിയ കത്തി കൊണ്ട് ശരീരമാകെ വരഞ്ഞു കീറുന്നതു പോലുള്ള നീറ്റൽ കസ്തൂരിക്ക് അനുഭവവേദ്യമായി. ഇനി ഒരിക്കലും ഒരു വാക്കും ഉരിയാടാതിരിക്കാൻ കാശിനാഥിന്റെ നാവ് പിഴുതെറി യണമെന്നുള്ള വാഞ്ഛ അവളുടെ ഉള്ളിൽ വീർപ്പുമുട്ടിയപ്പോൾ രക്ത ദാഹിയായ യക്ഷിയെ പോലെ അവൾ കിതച്ചു. സ്വന്തം ഭാഗം ന്യായീകരിക്കുന്നതു പോലെ കാശിനാഥ് പറഞ്ഞു.

"ഞാൻ തന്നോട് ഒന്നേ ആവശ്യപ്പെട്ടിരുന്നുള്ളൂ. തന്റെ സ്നേഹം. പക്ഷേ താനെന്നെ നിരന്തരം കബളിപ്പിക്കുകയായിരുന്നു. തോറ്റു പിന്മാറുന്നത് എനിക്ക് ആത്മഹത്യയ്ക്ക് തുല്യമാണ്. കോടിക്കണ ക്കിന് സ്വത്തിന്റെ അധിപനായ എനിക്കങ്ങനെ ആത്മഹത്യ ചെയ്യാൻ സാധിക്കുമോ. അതുകൊണ്ട് എന്റെ പ്രശ്നത്തിന് ഞാൻ തന്നെ ഒരു സൊല്യൂഷനും കണ്ടെത്തി."

കസ്തൂരിയുടെ ഇന്ദ്രിയങ്ങൾക്ക് ഒരു വിറയൽ അനുഭവപ്പെടുന്നതു

പോലെ തോന്നി. കിതച്ചു കൊണ്ട് അവൾ പറഞ്ഞു.

"നിങ്ങൾ ചെയ്യുന്നത് ക്രിമിനൽ കുറ്റമാണ്. ഇതിന്റെയൊക്കെ ഭവിഷത്ത് നിങ്ങൾ അനുഭവിക്കേണ്ടിവരുമെന്നറിയില്ലേ."

കാശിനാഥ് പരിഹാസചിരി ചിരിച്ചു കൊണ്ട് പറഞ്ഞു.

"സൗമ്യയെന്ന പെൺകുട്ടിയെ ട്രയിനിൽ നിന്ന് തള്ളിയിട്ട് ക്രൂരമായി റേപ്പ് ചെയ്തു കൊന്ന ഗോവിന്ദച്ചാമി എന്ന ക്രിമിനൽ സുഖമായി ജീവിക്കുന്നു. അതുപോലെ എത്രയോ പേർ. തട്ടിക്കൊണ്ടു പോകൽ അത്രേം വലിയ തെറ്റല്ല. കോടികളുള്ളവനെ കോടീശ്വരൻ എന്നു വിളിക്കുന്നത് കേട്ടിട്ടില്ലേ... ആ വകുപ്പിൽ ഞാനും വലിയൊരീശ്വരനാ. ഈശ്വരന്മാർ തെറ്റു ചെയ്താൽ ആരെങ്കിലും ശിക്ഷ വിധിക്കാറുണ്ടോ."

കാശിനാഥിന്റെ വ്യർഥ സംഭാഷണം കസ്തൂരിയുടെ മാംസപേശികളെയെല്ലാം തുളച്ച് മജ്ജയെവരെ കുത്തിത്തുളയ്ക്കുന്നതായി തോന്നി. നിശ്ശബ്ദമായ അന്തസംഘർഷത്തിൽ പെട്ട് അവളുടെ ഹൃദയം ഭീകര ശബ്ദത്തോടെ മിടിച്ചുകൊണ്ടിരുന്നു. അവളുടെ മുഖം കൂടുതൽ വന്യമായി. മുഖം ചുവന്നു തുടുത്തു. ആ ഭാവത്തെ ജ്വലിപ്പിച്ച് കാശിനാഥിനെ രൂക്ഷമായി നോക്കിക്കൊണ്ട് അവൾ ചോദിച്ചു.

"നിങ്ങളെന്നെ കൊല്ലുമോ?"

കസ്തൂരിയുടെ ചോദ്യം കേട്ട് കാശിനാഥ് ആദ്യമൊന്ന് പൊട്ടിച്ചിരിച്ചു. അടുത്ത നിമിഷം ചുണ്ടുകൾ വക്രിപ്പിച്ചു കൊണ്ട് പറഞ്ഞു.

"കൊല്ലാനായിരുന്നെങ്കിൽ ഇത്രേം ബുദ്ധിമുട്ടി തന്നെ ഇവിടേക്ക് കൊണ്ടു വരുമായിരുന്നില്ലല്ലോ. ഇരുചെവി അറിയാതെ അവിടെ വച്ചുതന്നെയങ്ങ് അവസാനിപ്പിക്കാമായിരുന്നു. എത്രയൊക്കെ ആധുനികതയിൽ ജീവിച്ചാലും എന്തൊക്കെ ആഹരിച്ചാലും ജന്മം കൊണ്ട് ഞാനൊരു ബ്രാഹ്മണനല്ലേ... കൊല... ഞാനെന്റെ നിഘണ്ടുവിൽ ഉൾപ്പെടുത്തിയിട്ടില്ല. തന്നെ എന്റെ വെപ്പാട്ടിയാക്കാനും ഞാൻ ഉദ്ദേശിക്കുന്നില്ല. എനിക്കൊരു ഭാര്യയെ വേണം. അതിന് താൻ സ്വമേധയാ തയ്യാറാകണം. ആ ദിവസം ഏതെന്ന് തനിക്ക് തീരുമാനിക്കാം. അതുവരെ തന്റെ മുടിയിഴകളിൽ പോലും ഞാൻ തൊടില്ല. ഒന്നുകിൽ താൻ എന്നെ സ്നേഹിച്ച് നമ്മുടെ കുട്ടികളുടെ അമ്മയായി എന്നോടൊപ്പം ജീവിക്കും. അല്ലെങ്കിൽ തന്റെ യൗവനവും വാർദ്ധക്യവും മരണവും എല്ലാം ഈ ബംഗ്ലാവിനുള്ളിൽ വച്ചു തന്നെ ഒടുങ്ങിത്തീരും."

ആത്മാവില്ലാത്ത മാംസപിണ്ഡത്തെ പോലെ കസ്തൂരി എല്ലാം കേട്ടു നിന്നു. അവളുടെ തലയ്ക്കു ചുറ്റും കഴുകന്മാർ ഹുങ്കാരം മുഴക്കുന്നതു പോലെയും ഹൃദയത്തെ കൊത്തിപ്പറിക്കാൻ അവ നെഞ്ചിൻ കൂട്ടിനെ തകർക്കുന്നതു പോലെയും തോന്നി. ആത്മധൈര്യം സംഭരിച്ചു കൊണ്ട് ഉറച്ച സ്വരത്തിൽ അവൾ പറഞ്ഞു.

"നിങ്ങൾ എന്നെ കൊന്നില്ലെങ്കിൽ ഞാൻ സ്വയം ആത്മഹത്യ ചെയ്യില്ല. ജീവിക്കാനുള്ള അമിതമായ ആഗ്രഹം കൊണ്ടല്ല. പണത്തിന്റെ ഹുങ്കിൽ മറ്റുള്ളവരുടെ ജീവനും ജീവിതത്തിനും വില പറയുന്ന നിങ്ങളെ നിയമത്തിന്റെ കീഴിൽ കൊണ്ടുവരണം. ഒരു ഇന്ത്യൻ പൗരന്റെ പൗരസ്വാതന്ത്ര്യം വിലയ്ക്കു വാങ്ങാൻ ഒരു പണക്കാരനും അധികാരമില്ല. ഒരു വ്യക്തിയുടെ സ്വാർഥ താൽപര്യങ്ങൾക്കു മുന്നിൽ അടിയറവു വയ്ക്കാനുള്ളതല്ല ഭരണ ഘടനയിലെ നിയമങ്ങൾ. ഭരണ ഘടന അനുശാസിക്കുന്ന നിയമങ്ങൾ അനുസരിക്കാൻ നിങ്ങളും ബാധ്യസ്ഥനാണ്."

കാശിനാഥ് കസ്തൂരിയെ നോക്കി ഊറി ചിരിച്ചു കൊണ്ട് പറഞ്ഞു.

"താൻ വാതോരാതെ പുകഴ്ത്തിപ്പറയുന്ന ഭരണഘടന... ഭരണവും ഘടനയും ഒന്നിനൊന്ന് സമന്വയിച്ചാലല്ലേ ഭരണഘടനയെന്നു പറയാൻ പറ്റൂ. ഭരണം ഒരു വഴിക്ക്... ഘടന മറ്റൊരു വഴിക്ക്... തേനിൽ പൊതിഞ്ഞ ഭരണ ഘടനയെ ഉറുമ്പരിക്കുന്ന ഭരണമാ ഇവിടെ നടക്കുന്നത്. വലിയ വായിൽ വീമ്പ് പറയാമെന്നല്ലാതെ ഇവിടെ നിയമങ്ങൾ അതേപടി അനുസരിക്കുന്നതാരാ?"

മുഖം വെട്ടിച്ച് കിതച്ചു കൊണ്ട് കസ്തൂരി വിദൂരതയിലേക്ക് നോക്കി നിന്നപ്പോൾ കാശിനാഥ് പറഞ്ഞു.

"താൻ ഗർജിക്കുന്ന സിംഹി ആയിരുന്നത് ഇവിടെ വരുന്നതിനും മുൻപ്. ഇപ്പൊ താൻ എന്റെ സാമ്രാജ്യത്തിലെ കൂപ മണ്ഡൂകം. മനസ്സിലായല്ലോ... ഇതിനകത്തെ പൊട്ടക്കിണറ്റിലെ തവള. ഉടൻ തന്നെ ഞാൻ പറഞ്ഞ വാക്കുകളിലെ അർഥത്തിന്റെ വ്യാപ്തി എന്തെന്ന് തനിക്ക് മനസ്സിലാകും."

കസ്തൂരിയുടെ ഉള്ളിൽ നുരഞ്ഞു പൊന്തിയ ആത്മരോഷം പ്രകടിപ്പിക്കാനാകാതെ അവൾ വീർപ്പുമുട്ടി നിന്നു. അവളുടെ നെറ്റിത്തടങ്ങളിലും മേൽചുണ്ടിനു മുകളിലും മഞ്ഞു തുള്ളികൾ പോലെ വിയർപ്പു കണങ്ങൾ പൊടിഞ്ഞു. കസ്തൂരിയുടെ ഭാവ വ്യതിയാനങ്ങൾ ശ്രദ്ധിച്ചു കൊണ്ട് കാശിനാഥ് പറഞ്ഞു.

"ഈ മുറി തനിക്കുള്ളതല്ല. വി.ഐ.പി.കൾ വരുമ്പോൾ ഒന്നു രണ്ടു ദിവസം റിലാക്സ് ചെയ്യാൻ കൊടുക്കുന്ന മുറിയാണ്. മന്ത്രിമാർ, ഭരണത്തിന്റെ അച്ചുകുടം തിരിക്കുന്നവർ, പല വകുപ്പുകളുടെ തലപ്പത്തിരിക്കുന്നവരുമൊക്കെ സുന്ദരികളെയും കൂട്ടി ഇവിടെ വന്ന് ആഘോഷിക്കാറുണ്ട്. അവരോടൊപ്പം നമ്മുടെ ഫേമസ് നടികളും ഉണ്ടാവും. അവരാകുമ്പോ അഭിനയിച്ച് ഇരകളെ സന്തോഷിപ്പിക്കുകയും ചെയ്യുമല്ലോ. ഇത്രയും സെയ്ഫായിട്ടുള്ള സ്ഥലം ഭൂമിയിൽ ഒരിടത്തും ഇല്ലെന്നാ അവര് പറയുന്നത്. പിന്നെ... ഞാനൊന്നു പറായാം... അവർ വളരെ സെയ്ഫെന്നു വിചാരിക്കുന്ന ഇവിടം അത്ര സെയ്ഫൊന്നുമല്ല... തന്നോടായതു കൊണ്ട് ഞാനൊരു രഹസ്യം പറയാം. ദൈവം പോലും അറിയാത്ത വിധത്തിൽ ഞാനീ മുറിയിൽ വീഡിയോ ക്യാമറ ഒളിപ്പിച്ചു വച്ചിട്ടുണ്ട്. ഇവിടെ നടക്കുന്നതെല്ലാം ലൈവായി എന്റെ മുറിയിലെ സ്ക്രീനിൽ തെളിഞ്ഞുകൊണ്ടിരിക്കും. ഞാനതെല്ലാം കമ്പ്യൂട്ടറിലും പെൻഡ്രൈവിലും സി.ഡി.യിലുമായി സേവ് ചെയ്തിട്ടുണ്ട്."

കസ്തൂരിയുടെ മിഴിഞ്ഞ കണ്ണുകൾ ഭയത്തോടെ കാശിനാഥിനെ നോക്കിയപ്പോൾ അയാൾ തുടർന്നു.

"ഞാൻ പറയുന്നതിൽ നിന്ന് ഇവരാരെങ്കിലും അണുവിട ചലിച്ചാൽ ഇവരുടെയൊക്കെ ഭാവി ജീവിതം എന്റെ കൈവെള്ളയിൽ കിടന്ന് അമ്മാനമാടും. ചുരുക്കിപ്പറഞ്ഞാൽ താൻ നേരത്തെ പറഞ്ഞ, ഭരണഘടന അനുസരിച്ച് ഭരിക്കുന്നു എന്നു വരുത്തിത്തീർക്കുന്നവരുടെ അച്ചുതണ്ടൊടിഞ്ഞ് എന്റെ ദയയ്ക്കു വേണ്ടി യാചിക്കുമെന്ന് സാരം. കേവലം ഇരുപത്തിയേഴ് വയസ്സ് മാത്രം പ്രായമുള്ള എന്റെ വിരൽ തുമ്പിലിരുന്ന്, ഭരണ തന്ത്രജ്ഞൻമാരുടെ അച്ചുതണ്ട് തിരിയുന്നു എന്നത് ഭരണ ഘടനാ വിരുദ്ധമല്ലേ...

ഇന്നത്തെ സൈബർ യുഗത്തിന് ആവശ്യം നീതിയും നിയമവും ഒന്നുമല്ല. പണമാണ്. ഞങ്ങളുടെ സ്വകാര്യ താൽപര്യങ്ങൾ നേടാൻ ഞങ്ങൾ മന്ത്രിമാർക്ക് കോടികൾ കോഴ കൊടുക്കുന്നു. കോഴ വാങ്ങിയ ശേഷം അവർ ജനാധിപത്യത്തെയും ഭരണ ഘടനയെയും കാറ്റിൽ പറത്തിക്കൊണ്ട് നമുക്കാവശ്യമുള്ളത് തരുന്നു. എപ്പോഴെങ്കിലും അവർ നമ്മുടെ അനിഷ്ടത്തിന് പാത്രമായാൽ, ഞങ്ങൾ തന്നെ അവർ വാങ്ങിയ കോഴയുടെ കണക്കുകൾ വെളിച്ചത്തു കൊണ്ടുവരുന്നു. അതോടെ മന്ത്രി അയോഗ്യനായി രാജി വയ്ക്കുന്നു. അവിടെയും താരം

ആരാ? ഞങ്ങൾ കോടീശ്വരന്മാർ... അയോഗ്യനായ മന്ത്രിക്ക് വീണ്ടും ജനവിധി തേടാനുള്ള അവസരം ഇന്ത്യൻ ഭരണ ഘടന നൽകുന്നു. ഞങ്ങളിൽ നിന്നൊക്കെ കോഴ വാങ്ങിയ കോടികളുടെ ഒരംശം ഇലക്ഷനിൽ ജയിക്കാനായി വോട്ട് വാങ്ങാൻ അവർ ജനങ്ങൾക്ക് കൊടുക്കുന്നു. കൈയിലിരുന്ന മിന്നുന്ന പണത്തിന്റെ പ്രതിഫലമായി ജനങ്ങൾ വീണ്ടും അഴിമതിക്കാരന് വോട്ട് നൽകുന്നു. അഴിമതിക്കാര നായിരുന്ന മന്ത്രി ജയിച്ച് വീണ്ടും അധികാരത്തിലേക്ക്. അവിടെയും വിജയിച്ചത് വ്യക്തിയല്ല... പണമാണ്.

എന്തുകൊണ്ട് ഇന്ത്യൻ ഭരണ ഘടന ഇവിടെ നോക്കുകുത്തി യാകുന്നു? താൻ വലിയ സാമൂഹിക പ്രവർത്തകയും സാഹിത്യകാ രിയും പരിസ്ഥിതി സംരക്ഷകയുമൊക്കെ ആണല്ലോ... എന്റെ ഒറ്റ ചോദ്യത്തിന് തൃപ്തികരമായ മറുപടി തന്നാൽ, തന്നെ എവിടെ നിന്ന് കൂട്ടിക്കൊണ്ടു വന്നോ അവിടേക്ക് തന്നെ തിരിച്ചു കൊണ്ടുവിടും എന്നു മാത്രമല്ല, ഞാൻ ചെയ്ത തെറ്റിനുള്ള ശിക്ഷ ഏറ്റു വാങ്ങുകയും ചെയ്യും."

കാശിനാഥിന്റെ ചോദ്യത്തിനു മുന്നിൽ കസ്തൂരി പകച്ചു നിന്നു. ധൂമ പടലങ്ങൾ അവളുടെ തലച്ചോറിനെ പൊതിഞ്ഞ് ചിന്താശേഷി നശിപ്പിച്ചതു പോലെ തോന്നി. തലച്ചോറിൽ നിന്ന് ഉചിതമായ ഒരു മറുപടി കിട്ടാതിരുന്നപ്പോൾ ജീവനില്ലാത്ത ഒരു കഷ്ണം മാംസ പിണ്ഡം പോലെ അവളുടെ നാവ് മരവിച്ചു പോയി. അയാളുടെ മുന്നിൽ അടിയറവു പറയുന്നതു പോലെ അവളുടെ ശിരസ്സ് കുനിഞ്ഞു. ആ അവസരം മുതലെടുത്തു കൊണ്ട് കാശിനാഥ് പറഞ്ഞു.

"എന്റെ ചോദ്യത്തിന് ഉത്തരം തരാൻ തനിക്ക് കഴിയുന്നില്ല അല്ലേ.... എന്റെ ചോദ്യത്തിന് ഉത്തരം കണ്ടുപിടിച്ച് പറയുന്നതു വരെ തനിക്ക് താമസിക്കാൻ ഒരു മുറി തരാം. വരൂ."

അനുസരണയുള്ള കുട്ടിയെ പോലെ കസ്തൂരി കാശിനാഥിന്റെ പിന്നാലെ നടന്നു. മൂന്ന് ഇടനാഴികൾ പിന്നിട്ട് ഒരു വലിയ മുറിയി ലെത്തി. കാശിനാഥ് മറ്റൊരു മുറിയിൽ പോയി ഫൈബർ കൊണ്ടു നിർമ്മിച്ച ഗ്ലാസ് ഷീറ്റുകളുമായിവന്നു. മുറിയുടെ മധ്യഭാഗത്ത് ചില പ്രത്യേക ഡയറക്ഷനിൽ ഫൈബർ ഷീറ്റുകൾ പിടിച്ചപ്പോൾ, കാന്തികാകർഷണത്താൽ തറയോടു ചേർന്നും ഒന്ന് മറ്റൊന്നിനോട് ഒട്ടിച്ചേർന്നും മൂന്നടി പൊക്കത്തിലുള്ള ചില്ല് കൂടാരം പോലെയായി. കൂടാരത്തിനുള്ളിൽ കസ്തൂരിയെ കയറ്റി കാശിനാഥും ഒപ്പം കയറി. കാശിനാഥിന്റെ കൈയിലിരുന്ന റിമോർട്ടിലെ ഒരു ബട്ടൺ

അമർത്തിയപ്പോൾ അവർ നിന്നിരുന്ന മിനുസമായ തറയുടെ അടിപ്ര ദലം ഇളകി പാതാളത്തിലേക്ക് പോയി. കസ്തൂരി ഒന്നു ഞെട്ടി വിറച്ചു. ഞൊടിയിടയിൽ അവർ ഗ്രൗണ്ട് ഫ്ലോറിനടിയിലെ വിശാലമായ ഹാളിലെത്തി. സ്ഥലകാല ബോധമില്ലാതെ കസ്തൂരി അമ്പരന്നു നിന്നപ്പോൾ ഇറങ്ങിക്കൊള്ളാൻ കാശിനാഥ് പറഞ്ഞു. കസ്തൂരി ഇറങ്ങിയപ്പോൾ ഒപ്പം കാശിനാഥും ഇറങ്ങി. അയാൾ റിമോർട്ടിൽ ഒരു ബട്ടൺ അമർത്തിയപ്പോൾ ഗ്ലാസ് വേലി കൊണ്ടുണ്ടാക്കിയ കൂട് മുകളിലേക്ക് പോയി. കാശിനാഥ് കസ്തൂരിയുടെ മുഖത്തു നോക്കി കണ്ണിറുക്കിയ ശേഷം പറഞ്ഞു.

"വരൂ."

ഒരിടനാഴിയിലൂടെ കാശിനാഥ് കസ്തൂരിയെ കൂട്ടിക്കൊണ്ടു പോയി. രണ്ട് മുറികൾ പിന്നിട്ട ശേഷം മൂന്നാമത്തെ മുറിയുടെ ഡോർ തുറന്നു പിടിച്ചു കൊണ്ട് കസ്തൂരിയോട് അകത്തേക്ക് കയറാൻ അയാൾ പറഞ്ഞു. കസ്തൂരി പുറത്തു നിന്നുകൊണ്ടു തന്നെ മുറിക്കുള്ളിലേക്ക് എത്തി നോക്കി. പ്രൗഢവും ഗംഭീരവുമായി മുറി അലങ്കരിച്ചിരിക്കുന്നു. താഴമ്പൂവിന്റെ നറു ഗന്ധം മുറിയിൽ തങ്ങി നിൽക്കുന്നു. അവർക്കിട യിൽ ഒരു നിശ്ശബ്ദത നിറഞ്ഞു നിന്നു. മുഖത്തെ ബുൾഗാനിൻ താടി തടവി കൊണ്ട് കാശിനാഥ് കസ്തൂരിയോട് ഇരിക്കാൻ പറഞ്ഞു. കസ്തൂരി കട്ടിലിൽ ഇരുന്നപ്പോൾ അവൾക്കഭിമുഖമായി ഇരുന്നു കൊണ്ട് കാശിനാഥ് പറഞ്ഞു.

"എന്റെ സാമ്രാജ്യത്തിലെ പൊട്ടക്കിണർ എന്ന് ഞാൻ ഉദ്ദേശി ച്ചത് ഇവിടമാ. ഇവിടെ തനിക്ക് ആവശ്യമുള്ള ഓഡിയോ, വീഡിയോ സി.ഡി.കൾ എത്തിക്കാം. പുറം ലോകവുമായി ബന്ധപ്പെടേണ്ട മാധ്യമങ്ങളൊന്നും ഇവിടെ ഇല്ല. എങ്കിലും ഇവിടെ നടക്കുന്നതെല്ലാം എന്റെ മുറിയിലിരുന്നാൽ അറിയാൻ സാധിക്കും. അടുത്ത മുറികളിൽ ഒന്നിൽ പതിനേഴ് വയസ്സുള്ള സഫിയ എന്ന പെൺകുട്ടിയും മറ്റൊ ന്നിൽ മധ്യവയസ്കയായ സുചിത്ര എന്ന സ്ത്രീയും മാലിനി എന്ന അടു ക്കളക്കാരിയും താമസിക്കുന്നുണ്ട്. അവർ എങ്ങനെയാണ് ഇവിടെ എത്തിയതെന്ന് ചോദിക്കണ്ട. അവർ അത് പറയില്ല. അതു പോലെ തന്നെ തന്റെ കാര്യങ്ങളൊന്നും അവരോടും പറയണ്ട. ശ്രീനിവാസൻ എന്ന പാചകക്കാരൻ നാടൻ വിഭവങ്ങൾ ഉണ്ടാക്കിത്തരും. ഞാൻ പറഞ്ഞ സ്ത്രീകളോട് വ്യക്തിപരമായ കാര്യങ്ങൾ സംസാരിക്കരുതെ ന്നേ ഉള്ളൂ. മറ്റെന്തു വേണമെങ്കിലും സംസാരിക്കാം. പിന്നെ തനിക്ക്

എന്നോടെന്തെങ്കിലും സംസാരിക്കണമെന്നുണ്ടെങ്കിൽ ഈ സ്വിച്ചിൽ അമർത്തിയാൽ മതി. ഞാനെത്തും."

കാശിനാഥ് പറയുന്നത് കേട്ട് അസ്തപ്രജ്ഞയായി കസ്തൂരി ഇരുന്നു. തലച്ചോറിലേക്ക് ഒരു പെരുപ്പ് പടർന്നു കയറുന്നതു പോലെ തോന്നി. വല്ലാത്ത ശൂന്യതാ ബോധത്തോടെ മൗനം അവലംബിച്ചിരുന്നപ്പോൾ കാശിനാഥ് ചോദിച്ചു.

"എന്നിൽ നിന്ന് ഇനി എന്തെങ്കിലും അറിയാനുണ്ടോ?"

കാശിനാഥ് ഒച്ച കുറച്ചാണ് ചോദിച്ചതെങ്കിലും ആ ശബ്ദം കർണ്ണകഠോരമായി കസ്തൂരിക്ക് തോന്നി. വെടിയൊച്ച കേട്ട് ഞെട്ടി ഉണർന്നതു പോലെ കാശിനാഥിനെ അവൾ പകച്ചു നോക്കിയപ്പോൾ കാശിനാഥ് ചോദ്യം ഒന്നു കൂടി ആവർത്തിച്ചു. നൂൽ വലിക്കുമ്പോൾ ചലിക്കുന്ന പാവയെ പോലെ തലയിളക്കിക്കൊണ്ട് കസ്തൂരി ചോദിച്ചു.

"നിങ്ങളും ജിഗീഷും തമ്മിൽ എന്തെങ്കിലും ബന്ധം ഉണ്ടോ?"

നിഗൂഢതകൾ ഉള്ളിൽ ഒളിപ്പിച്ചിരിക്കുന്ന ഭാവത്തോടെ കാശിനാഥ് കസ്തൂരിയെ നോക്കി. അവളുടെ കണ്ണുകളെ സ്വന്തം കണ്ണുകൾ കൊണ്ട് പറിച്ചെടുക്കാനെന്ന വണ്ണം അവളുടെ കണ്ണുകളിൽ കണ്ണുകൾ തറപ്പിച്ചു കൊണ്ട് കാശിനാഥ് പറഞ്ഞു.

"അതിന്റെ ഉത്തരം താൻ തന്നെ കണ്ടു പിടിച്ചോളൂ. എഴുത്തുകാരി കൂടിയല്ലേ... ഉത്തരം ഇമാജിൻ ചെയ്തോളൂ."

കാശിനാഥ് കസ്തൂരിയുടെ മുഖത്തു നോക്കി ഊറി ചിരിച്ചപ്പോൾ, ഒരു കൊള്ളിയാൻ അവളുടെ നെഞ്ചിലൂടെ കടന്ന് ആന്തരാവയവങ്ങളെ കീറി മുറിക്കുന്നതു പോലെയും അവൾ ജീവനോടെ ചിതയിലിരുന്ന് എരിയുന്ന പോലെയും മുറിയിലെ താഴമ്പൂവിന്റെ ഗന്ധം അവളുടെ മാംസം കത്തിക്കരിഞ്ഞപ്പോഴുള്ള ഗന്ധമാണെന്നും തോന്നി. കസ്തൂരി നിശ്ചലയായിരുന്നപ്പോൾ കാശിനാഥ് എണീറ്റ് മൂരി നിവർത്തി. അവളുടെ മാംസത്തെ തുളയ്ക്കുന്ന ചൂഴ്ന്ന നോട്ടം നോക്കിക്കൊണ്ട് അയാൾ പറഞ്ഞു.

"ഒരാവശ്യത്തിനും താനെന്നെ വിളിച്ചില്ലെങ്കിലും തന്നെ കാണണമെന്ന് തോന്നുമ്പോഴൊക്കെ ഞാനിങ്ങ് പോരും. എന്നാ ഞാനിപ്പോ പൊയ്ക്കോട്ടേ..."

കട്ടിലിൽ ഉറപ്പിച്ചു വച്ചിരിക്കുന്ന നിശ്ചല ഛായാ ചിത്രം പോലെ കസ്തൂരി ഇരുന്നു. ഇനി എന്ത് എന്നുള്ള ചോദ്യം ഉൾക്കിടിലത്തോടെ അവളുടെ തലച്ചോറിനെ വലയം ചെയ്തു കൊണ്ടിരുന്നപ്പോൾ അയാൾ

ഒരിക്കൽ കൂടി യാത്ര പറഞ്ഞ് മുറിവിട്ടിറങ്ങി. അന്നേ ദിവസം ജഗ്ഗിൽ നിന്നും വെള്ളം കുടിച്ചതല്ലാതെ അവൾ ഒന്നും കഴിച്ചില്ല.

രണ്ടാഴ്ചയോളം മുറിയിലെത്തിക്കുന്ന ആഹാരം കഴിച്ച് മുറിക്കുള്ളിൽ തന്നെ കഴിഞ്ഞു കൂടി. പുറത്തേക്ക് യാത്രകൾ ചെയ്യേണ്ടിയിരുന്നതിനാൽ ആഴ്ചയിൽ ഒരിക്കലേ കാശിനാഥ് കസ്തൂരിയെ കാണാൻ എത്തിയിരുന്നുള്ളൂ. കസ്തൂരിയോട് കാശിനാഥെന്തെങ്കിലും ചോദിച്ചാൽ അവൾ മറുപടിയൊന്നും പറഞ്ഞിരുന്നില്ല. ചില ഘട്ടങ്ങളിൽ ചില മൂളലുകൾ മാത്രം. അടുക്കള ജോലിക്കാരോട് എന്തു വേണമെങ്കിലും ചോദിക്കാമെന്ന് പറഞ്ഞതു കൊണ്ട് വൈകുന്നേരം ചായയുമായി വന്ന മാലിനിയോട് കസ്തൂരിചോദിച്ചു.

"ആന്റീട പേരെന്താ?"

"മാലിനി."

"വീടെവിടെയാ?"

"തേവനാട്ടുകര."

അടുത്ത ചോദ്യത്തിനായി പ്രതീക്ഷിച്ചു കൊണ്ട് മാലിനി കസ്തൂരിയുടെ മുഖത്തു നോക്കിയപ്പോൾ അവൾ ചോദിച്ചു.

"വീട്ടിൽ ആരൊക്കെയുണ്ട്?"

കസ്തൂരിയുടെ ചോദ്യം കേട്ട് അവർ തെല്ല് പതറുന്നതു പോലെ തോന്നി. സ്വരം താഴ്ത്തി അസ്പഷ്ടമായ സ്വരത്തിൽ അവർ പറഞ്ഞു.

"ഒരു മോളുണ്ടായിരുന്നു. അവളിപ്പോ അഗതി മന്ദിരത്തിലാ. ഒരിക്കലും ഞാനവളെ കാണാൻ ശ്രമിക്കരുതെന്ന് പറഞ്ഞിട്ടാ അവൾ പോയത്."

അവരുടെ മനസ്സിന്റെ ഉള്ളറകളിലേക്ക് എത്തി നോക്കാനെന്ന വണ്ണം അവരെ സൂക്ഷിച്ചു നോക്കിക്കൊണ്ട് കസ്തൂരി ചോദിച്ചു.

"അതെന്താ അങ്ങനെ?"

വേദനിപ്പിക്കുന്ന വിദൂര സ്മൃതികളുടെ ഏടുകളിൽ ഒന്നു പരതിയ ശേഷം തെല്ല് മ്ലാനതയോടെ അവർ പറഞ്ഞു.

"അതിന്റെ പിന്നിലൊരു കഥയുണ്ട്. അത് പറയാൻ ഇപ്പോ ഞാൻ ഇഷ്ടപ്പെടുന്നില്ല."

അറിയാനുള്ള വാഞ്ഛ ഉപേക്ഷിച്ചു കൊണ്ട് വ്യഗ്രതയോടെ കസ്തൂരി ചോദിച്ചു.

"ആന്റി എന്നാ നാട്ടിലേക്ക് പോകുന്നത്?"

"നാട്ടിലേക്കോ... മരണം വരെ ഇവിടുന്ന് പുറത്തു പോകാൻ

പാടില്ല എന്ന വ്യവസ്ഥ അംഗീകരിച്ചു കൊണ്ടാണ് ഇതിനകത്ത് താമസത്തിനു വന്നത്."

അവിശ്വസനീയ ഭാവത്തിൽ കസ്തൂരി അവരുടെ മുഖത്ത് നോക്കിയപ്പോൾ ഉറച്ച സ്വരത്തിൽ അവർ പറഞ്ഞു.

"ഇവിടെ വരുന്നവരുടെയെല്ലാം കാര്യത്തിൽ ഈ വ്യവസ്ഥ ബാധകമാണ്. കുട്ടീടെ കാര്യത്തിലും അങ്ങനെ തന്നെ ആയിരിക്കും."

പഞ്ചാഗ്നി മധ്യത്തിൽ നിന്നെരിയുന്നതു പോലെ കസ്തൂരിയുടെ നെഞ്ച് കത്തിക്കാളി. ആ ചൂട് സപ്തനാഡികളിലും പടർന്നു കയറുന്നതു പോലെ തോന്നി. ഓർക്കാപ്പുറത്ത് അടി കിട്ടിയതു പോലെ കസ്തൂരി ഇരുന്നപ്പോൾ മാലിനി പറഞ്ഞു.

"ഞാൻ ഇവിടെ വന്നപ്പോ ഇത്രേം നെറമില്ലായിരുന്നു. ഇപ്പോൾ മദാമ്മേടെ നെറമില്ലേ... ഇതിനകത്തെ വാസം സമ്മാനിച്ചതാ ഈ നെറം. ഇവട വരുന്നവരോട് ജീവിത കഥകളൊന്നും ചോദിക്കാൻ പാടില്ലാത്തോണ്ട് ഞാൻ കുഞ്ഞിനോട് ഒന്നും ചോദിക്കണില്ല."

കസ്തൂരി തല കുലുക്കി സമ്മതിച്ചുകൊണ്ട് വിഷാദം കലർന്ന ഒരു ചിരി അവർക്ക് സമ്മാനിച്ചു. അവളോട് യാത്ര ചോദിച്ച ശേഷം അവർ മുറി വിട്ടിറങ്ങി. ഈ ജീവിത കാലം മുഴുവൻ ഭ്രമിക്കുള്ളിലെ നാല് ചുവരുകൾക്കുള്ളിൽ തന്റെ ജീവിതവും തളച്ചിടേണ്ടി വരുമോയെന്ന് ചിന്തിച്ച് കസ്തൂരി വീർപ്പുമുട്ടി. ഒപ്പം താമസിക്കുന്നവരെ കുറിച്ച് കൂടുതൽ അറിയണമെന്ന് അവൾക്ക് തോന്നി. പിറ്റേ ദിവസം ഉച്ചയ്ക്ക് ഊണ് കഴിഞ്ഞ് മാലിനി ഉറങ്ങാൻ കിടന്നപ്പോൾ കസ്തൂരി അടുക്കളയിൽ വന്നു. ശ്രീനിവാസൻ വൈകുന്നേരത്തെ ചായക്കുള്ള പലഹാരം ഉണ്ടാക്കാനുള്ള തയ്യാറെടുപ്പിലായിരുന്നു. കസ്തൂരിയെ അയാൾ കൗതുകത്തോടെ നോക്കി. വെറ്റില കറ പുരണ്ട പല്ലുകൾ പുറത്തു കാട്ടി അയാൾ ചിരിച്ചു. കസ്തൂരിയും അയാളോട് ഹൃദ്യമായി ചിരിച്ചു. ഭവ്യതയോടും ആരാധനയോടും അയാൾ കസ്തൂരിയെ നോക്കിയപ്പോൾ അവൾ ചോദിച്ചു.

"ശ്രീനിയേട്ടന്റെ വീടെവിടെയാ?"

കസ്തൂരി അയാളെ ശ്രീനിയേട്ടനെന്നു വിളിച്ചപ്പോൾ ശ്രീനിവാസൻ വല്ലാതെ ചൂളി പോകുന്നതു പോലെ തോന്നി. അയാൾ ഇടത്തോട്ടും വലത്തോട്ടും തല ചരിച്ച്, തല ചൊറിഞ്ഞ് നാണം പുറത്തു പ്രകടമാക്കിക്കൊണ്ട് പറഞ്ഞു.

"തിരോന്തരത്ത... കാഞ്ഞരം കൊളത്തേല്..."

ശ്രീനിവാസന്റെ നീട്ടിയും കുറുക്കിയുമുള്ള സംസാരം കേട്ടപ്പോൾ അടുത്ത കാലത്തിറങ്ങിയ ചില സിനിമകളുടെ സംഭാഷണങ്ങൾ കസ്തൂരി യുടെ മസ്തിഷ്കത്തിലൂടെ കടന്നു പോയി. ശ്രീനിവാസന്റെ മുഖത്തു നോക്കി ഒന്നു കൂടി ചിരിച്ച ശേഷം അവൾ വീണ്ടും ചോദിച്ചു.

"ശ്രീനിയേട്ടൻ ഇവിടെ വന്നിട്ട് എത്ര ദിവസമായി."

ശ്രീനിവാസൻ അല്പ സമയം എന്തോ ഓർത്തു നിന്നശേഷം പറഞ്ഞു.

"തോന തെവസായി എന്നല്ലാത എത്ര തെവസോം മറ്റും ആയന്നൊന്നും എനക്ക് അറ്ഞ്ഞൂട പുള്ളേ."

"ഇപ്പൊ എത്ര വയസ്സായി?"

വീണ്ടും എന്തോ ഓർത്തു നിന്ന ശേഷം പറഞ്ഞു.

"ഇവട വന്നപ്പം... എഴുവത്തി രണ്ടായി. ഇപ്പ എത്തറ ആയന്നും അറ്ഞ്ഞൂട."

ഇനി എന്താണ് ചോദിക്കേണ്ടതെന്ന് ആലോചിച്ച ശേഷം കസ്തൂരി ചോദിച്ചു.

"എങ്ങനെയാ ഇവിടെ വന്നു പറ്റിയത്?"

ശ്രീനിവാസന് സംസാരിച്ചു തുടങ്ങിയപ്പോൾ ഉണ്ടായിരുന്ന ജാള്യതയൊക്കെ മാറിയിരുന്നു. കുട്ടിയോട് കഥ പറയുന്ന ലാഘവത്തോടെ അയാൾ പറഞ്ഞു തുടങ്ങി.

"അത് പുള്ളേ... നമ്മള കുടുംബത്തീ ഞാനാണ് മൂത്തോൻ. എനിക്ക് താഴ നാല്വര്ണ്ട്. എല്ലാം പെണ്ണ്ങ്ങള്. അവരട പൊടവൊട കഴിഞ്ഞപ്പം എന്റ കെട്ടിന്റ കാലം കഴിഞ്ഞ്. തല ചായ്ക്കാൻ ഒര് പിടി മണ്ണ്. എന്തര് പറയാൻ പുള്ളേ... പാജോക്കാരൻ വെള്ളിക്കണ്ണന്റ കൂട പെയ്യിര്ന്നോണ്ട് ചാപ്പാടന് ഒള്ളത് കിട്ടായ്ര്ന്ന്. പിന്ന വഴി ചെലവ്ന് എട്ടണയും പത്തണയും തന്നിര്ന്ന്. മൂത്ത ഒടപ്പെറന്നോക്ക് ഒര് പയ്യ് ഒണ്ടായ്ര്ന്ന്. ഞാൻ എന്നും പയ്ക്ക് ഒതോല് പറിക്കാൻ പോവും. ഒര് തെവസം ഞാൻ ഒതോലും പറിച്ചോണ്ട് വന്നപ്പം ഒടപ്പെറന്നോള് ചാന്ത കുടീല് ഇല്ലായ്ര്ന്ന്... അവള മക്കള് രണ്ട് പൈയ്ല്ക്കളും കൂട അടികള് കൂടി. ഞാൻ എടക്ക് കേറി പിടിച്ച് മാറ്റാൻ ചെന്നപ്പം മൂത്ത പൈല് എന്നേം അടിച്ച്... അവര കുടീ കേറിപ്പോവരതെന്ന് പറഞ്ഞ് എന്ന എറക്കി വിട്ട്. രാത്തിറി മുഴുവൻ പായി അക്കന്റ മുറ്ക്കാൻ കടേട തിണ്ണേല് വെസമിച്ച്ര്ന്ന്. നെട്ടരിയാൻ വെയിലത്ത് ഇവടത്ത സാറ് കടേല് ബോഞ്ചി വെള്ളം കുടിക്കാൻ വന്ന്. പാജോം അറിയണ

ആരങ്കിലും ഒണ്ടോന്ന് സാറ് പായി അക്കനോട് ചോയിച്ച്... എന്ക്ക് നാടൻ പാജോം അറ്യാന്ന് പറഞ്ഞപ്പം, ഒപ്പം വരണോന്ന് ചോയിച്ച്... തിരിച്ച് വരാമ്പറ്റൂല്ലന്നും പറഞ്ഞ്. പെണ്ടാട്ടീം കട്ടീംങ്ങളും ഇല്ലാത്ത, നാലണക്ക് പാങ്ങില്ലാത്ത ആരിക്കും വേണ്ടാത്ത ഞാൻ ആരക്കാണാൻ വരാൻ... പുള്ളേ... കെടക്കാൻ എടവും ചാപ്പാട്ടും കിട്ടിയാ അത് തന്ന പുണ്യം എന്ന് പറഞ്ഞ് അപ്പത്തന്ന സാറിന്റ്കൂടി പോന്ന്. ഇപ്പ എനിക്ക് ഒര് തെണ്ണോം ഇല്ല. തോന ചാപ്പാട്ടും ചീലയും ഒണ്ട്. ഇനി ഈ കെളവന് ഇത് മതിയല്ലാ."

ശ്രീനിവാസൻ പറഞ്ഞു നിർത്തിയപ്പോൾ കുണ്ടിലാണ്ടിരുന്ന ആയാളുടെ കണ്ണുകളിൽ നിന്ന് ഒരോ നീർ തുള്ളികൾ ഊറി ഇറങ്ങി. സഹതാപത്തോടെയും കരുണയോടെയും കസ്തൂരി അയാളുടെ കണ്ണുകളിലേക്ക് നോക്കി. അയാൾ കൈ വിരലുകൾ കൊണ്ട് കണ്ണുകൾ തിരുമി തുടച്ചു. ശ്രീനിവാസൻ വീണ്ടും ഉഷാറായപ്പോൾ കസ്തൂരി ചോദിച്ചു.

"ഭക്ഷണം ഉണ്ടാക്കാനുള്ള സാധനങ്ങൾ ഇവിടെ എത്തിക്കുന്നത് എപ്പോഴാ?"

"തീരണതക്ക ഇവ്ടത്ത അക്കൻ എയ്ത്തി കൊട്ക്കും... പാത്രാത്തിറി എപ്പഴങ്കിലും കൊണ്ട് വരും. ഒന്ന്നും ഒര് കൊറവും വരൂല്ല."

"ശ്രീനിയേട്ടൻ ഇവിടെ വന്നതിനു ശേഷം എപ്പോഴെങ്കിലും പുറത്തു പോയിട്ടുണ്ടോ."

ഒരു ദീർഘ നിശ്വാസം കഴിച്ച ശേഷം ശ്രീനിവാസൻ പറഞ്ഞു.

"ഇല്ല പുള്ളേ. പൊറം കണ്ടിട്ട്ല."

"ഇവിടെ മറ്റ് മുറികളിൽ താമസിക്കുന്നവരെ കുറിച്ച് എന്തെങ്കിലും അറിയാമോ?"

"ചാപ്പാട് ഒണ്ടാക്കിക്കൊട്ക്കും എന്നല്ലാത ഞാൻ ഒന്നും ചോയിക്കാൻ പോവൂല്ല."

"ഇവിടെ താമസിക്കുന്ന ആരെങ്കിലും പുറത്തു പോയിട്ടുള്ളതായിട്ട് അറിയാമോ?"

"അതും എനക്കറിഞ്ഞൂട പുള്ളേ... ചാപ്പാടടി കയിഞ്ഞ് ചുര്ണ്ട് കെടന്നൊറങ്ങിയാ കാലത്തേ എഴിക്കൂ. തെങ്ങും മരോം കാക്കേം ഒന്നും കാണാത്ത ദെണ്ണം ഒണ്ട്."

അതു പറഞ്ഞപ്പോൾ വിഷാദം കലർന്ന ഒരു ചിരി ശ്രീനിവാസന്റെ ചുണ്ടുകളിൽ തങ്ങി നിന്നു. പ്രകൃതിയിൽ നിന്ന് വേറിട്ട

നിൽക്കുമ്പോഴുള്ള അയാളുടെ വിഷമം ഉൾക്കൊണ്ടു കൊണ്ട് കസ്തൂരി പറഞ്ഞു.

"ഇടയ്ക്ക് പുറം ലോകമൊക്കെ കാണണമെന്ന് സാറിനോട് പറയാമായിരുന്നില്ലേ."

കസ്തൂരി എന്തോ അപരാധം പറഞ്ഞതു പോലുള്ള പരിഭ്രമത്തോടെ ശ്രീനിവാസൻ പറഞ്ഞു.

"അയ്യോ.... സാറിന്റടുത്ത് നിന്ന് ഒന്ന് ഉരിയാടീട്ട് പോലും ഇല്ല പുള്ളേ..."

ശ്രീനിവാസനെ ആശ്വസിപ്പിക്കുന്നതു പോലെ കസ്തൂരി പറഞ്ഞു.

"സാരമില്ല ചേട്ടാ... തൽക്കാലം 'ഇവിടിരുന്ന് ചേട്ടന് കാണാൻ പ്രകൃതി ദൃശ്യങ്ങളുടെ ചിത്രം വരച്ചു തരാം."

കസ്തൂരി ചിത്രകാരിയാണോ എന്ന വിസ്മയത്തോടെ അയാൾ കസ്തൂരിയെ നോക്കിയപ്പോൾ കസ്തൂരി ഉറപ്പിച്ചു പറഞ്ഞു.

"നാളെ തന്നെ നല്ലൊരു ചിത്രം വരച്ച് ശ്രീനിയേട്ടനെ ഏൽപ്പിക്കാം."

നന്ദി പ്രകടമാക്കുന്ന പുഞ്ചിരി ശ്രീനിവാസന്റെ മുഖത്ത് പ്രതിഫലിച്ചു. കസ്തൂരി യാത്ര പറഞ്ഞ് മുറിയിലേക്ക് പോയപ്പോൾ ശ്രീനിവാസൻ ചെയ്തു കൊണ്ടിരുന്ന ജോലി തുടർന്നു. കസ്തൂരി ആവശ്യപ്പെട്ടപ്പോൾ കാശിനാഥ് എത്തിച്ചു കൊടുത്ത ക്യാൻവാസും കളറുകളും ഉപയോഗിച്ച് ചിത്രം വരയ്ക്കാൻ തുടങ്ങി. ചിത്രങ്ങൾ പൂർത്തിയായപ്പോൾ പ്രകൃതിയുടെ മനോഹാരിത നേരിട്ടു തന്നെ കാൻവാസ് ഒപ്പിയെടുത്തതു പോലെ തോന്നി. കസ്തൂരി പല പ്രാവശ്യം ചിത്രങ്ങളിൽ നോക്കി മിനുക്കു പണികൾ നടത്തി ചിത്രത്തിന്റെ ഭംഗി ആസ്വദിച്ചു കൊണ്ടിരുന്നപ്പോൾ ചിന്തിച്ചു.

'മറ്റു മുറികളിൽ താമസിക്കുന്ന സ്ത്രീയും പെൺകുട്ടിയും ഏകാന്ത ജീവിതം തന്നെ നയിക്കുന്നു. ഇതിനകത്തിങ്ങനെ എത്ര കാലം ജീവിക്കാനാകും? ജയിലാ ഇതിലും ഭേദം. പാരതന്ത്ര്യം മാനികൾക്ക് മൃതിയേക്കാൾ ഭയാനകമെന്ന് എത്ര തവണ പഠിച്ചിട്ടുള്ളതാണ്. ഇതിനകത്തിങ്ങനെ ജീവിക്കുന്നതിലും ഭേദം മരണം തന്നെയാണ്. കാശിനാഥിന്റെ ഈ രഹസ്യ സങ്കേതത്തെയും ഇതിനകത്തുള്ള നിഗൂഢതകളെയും എങ്ങനെ വെളിച്ചത്തു കൊണ്ടുവരാനാകും. ഈസിയായി ചെയ്യാൻ കഴിയുന്ന കാര്യങ്ങളല്ല അതൊന്നും. എന്തെങ്കിലും തന്ത്രം പ്രയോഗിച്ചാലേ ഇവിടുന്ന് പുറത്തിറങ്ങാൻ തന്നെ

സാധിക്കു. കാശിനാഥ് ഒരു കുടില ബുദ്ധിക്കാരനാണ്. പെട്ടെന്നൊന്നും അയാളെ തളയ്ക്കാൻ സാധിക്കില്ല. സ്നേഹം അഭിനയിച്ച് വീഴ്ത്തിയാലോ... അതാണല്ലോ അയാളുടെ ആവശ്യവും... എങ്ങനെയൊക്കെ അവസാനിക്കുമെന്നറിയില്ലെങ്കിലും അതേയുള്ളൂ ഒരു പോംവഴി. പെട്ടെന്ന് അയാളോട് അടുക്കാൻ ശ്രമിച്ചാൽ, അതയാളിൽ സംശയം ഉളവാക്കും. പതുക്കെപ്പതുക്കെ അയാളോട് അടുത്ത് ആദ്യം അയാളുടെ വിശ്വാസ്യത നേടിയെടുക്കാം. അങ്ങനെ അയാളുമായുള്ള ബന്ധം ദൃഢപ്പെടുത്താം. മനസ്സിന്റെ ചങ്ങലയിൽ കെട്ടിയിടാം. ഇപ്പോൾ ഇതേ നിവർത്തിയുള്ളൂ. ബാക്കിയെല്ലാം വിധി പ്രകാരം സംഭവിക്കട്ടെയെന്ന് വിശ്വസിക്കാം.'

കസ്തൂരി ചിന്തിച്ച കാര്യങ്ങൾ ഒന്നു കൂടി മനസ്സിൽ വച്ച് ഉറപ്പിച്ച് ദൃഢമാക്കി. അതിനുള്ള തയ്യാറെടുപ്പിന് മുന്നോടിയായി മനസ്സ് പലതും വിഭാവന ചെയ്യുകയും കണക്കുകൂട്ടലുകൾ നടത്തുകയും ചെയ്തു. അടുത്ത ദിവസം അവൾ വരച്ച ചിത്രങ്ങളുമായി ശ്രീനിവാസന്റെ അടുത്തെത്തി. ചുരുട്ടി വച്ചിരുന്ന കാൻവാസ് നിവർത്തി ശ്രീനിവാസനെ ഏൽപ്പിച്ചപ്പോൾ കാൻവാസിലെ വർണ്ണങ്ങളിൽ മിഴികളൂന്നിക്കൊണ്ട് അയാൾ പറഞ്ഞു.

"നല്ല ശേലൊള്ള പടം. പുള്ള പടം വരപ്പ് കാരിയാണാ..."

കസ്തൂരി കൈകൾ തമ്മിൽ പിണച്ചു കെട്ടി തല ഉയർത്തിപ്പിടിച്ച് ശ്രീനിവാസനെ സൂക്ഷിച്ചു നോക്കിയപ്പോൾ അയാൾ ആരാധനാരൂപത്തിൽ കസ്തൂരിയെ നോക്കി. ശ്രീനിവാസന് ആസ്വാദ്യമായ ഒരു പുഞ്ചിരി സമ്മാനിച്ചു കൊണ്ട് കസ്തൂരി പറഞ്ഞു.

"വേണമെന്ന് വച്ചാ ഞാൻ ശ്രീനിയേട്ടന്റെയും ചിത്രം വരയ്ക്കും."

ശ്രീനിവാസൻ നാണത്താൽ ചൂളി നിന്നു. അയാളുടെ ബോധമനസ്സറിയാതെ ഉള്ളിന്റെയുള്ളിൽ ഉറങ്ങിക്കിടന്ന വിദൂര സ്മൃതികളുടെ ഉറവ പൊട്ടി. എന്തോ ചിന്തിച്ചിരുന്നു കൊണ്ട് അയാൾ പറഞ്ഞു.

"ദേവൂമ്മയും പടം വരയ്ക്കുവായ്ര്ന്ന്"

ശ്രീനിവാസന്റെ ഉള്ളിൽ നിന്നും പതറി വീണ വാക്കുകൾ ശ്രദ്ധയോടെ ശ്രവിച്ചു കൊണ്ട് കസ്തൂരി ചോദിച്ചു.

"ആരാ ശ്രീനിയേട്ടാ ഈ ദേവൂമ്മ?"

പറയാൻ പാടില്ലാത്ത എന്തോ സ്വയം അറിയാതെ ഉച്ചരിച്ചു പോയോ എന്ന സംഭ്രമത്തോടെ ശ്രീനിവാസൻ കസ്തൂരിയെ നോക്കി. ശ്രീനിവാസനിൽ നിന്ന് ഉത്തരമൊന്നും കിട്ടാതിരുന്നപ്പോൾ കസ്തൂരി

വീണ്ടും ചോദ്യം ആവർത്തിച്ചു. അറപ്പോടെ ദൈന്യമായ സ്വരത്തിൽ ശ്രീനിവാസൻ പറഞ്ഞു.

“ദേവൃമ്മ... ഞാൻ കൊളത്തീ കുളിക്കാൻ പോവമ്പം... അവളും കുളിക്കാൻ വര്വായ്ര്ന്ന്. അപ്പം...”

ശ്രീനിവാസൻ അറപ്പോടെ നിർത്തിയപ്പോൾ കസ്തൂരി വാക്കെടുത്തു ചോദിച്ചു.

“അപ്പോൾ...”

ശ്രീനിവാസൻ അവസാനിപ്പിച്ചിടത്തു നിന്ന് വീണ്ടും തുടർന്നു.

“അപ്പം അവള് കൊളത്തിന്റ കരേല മണ്ണില് എന്റ പടം വരയ്ക്ക്വായ്ര്ന്ന്.”

കസ്തൂരി കൈപ്പത്തി കൊണ്ട് വായ് പൊത്തി ശ്രീനിവാസൻ കാണാതെ ചിരിച്ച ശേഷം ചോദിച്ചു.

“എന്നിട്ട്.”

“അവക്ക് ഓല പീപ്പീം ഓല പന്തും ഇഷ്ടായ്ര്ന്ന്. ഞാൻ മൊണ്ണ ഓലക്കാലെട്ത്ത് അതക്ക ഒണ്ടാക്കിക്കൊട്ക്കും... ഞാൻ ഇതക്ക ഒണ്ടാക്കമ്പം അവള് എന്റ കൈലീം ഏത്താപ്പും ഒക്ക കഴ്കി വെയിലത്ത് ഇടും. എനക്ക് ഒതോല് പറിച്ച് തരും. കൊളത്തിന്റ അപ്രത്ത വയലീന്ന് ചീനികെഴങ്ങ് തോണ്ടി എട്ത്ത് ഞാനും അവളും കൂട തിന്ന്വായ്ര്ന്ന്... വീട്ടി എത്താറാവണത് വര എന്റ്ടി വരും... ഇനി വീട്ടി പോ അപ്പീന്നു പറഞ്ഞാലും പോവാത എന്ന നോക്കി നിക്ക്വായ്ര്ന്ന്.”

ശ്രീനിവാസന്റെ വാക്കുകളിൽ മധുരം കിനിഞ്ഞതോടൊപ്പം വേദനയും പടർന്നു. നഷ്ട പ്രണയത്തിലെ അദൃശ്യമായ ദുഃഖ സ്മൃതികൾ അയാളെ മുറിവേൽപ്പിക്കുന്നതു പോലെ കസ്തൂരിക്ക് തോന്നി. അയാൾ നാവ് നീട്ടി വരണ്ട ചുണ്ടുകൾ നനച്ചു. ആർദ്രമായ സ്വരത്തിൽ കസ്തൂരി ചോദിച്ചു.

“നിങ്ങൾ തമ്മിൽ ഇഷ്ടമായിരുന്നു അല്ലേ.”

മൗനമായ ഭാവങ്ങളിലൂടെ ശ്രീനിവാസൻ അത് സമ്മതിച്ചു. അന്നേരം അയാൾ ഉൾവലിയുന്നതു പോലെ തോന്നി. ഏതാനും നിമിഷത്തെ നിശ്ശബ്ദതയ്ക്കു ശേഷം കസ്തൂരി ചോദിച്ചു.

“വീട്ടിലെ പ്രാരാബ്ധം കാരണം ശ്രീനിയേട്ടന് അവരെ സ്വീകരിക്കാൻ കഴിഞ്ഞില്ല... എന്നു മനസ്സിലായി. പിന്നെ അവർക്കെന്തു സംഭവിച്ചു?”

ശ്രീനിവാസന്റെ മുഖത്താകെ വിയർപ്പു കണങ്ങൾ പൊടിഞ്ഞു. തോളിൽ കിടന്ന തോർത്തെടുത്ത് മുഖം തുടച്ചു കൊണ്ട് പറഞ്ഞു.

"അവള ഒര് പട്ടാളത്തുകാരൻ കെട്ടി. അവൻ അവളേം കൊണ്ട് ജോലി സ്ഥലത്ത് പെയ്യ്. ഒര് തെവസം അവള മാപ്പള വീട്ടി ഇല്ലാ യ്ര്ന്നപ്പം ഒര് പട്ടാളത്തുകാരൻ അവള കേറി പിടിച്ച്. അവള് അവന്റ ചെവിക്കുറ്റിക്ക് ഒന്ന് കൊട്ത്ത്. കശപിശ മൂത്തപ്പം പട്ടാളത്ത്കാ രന് കലി കേറി അവള വെടി വച്ച് കൊന്ന്. പൊടവൊട കഴിഞ്ഞ് നപ്പത്തിയേഴ് ദെവസേം അവള് ജീവിച്ചോളൂ. മര്ച്ച് തോന ദെവസം കഴിഞ്ഞപ്പഴാണ് ചവം കൊണ്ട് വന്നത്. ഞാൻ കാണാൻ പെയ്യില്ല."

ശ്രീനിവാസന്റെ സ്വരം പതറി. കണ്ണുകൾ നിറഞ്ഞു തുളുമ്പി. അയാൾ തോളിൽ നിന്ന് തോർത്തെടുത്ത് കണ്ണുകളൊപ്പി. കൂടുത ലൊന്നും ചോദിച്ച് ശ്രീനിവാസനെ വിഷമിപ്പിക്കണ്ടെന്നു കരുതി കസ്തൂരി വിഷയം മാറ്റി സംസാരിച്ചു.

"ഇന്നു വൈകുന്നേരം ചായക്ക് എന്താ പലഹാരം ശ്രീനിയേട്ടാ?"

"അപ്പി പറയണത് ഒണ്ടാക്കാം."

കസ്തൂരി തല ചരിച്ച് ആലോചനാ ഭാവത്തിൽ നിന്ന ശേഷം പറഞ്ഞു.

"ഇന്ന് കായ ബജ്ജി മതി."

ശ്രീനിവാസൻ തല കുലുക്കി സമ്മതം അറിയിച്ചു കൊണ്ട് വാഴയ്ക്ക എടുത്ത് തോടിളക്കാൻ തുടങ്ങി. അല്പ സമയം കൂടി കസ്തൂരി ശ്രീനി വാസന്റെ അടുത്തു നിന്ന് സംസാരിച്ച ശേഷം മുറിയിലേക്ക് പോയി. ഒരു ദിവസം കാശിനാഥ് കസ്തൂരിയെ കാണാൻ വന്നപ്പോൾ അവൾ പറഞ്ഞു.

"ഞാനും ഒരു മനുഷ്യനല്ലേ... എത്ര ദിസാന്നു വച്ചാ മിണ്ടാനും പറയാനുമൊന്നും ആരുമില്ലാതെ ഇതിനകത്ത് കഴിച്ചു കൂട്ടുന്നത്. എന്നെ വഴക്കു പറയാനോ കുറ്റപ്പെടുത്താനോ എങ്കിലും നിങ്ങൾക്ക് ഇവിടെ കുറച്ചു സമയം സ്പെന്റ് ചെയ്തൂടേ."

കസ്തൂരിയുടെ ആവശ്യം കാതോർത്തു കൊണ്ട്, നിന്ന നിൽപ്പിൽ നിന്നു തന്നെ കാശിനാഥ് ചിന്തിച്ചു. 'മിക്കവാറുമുള്ള പ്രേമ ബന്ധങ്ങൾ രൂപപ്പെടുന്നത് ഉടക്കിൽ നിന്നാണ്. അവളുടെ ബോറടി മാറ്റാൻ ഞാൻ അടുത്തിരുന്ന് സംസാരിക്കണമെന്ന്. അവളിപ്പോൾ എന്റെ പ്രസന്റ്സ് ഇഷ്ടപ്പെടുന്നു എന്ന രീതിയിലാണ് സംസാരിക്കുന്നത്. ഇത് അവളുടെ ഉള്ളിൽ തട്ടിയതാണോ എന്നറിയണം. അവൾക്ക്

നിഷേധാത്മകമായ ഒരു മറുപടി കൊടുത്തു നോക്കാം. അപ്പോൾ അവളുടെ പ്രതികരണം എന്തെന്ന് അറിയാമല്ലോ.'

ആലോചനാ ഭാവത്തിൽ നിന്ന കാശിനാഥിന്റെ മുഖ ചലനങ്ങൾ ശ്രദ്ധിച്ചു കൊണ്ട് കസ്തൂരി നിന്നു. താൽപര്യമില്ലാത്ത ഭാവത്തിൽ അവളുടെ മുഖത്ത് നോക്കിക്കൊണ്ട് കാശിനാഥ് പറഞ്ഞു.

"തന്നോട് സംസാരിച്ചിരിക്കാനൊന്നും എനിക്ക് സമയമില്ല. ആ അടുക്കളക്കാരനോടോ മാലിനി ആന്റിയോടോ സംസാരിച്ചിരിക്ക്."

കസ്തൂരിയുടെ പ്രതികരണം അറിയാൻ കാശിനാഥ് കാതോർത്തു നിന്നു. പരിഭവം നടിച്ചു കൊണ്ട് കസ്തൂരി പറഞ്ഞു.

"എന്റെ ഇരട്ടിയിൽ കൂടുതൽ പ്രായമുള്ളവരോട് ഞാനെന്ത് സംസാരിക്കാനാ..."

"പിന്നെ, താൻ എന്നോട് എന്ത് പറയാൻ... പരിഭവങ്ങളും പരാതികളുമോ."

കാശിനാഥ് അടുത്ത വാചകം പറഞ്ഞു തുടങ്ങും മുൻപേ അതിന് തടയിട്ടു കൊണ്ട്, അയാളുടെ സൂക്ഷ്മ ചലനങ്ങൾ ശ്രദ്ധയോടെ വീക്ഷിച്ച ശേഷം കസ്തൂരി പറഞ്ഞു.

"നാട്ടിൽ എന്നെക്കുറിച്ചുള്ള അന്വേഷണങ്ങൾ നടക്കുന്നുണ്ടോ? അന്വേഷണം ശക്തമാണോ?"

സ്വന്തം സാമർത്ഥ്യത്തിന്റെ മികവ് എടുത്തു പറയാനെന്ന വണ്ണം അയാൾ സംസാരിച്ചു.

"ജിഷ എന്ന പെൺകുട്ടിയുടെ കൊലപാതക ദിവസത്തിന്റെ അടുത്തു തന്നെയായിരുന്നല്ലോ തന്നെ കാണാതാവുന്നത്. ജനങ്ങൾ ഭരണക്കാരെ ഇരുത്തിപ്പൊറുപ്പിക്കുന്നില്ല. വളരെ ശക്തമായ ഒരന്വേഷണം പോലീസ് നടത്തിയിരുന്നു. തന്റെ അച്ഛൻ കുറച്ചു ദിവസം നാട്ടിലുണ്ടായിരുന്നു. അന്വേഷണത്തിന് എന്തെങ്കിലും തുമ്പുണ്ടാക്കാൻ അദ്ദേഹത്തിന്റെ വക പല ശ്രമങ്ങളും നടത്തിയിരുന്നു. പോലീസിന് എന്തെങ്കിലും ഒരു ഹിന്റ് കിട്ടണ്ടേ. എല്ലാം വളരെ രഹസ്യവും ആസൂത്രിതവും ആയിരുന്നല്ലോ... നമ്മൾ തമ്മിൽ മുമ്പുണ്ടായിട്ടുള്ള ഏറ്റു മുട്ടലുകളെ കുറിച്ചൊന്നും ആർക്കും അറിയില്ലല്ലോ. തന്നെ ബോധം കെടുത്തിയതു മുതൽ തന്റെ ഫോൺ സ്വിച്ചോഫാക്കിയതു കൊണ്ട് താൻ ഏത് ടവറിന്റെ പരിധിയിലാണെന്ന് കണ്ടു പിടിക്കാനും കഴിയില്ല. പോലീസുകാർ മാജിക്കാരൊന്നും അല്ലല്ലോ. എന്റെ ആസൂത്രിത ബുദ്ധിയെ മറി കടക്കാൻ അന്വേഷണ

സംഘത്തിന് സാധിച്ചില്ല."

കാശിനാഥ് വിജിഗീഷുവിനെ പോലെ സ്വയം പുകഴ്ത്തിയപ്പോൾ കസ്തൂരിയുടെ ഞരമ്പുകൾ ക്രമാതീതം തുടിച്ചു. ഉള്ളിൽ നടക്കുന്ന സ്ഫോടനത്തിന്റെ അലകൾ പ്രത്യക്ഷമാകാതിരിക്കാൻ യത്നിച്ചു കൊണ്ട് മുഖഭാവത്തിൽ മാറ്റം വരുത്താതെ നിന്നു. കാശിനാഥ് ശബ്ദത്തിൽ ആർദ്രത വരുത്തിക്കൊണ്ട് പറഞ്ഞു.

"താൻ എനിക്കു വേണ്ടി ജനിച്ച പെണ്ണായിരിക്കും. അതാ എനിക്ക് തന്നോട് വല്ലാത്ത ആരാധന തോന്നിയതും, സെയ്ഫായിട്ടു തന്നെ ഇവിടെ എത്തിക്കാൻ കഴിഞ്ഞതും."

കാശിനാഥിന്റെ സംസാരം ഇഷ്ടപ്പെടുന്ന രീതിയിലുള്ള മുഖഭാവത്തോടെ കസ്തൂരി നിന്നു. കസ്തൂരിയുടെ മുഖത്ത് പ്രകടമായിരുന്ന വിധേയത്വഭാവം ശ്രദ്ധിച്ചു കൊണ്ട് കാശിനാഥ് പറഞ്ഞു.

"ഞാൻ തന്നെ പിടിച്ചോണ്ടു വന്നപ്പോൾ എന്നോടു തോന്നിയിരുന്ന ദേഷ്യം ഇപ്പോ എന്നോടുണ്ടോ?"

കാശിനാഥിന്റെ ചോദ്യത്തിന് ഉചിതവും യുക്തി പൂർണ്ണവുമായ മറുപടി കൊടുക്കണമെന്ന് ചിന്തിച്ചു കൊണ്ട് മനസ്സ് പറഞ്ഞുറപ്പിച്ച മറുപടി കസ്തൂരി പറഞ്ഞു.

"അന്ന് മാനസികമായിട്ട് ഞാൻ ഏറെ തളർന്നിരുന്നു. ഇത് നിങ്ങളുടെ സാമ്രാജ്യമായിരുന്നിട്ടു കൂടി, എന്തും പ്രവർത്തിക്കാനുള്ള അവസരങ്ങൾ ഉണ്ടായിട്ടും നിങ്ങൾ എന്നെ അശുദ്ധമാക്കിയില്ല... ആ ഒറ്റ കാരണം കൊണ്ട് എനിക്ക്... നിങ്ങളോട്..."

കസ്തൂരി അർത്ഥഗർഭമായി നിർത്തിയപ്പോൾ കാശിനാഥിന്റെ മനസ്സിൽ രൂപപ്പെട്ട യുക്തമായ വാക്കുകൾ ഉപയോഗിച്ച് പൂരിപ്പിച്ചു.

"ബഹുമാനവും മതിപ്പുമൊക്കെ ഉണ്ടെന്നല്ലേ..."

കാശിനാഥ് പറഞ്ഞത് പൂർണ്ണമായി അംഗീകരിക്കുന്നു എന്ന അർത്ഥത്തിൽ കസ്തൂരി കാശിനാഥിന്റെ മുഖത്തു നോക്കി. കാശിനാഥിന്റെ കണ്ണുകളിൽ നക്ഷത്ര തിളക്കം പ്രത്യക്ഷമാവുകയും മുഖം വിടർന്നു വികസിക്കുകയും ചെയ്തു. കാശിനാഥിനോടുള്ള ബന്ധം ദൃഢപ്പെടുത്തുന്നതിനായി ഏതാനും നിമിഷങ്ങൾ കസ്തൂരി അയാളുടെ കണ്ണുകളിൽ തന്നെ നോക്കി നിന്നു. അവളോടുള്ള പ്രണയം സിരകളിൽ അഗ്നിയായി പടർന്നു കയറുന്നതു പോലെ കാശിനാഥിനു തോന്നി. ദുർമേദസ്സില്ലാത്ത ഒതുങ്ങിയ അവളുടെ മുഖ സൗന്ദര്യം ആസ്വദിച്ചു കൊണ്ട് കാശിനാഥ് പറഞ്ഞു.

"കസ്തൂരി കുറച്ച് സമയമായി നിൽക്കയല്ലേ. ഇരിക്കൂ..."

കൃത്രിമമായ ഭവ്യത ഭാവിച്ചു കൊണ്ട് കസ്തൂരി കട്ടിലിന്റെ ഓരത്തിരുന്നു. സ്നിഗ്ധമായ സ്വരത്തിൽ കാശിനാഥ് പറഞ്ഞു.

"ഇപ്പൊ തനിക്കെന്നെ മനസ്സിലാവുന്നുണ്ടോ..."

കസ്തൂരി സംസാരിക്കാതെ അതെ എന്ന അർഥത്തിൽ തല ചലിപ്പിച്ചപ്പോൾ കാശിനാഥ് പറഞ്ഞു.

"ഏത് പണ്ഡിതനായാലും കോടീശ്വരനായാലും പ്രശസ്തനായാലും തോറ്റു പോകുന്നത് പെണ്ണിന്റെ സ്നേഹത്തിന് മുന്നിലാണ്. ആ തോൽവി ഞാനും ഏറ്റുവാങ്ങുന്നു. ഞാൻ തന്റെ സ്നേഹം ആഗ്രഹിച്ചപ്പോൾ, ഞാൻ പ്രതീക്ഷിച്ച രീതിയിൽ എനിക്കത് കിട്ടാതിരുന്നപ്പോൾ എന്റെ ഉള്ളിൽ ശൂന്യതാ ബോധവും അശാന്തിയും തോന്നിയിരുന്നു. വൈകാരികമായ ഏകീഭാവത്തോടെയുള്ള സ്ത്രീ പുരുഷ ബന്ധം മഹത്തരമാണെന്നറിയാം. ആ ബന്ധമാ ഞാൻ തന്നിൽ നിന്ന് പ്രതീക്ഷിക്കുന്നത്."

കാശിനാഥിന്റെ പ്രേമ സങ്കൽപങ്ങൾ ചാരുതയോടെ അവതരിപ്പിച്ചപ്പോൾ കസ്തൂരിയുടെ മനസ്സിൽ അറഞ്ഞു തുള്ളുന്ന തിരമാലകൾ ആർത്തിരമ്പുകയായിരുന്നു. അവളുടെ സർവാംഗങ്ങളും ജ്വലിച്ചു കൊണ്ടിരുന്നപ്പോൾ പുറമെ അവൾ തണുത്ത മഞ്ഞിന്റെ മൂടുപടം അണിഞ്ഞു. കാശിനാഥിന്റെ അഭിപ്രായത്തെ പിൻതുണയ്ക്കുന്നതു പോലെ അവൾ അയാളുടെ കണ്ണുകളിലെ ആഴങ്ങളിലേക്ക് നോക്കി. അവളുടെ നോട്ടം അയാളുടെ അന്തരാത്മാവിൽ പ്രകമ്പനം കൊള്ളുകയും ആ നോട്ടത്തിന് ആയിരം ഭംഗി വാക്കുകളേക്കാൾ ശക്തിയുണ്ടെന്ന് അയാൾക്കു തോന്നുകയും ചെയ്തു. അപ്പോൾ തന്നെ കസ്തൂരിയെ ചേർത്തണയ്ക്കണമെന്നും ആയിരം മുത്തങ്ങൾ കൊണ്ട് അഭിഷേകം ചെയ്യണമെന്നും തോന്നിയെങ്കിലും അത്യാവേശം പാടില്ലെന്ന് മനസ്സ് താക്കീത് നൽകിയപ്പോൾ അയാളുടെ ഉള്ളിൽ നിന്ന് ആഗ്രഹത്തെ മാറ്റി നിർത്തി. നിഷ്കളങ്കത മുഖത്തു വരുത്തിക്കൊണ്ട് കാശിനാഥ് പറഞ്ഞു.

"താൻ എന്നെക്കുറിച്ച് മനസ്സിൽ കണക്കു കൂട്ടിയിരുന്നതു പോലുള്ള ക്രൂരനൊന്നുമല്ല ഞാൻ. എന്റെ മനസ്സിലും ഒരു സാധാരണ മനുഷ്യന്റെ ഉദാത്ത ഭാവങ്ങളുണ്ട്. ഇപ്പൊ എന്നെ ഭയമുണ്ടോ?"

ശബ്ദത്തിൽ നിർഭയത്വം പ്രകടമാക്കിക്കൊണ്ട് നേരിയ സ്വരത്തിൽ കസ്തൂരി പറഞ്ഞു.

"ഇല്ല."

കാശിനാഥ് മനസ്സിനുള്ളിൽ സ്വന്തം വിജയം ഉറപ്പിച്ച ശേഷം കസ്തൂരിയെ പാളി നോക്കി. കാശിനാഥെന്ന ഗ്രഹത്തിനു ചുറ്റും നിശ്ചിത അകലത്തിൽ ഭ്രമണം വയ്ക്കുന്ന ഉപഗ്രഹത്തെ പോലെ കസ്തൂരി അയാളെ ആകർഷണ വലയത്തിനുള്ളിലാക്കി. ആ ആകർഷണ വലയത്തിൽ പെട്ടപ്പോൾ കാശിനാഥിന്റെ ഉള്ളിൽ ആയിരം പൗർണ്ണമി വിരിഞ്ഞു. കസ്തൂരിയോടുള്ള കരുതലും സ്നേഹവും പ്രകടമാക്കിക്കൊണ്ട് കാശിനാഥ് പറഞ്ഞു.

"ഇവിടെ ഉണ്ടാക്കുന്ന ഫുഡ് തനിക്കിഷ്ടമാകുന്നുണ്ടോ? ഇഷ്ടപ്പെട്ടില്ലെങ്കിൽ ഫുഡ് പുറത്തു നിന്നെത്തിക്കാം."

"വളരെ ടേസ്റ്റിയായിട്ടുള്ള ഫുഡ് ഉണ്ടാക്കുന്ന ആളാ ശ്രീനിയേട്ടൻ. അദ്ദേഹം ഉണ്ടാക്കുന്നതെല്ലാം എനിക്കിഷ്ടമാണ്."

കാശിനാഥ് സംതൃപ്തമായി പുഞ്ചിരിച്ച ശേഷം പറഞ്ഞു.

"ഇന്നെനിക്ക് മൂന്നാറിലെ തേയ്‌ല തോട്ടത്തിലും ഇടുക്കിയിലെ ഏലത്തോട്ടത്തിലുമൊക്കെ പോകേണ്ടതുണ്ട്. നാലഞ്ച് ദിവസത്തെ യാത്രയാ. ഇനി ഞാൻ കൂടുതൽ ദിവസമൊന്നും ഒരിടത്തും തങ്ങില്ല. കാര്യം കഴിഞ്ഞാൽ ഉടൻ മടങ്ങിയെത്തും. എനിക്ക് ഒരു ഇ-മെയിൽ ചെയ്യാനുണ്ട്. ഇപ്പോ പൊയ്ക്കോട്ടേ..."

തല ചലിപ്പിച്ച് കസ്തൂരി അനുമതി കൊടുത്തപ്പോൾ കാശിനാഥ് ഇരിപ്പിടത്തിൽ നിന്ന് എണീറ്റു. കസ്തൂരി മെലിഞ്ഞിരിക്കുന്നതിനാൽ നല്ലപോലെ ആഹാരം കഴിക്കണമെന്ന് ഓർമ്മപ്പെടുത്തിയ ശേഷം, ഒരിക്കൽ കൂടി യാത്ര പറഞ്ഞ് അയാൾ പോയി.

യാത്ര പോകുന്നതിനു മുൻപായി കസ്തൂരിയെ കാണാൻ കാശിനാഥ് വീണ്ടും വന്നു. അയാളുടെ സാമീപ്യം ഇഷ്ടപ്പെടുന്ന രീതിയിൽ അവൾ പെരുമാറി. അന്നേ ദിവസം വളരെയധികം വികാര വായ്പ്പോടെയാണ് അയാൾ യാത്ര പറഞ്ഞ് പോയത്. നാലു ദിവസം കഴിഞ്ഞ് രാത്രി പതിനൊന്ന് മണിക്ക് കാശിനാഥ് തിരിച്ചെത്തി. വന്ന ഉടൻ വസ്ത്രം മാറാൻ പോലും തയ്യാറാകാതെ അയാൾ കസ്തൂരിയെ കാണാൻ വന്നു. ഓരോ ദിവസം പിന്നിടും തോറും കസ്തൂരി അയാളുമായി കൂടുതൽ കൂടുതൽ അടുക്കാൻ തുടങ്ങി. കാശിനാഥ് ബിസിനസ്സ് കാര്യങ്ങളും വ്യക്തി പരമായ വിഷയങ്ങളും അവളുമായി ചർച്ച ചെയ്യാൻ തുടങ്ങി.. കസ്തൂരി അയാളെ കിച്ചുവേട്ടനെന്നു വിളിച്ചു. അയാളുടെ ജീവിതത്തിൽ പുതു വർണ്ണങ്ങളും പുതു സ്വപ്നങ്ങളും നിറഞ്ഞു തുടങ്ങി.

ബാലൻസില്ലാത്ത തുലാസിന്റെ തട്ടുകളിലാണ് രണ്ടുപേരും ഇരിക്കു ന്നതെന്ന് കസ്തൂരി മനസ്സിൽ ഉറപ്പിച്ചു. ഒരു ദിവസം മൂന്നു പ്രാവശ്യം കസ്തൂരിയെ കാണാൻ എത്തിയ കാശിനാഥിനോട് അവൾ ചോദിച്ചു.

"കിച്ചുവേട്ടനെന്താ വീണ്ടും വന്നത്?"

നെറ്റിയിലേക്ക് ചിതറി വീണ, സ്ട്രെയ്റ്റനിങ്ങ് ചെയ്ത് കളർ ചെയ്ത പട്ടുപോലുള്ള മുടി മാടി ഒതുക്കിക്കൊണ്ട് കാശിനാഥ് പറഞ്ഞു.

"എക്സ്പോർട്ടിംഗ് ചെയ്ത ഫസ്റ്റ് ക്വാളിറ്റി ഏലത്തിന്റെ കണക്കുകൾ ആഡ് ചെയ്ത് കാൽക്കുലേറ്റ് ചെയ്തപ്പോൾ ടാലിയാകു ന്നില്ല. ചില വേരിയേഷൻസ് വരുന്നു. ഭ്രാന്ത് പിടിക്കുന്ന അവസ്ഥ വന്നപ്പോൾ ഒന്നു റിലാക്സ് ചെയ്യാമെന്നു കരുതി ഇങ്ങ് പോന്നു."

കൈ വിരലുകൾ തമ്മിൽ കോർത്ത് ബന്ധിച്ച് കൈകൾ തലയ്ക്കു മുകളിൽ ഉയർത്തിപ്പിടിച്ച് കോട്ടുവാ ഇട്ടു കൊണ്ട് കാശിനാഥ് കസ്തൂ രിയുടെ അടുത്തായി കട്ടിലിൽ ഇരുന്നു. കസ്തൂരി അയാളുടെ അടുത്ത് ചേർന്നിരുന്നു കൊണ്ട് പറഞ്ഞു.

"എനിക്ക് അക്കൗണ്ടിംങ് അറിയാം. അനുവദിക്കുമെങ്കിൽ ഞാൻ ചെയ്തു തരാം."

മൃദുലവും സ്നിഗ്ധവുമായ സ്വരത്തിൽ കസ്തൂരി പറഞ്ഞപ്പോൾ കാശിനാഥ് തപ്പിത്തടഞ്ഞ് സംസാരിച്ചു.

"അത്... അത്... അതു പിന്നെ..."

ഉദാസീനതയോടുള്ള കാശിനാഥിന്റെ വിക്കൽ കേട്ടപ്പോൾ പരിഹാസം കലർന്ന സ്വരത്തിൽ കസ്തൂരി പറഞ്ഞു.

"അതു പിന്നെ, ഞാനീ പൊട്ടക്കിണറ്റിലെ തവളയല്ലേ... ഇതിന കത്തു താമസിക്കുന്നവർക്കൊന്നും പുറം ലോകം കാണാനുള്ള ഭാഗ്യം ഇല്ലല്ലോ... അല്ലേ... ആകാശവും പാതാളവും സ്വർഗ്ഗവും നരകവും എല്ലാം ഇതുതന്നെയെന്നു നിനച്ച് കഴിയുകയല്ലേ നിർവാഹമുള്ളൂ... അല്ലേ..."

നിഷേധാർത്ഥത്തിൽ തല ഇളക്കിക്കൊണ്ട് കാശിനാഥ് പറഞ്ഞു.

"അത്... എല്ലാപേരുടെയും കാര്യത്തിലല്ല... ചിലരുടെ മാത്രം."

കൂടുതൽ സംസാരിക്കാൻ കാശിനാഥിന് സാവകാശം കൊടുക്കാതെ കസ്തൂരി ചോദിച്ചു.

"ആ ചിലരിൽ ഞാനും പെടുമോ?"

കാശിനാഥിന്റെ മറുപടി പെട്ടെന്നായിരുന്നു.

"ഇല്ല."

കാശിനാഥിന്റെ മനസ്സിന്റെ അഗാധ തലങ്ങളിൽ ഉറഞ്ഞു കിടന്ന മഞ്ഞ് ഉരുക്കാൻ ചെറിയ ചൂട് പകരാനെന്നവണ്ണം അവൾ അയാളുടെ അരികിലേക്ക് കൂടുതൽ ചേർന്നിരുന്നു. ആ സ്പർശനം ആസ്വദിച്ചു കൊണ്ട് കാശിനാഥ് പറഞ്ഞു.

"ചില പ്രത്യേക സാഹചര്യത്തിൽ ചിലരെയൊക്കെ കർശന നിയന്ത്രണത്തിൽ വയ്ക്കുമെങ്കിലും തന്നോടുള്ള സമീപനം അങ്ങനെയല്ല. തന്നെ പുറം ലോകത്തെത്തിക്കണമെന്ന് എന്റെ മനസ്സ് പറയുമ്പോൾ ഞാൻ തന്നെ പുറത്തു കൊണ്ടു പോകും."

കസ്തൂരി മൗനിയായിരുന്ന് കേട്ട ശേഷം തന്ത്രപൂർവം ചോദിച്ചു.

"ഇവിടെ മറ്റുള്ളവരെ തടവിൽ താമസിപ്പിച്ചിരിക്കുന്നത് എന്തിനാ?"

അതുവരെ കസ്തൂരിയുടെ മുന്നിൽ അടക്കി വച്ചിരുന്നതൊക്കെ പറയാതിരിക്കാൻ നിർവാഹമില്ലാത്ത അവസ്ഥ വന്നു. കാശിനാഥ് മൗനമായിരുന്നു ചിന്തിച്ചപ്പോൾ കസ്തൂരി പറഞ്ഞു.

"ഞാൻ ഇവിടുള്ളവരോടൊത്ത് താമസിക്കാൻ തുടങ്ങിയിട്ട് ആറ് മാസത്തിലധികമായി. പരസ്പരം ഒന്നും അറിയാതെ വീർപ്പുമുട്ടലോടെ ഇവിടെ ജീവിക്കുന്നു. ഇപ്പോഴും എന്നോട് അന്യതാ ബോധം ആണെങ്കിൽ പറയണമെന്നില്ല."

കസ്തൂരി പരിഭവം അഭിനയിച്ചു കൊണ്ട് മുഖം വീർപ്പിച്ചിരുന്നപ്പോൾ കാശിനാഥ് പറഞ്ഞു.

"താൻ പരിഭവിക്കണ്ട.... പറയാം. ഇടുക്കിയിൽ ഞങ്ങളുടെ വീട്ടിനടുത്തു താമസിച്ചിരുന്ന ഒരു പട്ടാണി കുടുംബത്തിലെ പെൺകുട്ടിയാണ് സഫിയ. സഫിയയ്ക്ക് പതിനഞ്ച് വയസ്സുള്ളപ്പോൾ അതിന്റെ അമ്മ ഒരു മാർവാടിയോടൊപ്പം ഒളിച്ചോടിപ്പോയി. പിന്നെ കുട്ടി അച്ഛന്റെ സംരക്ഷണയിലാണ് വളർന്നത്. അച്ഛനും മകളും മാത്രം താമസിച്ചിരുന്ന വീട്ടിൽ വച്ച് അച്ഛൻ മകളെ പീഡിപ്പിക്കാൻ ശ്രമിച്ചു. ആ അവസരത്തിൽ വല്ലാത്ത ഡിപ്രഷൻ കാരണം കുട്ടി വിഷാദ രോഗിയായി മാറി. വെയിൻ കട്ട് ചെയ്ത് കുട്ടി സ്യൂയിസൈഡ് ചെയ്യാൻ ശ്രമിച്ചു. ഒരു ദിവസം വീട്ടിലെ മോട്ടർ കേടായതു കാരണം സഫിയയുടെ വീട്ടിൽ നിന്ന് ഒരു ബക്കറ്റ് വെള്ളമെടുക്കാൻ ചെല്ലുമ്പോൾ സഫിയയുടെ ബെഡ്റൂമിൽ നിന്ന് ബ്ലഡ് സിറ്റൗട്ടിലേക്ക് ഒഴുകുന്നു.

ഞാൻ ഡോറിൽ തട്ടി വിളിച്ചിട്ടും ഡോർ തുറക്കുന്നില്ല. ഞാൻ

ആഞ്ഞ് തള്ളിയപ്പോൾ താഴ് ഇളകി ഡോർ തുറന്നു. ഞാൻ അകത്തു കയറി നോക്കുമ്പോൾ വെയിൻ മുറിച്ച നിലയിൽ അബോധാവസ്ഥയിൽ സഫിയ കിടക്കുന്നു. ഒരു കഷ്ണം തുണിയെടുത്ത് അവളുടെ കൈത്തണ്ടയിൽ മുറുകെ കെട്ടിയ ശേഷം പൊക്കിയെടുത്ത് എന്റെ കാറിൽ കിടത്തി ഹോസ്പിറ്റലിൽ എത്തിച്ചു. വിദഗ്ധ ചികിത്സയുടെ ഫലമായി അന്നവൾ രക്ഷപ്പെട്ടു. ഹോസ്പിറ്റൽ ബില്ലെല്ലാം ഞാൻ തന്നെ പേ ചെയ്തു. അവൾക്ക് സംസാരിക്കാമെന്ന അവസ്ഥ വന്നപ്പോൾ എല്ലാ വിവരങ്ങളും അവളെന്നോട് പറഞ്ഞു. ഹോസ്പിറ്റലിൽ നിന്ന് ഡിസ്ചാർജ് ചെയ്തപ്പോൾ അവൾ എന്റെ വീട്ടിൽ വന്നു നിന്നു. മാപ്പ് പറഞ്ഞ് അവളുടെ അച്ഛൻ വന്ന് വിളിച്ചിട്ടും പോകാൻ അവൾ തയ്യാറായില്ല. ഓർഫണേജിൽ പോകാനും കുട്ടി തയ്യാറാകുന്നില്ല. കുട്ടിയെ എന്തു ചെയ്യണമെന്നറിയാത്ത അവസ്ഥയിൽ ഞാനും വിഷമത്തിലായി. കുട്ടിയുടെ സംരക്ഷണത്തിനായി ഞാൻ വീട്ടിൽ ഒരു സ്ത്രീയെ കൊണ്ടു വന്നു. സഫിയ വളരെ സന്തോഷത്തോടെ എന്റെ വീട്ടിൽ താമസിച്ചു.

ബലാൽക്കാരമായി ഞാൻ സഫിയയെ എന്റെ വീട്ടിൽ താമസിപ്പിച്ചിരിക്കുന്നു എന്ന് പറഞ്ഞ് സഫിയയുടെ അച്ഛൻ എന്റെ പേരിൽ കേസ് കൊടുത്തു. കോടതിയിൽ കേസ് വിസ്താരം നടന്നു. അഭിമാനത്തിന് ക്ഷതമേറ്റാലോ എന്നു കരുതി, അച്ഛൻ പീഡിപ്പിക്കാൻ ശ്രമിച്ചതൊന്നും കുട്ടി കോടതിയിൽ വെളിപ്പെടുത്തിയില്ല. വിസ്താരത്തിന് അവസാനം വിധി അയാൾക്കനുകൂലമായി വന്നു. സഫിയയെ കോടതി അയാൾക്കൊപ്പം വിട്ടെങ്കിലും അയാൾ പുറത്തുപോയ സമയം നോക്കി അവൾ എന്റെ അടുത്ത് വന്നു. കിച്ചു ഭായി എന്നെ പറഞ്ഞു വിടരുതെന്ന് പറഞ്ഞു കരഞ്ഞു. നിയമ വശങ്ങളൊക്കെ ഞാൻ കുട്ടിക്ക് പറഞ്ഞു കൊടുത്തെങ്കിലും അതൊന്നും കേൾക്കാൻ കുട്ടി തയ്യാറായില്ല. ഞാൻ വല്ലാത്ത ധർമ്മ സങ്കടത്തിലായി. നീതിയോടും നിയമത്തോടും പൊരുതി ഇക്കാര്യത്തിലൊരു വിധിനിർണ്ണയത്തിന് സാധ്യമല്ലെന്ന് ഉറപ്പുള്ളതു കൊണ്ട്, അറ്റകൈയ്ക്ക് ഞാൻ സഫിയയെ കൊണ്ട് ഒരു ആത്മഹത്യാ കുറിപ്പ് എഴുതിച്ചു. അന്ന് രാത്രിയിൽ ഞാൻ എസ്റ്റേറ്റിൽ നിന്നുകൊണ്ട് തന്നെ സഫിയയെ ഇവിടെ എത്തിച്ചു. അന്നുമുതൽ സഫിയ ഇവിടെയാണ് താമസിക്കുന്നത്. അവൾ മിടുക്കിയാണ്. ഇവിടെയിരുന്ന് പഠിക്കാൻ ഞാൻ അവൾക്ക് പുസ്തകങ്ങളും സി.ഡിയും എത്തിച്ചു കൊടുക്കും. എന്റെ ഒരേഒരു

പെങ്ങളായി അവളിവിടെ ജീവിക്കുന്നു. അവൾ സുന്ദരിയല്ലേ. പത്തിരുപത് വയസ്സാകുമ്പോൾ ഒരു സുൽത്താനെ കണ്ടുപിടിച്ച് അവളെ ഏൽപ്പിച്ചാൽ എന്റെ ദൗത്യം പൂർത്തിയായി. ആത്മഹത്യ ചെയ്തു എന്ന് എല്ലാപേരും വിശ്വസിച്ചിരിക്കുന്ന വ്യക്തിയെ ഒളിവിൽ താമസിപ്പിച്ചിരിക്കുന്ന വിവരം ആരോടെങ്കിലും പറയാൻ സാധിക്കുമോ? അതാ സഫിയയെ കുറിച്ച് തന്നോട് പറയാതിരുന്നത്."

കാശിനാഥ് പറഞ്ഞതെല്ലാം താൽപര്യത്തോടെ കേട്ടിരുന്നെങ്കിലും അയാളുടെ വാക്കുകളെ പൂർണ്ണമായി വിശ്വസിക്കാൻ കസ്തൂരിയുടെ മനസ്സ് തയ്യാറായില്ല. എങ്കിലും അങ്ങേയറ്റം ആത്മാർത്ഥത അഭിനയിച്ചു കൊണ്ട് അവൾ പറഞ്ഞു.

"നിയമത്തിനു മുന്നിൽ തെറ്റായ കാര്യമാണ് ചെയ്തതെങ്കിലും മനഃസാക്ഷിയെ മുൻനിർത്തി സഫിയയ്ക്കു വേണ്ടി കിച്ചുവേട്ടൻ ചെയ്തത് വളരെ ഉചിതമായ കാര്യമാണ്. ആ അവസ്ഥയിൽ കുട്ടിയെ കിച്ചുവേട്ടൻ രക്ഷിച്ചില്ലായിരുന്നെങ്കിൽ ഒരു പക്ഷേ സഫിയ ഇന്ന് ജീവിച്ചിരിക്കുമായിരുന്നില്ല."

കസ്തൂരിയുടെ അഭിപ്രായത്തെ അനുകൂലിച്ചു കൊണ്ട് വളരെ താൽപര്യത്തോടെ കാശിനാഥ് പറഞ്ഞു.

"ശരിയാ. അക്കാര്യം സഫിയയും എന്നോട് പറഞ്ഞിട്ടുണ്ട്. കുറച്ചു ശരികളും കുറച്ച് തെറ്റുകളും ഇഴ ചേർന്നതാണ് എന്റെ ജീവിതം. അതിലെല്ലാം എന്റെ തന്നെ സ്വന്തം നീതിയും നിയമവും ഉണ്ടാകും."

കസ്തൂരി എല്ലാം തല കുലുക്കി കേട്ടുകൊണ്ടിരുന്നു. അവിടെ താമസിക്കുന്ന മറ്റുള്ളവരുടെ കഥ അറിയാനും അവളുടെ മനസ്സ് വ്യഗ്രതപ്പെട്ടു കൊണ്ടിരുന്നു. സ്വരത്തിൽ മയം വരുത്തിക്കൊണ്ട് അവൾ ചോദിച്ചു.

"സുചിത്ര ചേച്ചി എങ്ങനെയാ ഇവിടെ എത്തിയത്?"

കാശിനാഥ് ഒരു നിമിഷം ആലോചനാ ഭാവത്തിലിരുന്ന ശേഷം പറഞ്ഞു തുടങ്ങി.

"കാശുള്ളവനെ കണ്ടാൽ ചില സിനിമാ നടികൾ മുന്നും പിന്നും നോക്കില്ല. ഒപ്പം വരും. മൂന്നു ദിവസം കഴിഞ്ഞ് പോകുമ്പോൾ ആറക്കമുള്ള ഒരു കെട്ട് കൈയിൽ വച്ചു കൊടുത്താൽ മതി. സാറ് പ്രൊഡ്യൂസ് ചെയ്യുന്ന ചിത്രത്തിൽ എന്നെത്തന്നെ നായികയാക്കണമെന്ന റക്കമെന്റും ഒപ്പം ഉണ്ടാകും... സദാചാരങ്ങൾ മുറുകെ പിടിക്കുന്ന നടികളും ഉണ്ട്. അവർ കലയോടുള്ള അഭിനിവേശം കൊണ്ടോ പ്രശസ്തിക്കു

വേണ്ടിയോ അഭിനയിക്കുന്നവരാണ്. പുരുഷനെ തേടി ഇങ്ങോട്ടു വരുന്ന പെണ്ണിനെ എനിക്കിഷ്ടമല്ല. ഭവിത എന്ന നടി പിരിവുകാരി നടികളിൽ നിന്ന് വ്യത്യസ്ത ആയിരുന്നു. അവർ അഭിനേത്രി മാത്രമായിരുന്നില്ല, നല്ല നൃത്തകിയും പാട്ടുകാരിയും ആയിരുന്നു. അതുകൊണ്ടു തന്നെ എനിക്ക് അവളോട് ഒരു പ്രത്യേക താൽപര്യം തോന്നി. അവൾ കാർക്കശ്യക്കാരി ആയിരുന്നു. അന്യരുടെ ഫോൺ അറ്റെന്റ് ചെയ്യുകയോ അവരോട് സംസാരിക്കുകയോ ചെയ്യില്ലായിരുന്നു. തന്നോടെന്ന പോലെ തന്നെ അവളും എന്റെ ഉള്ളിൽ ഒരു ഹരമായി. എങ്ങനെയെങ്കിലും ഭവിതയെ കീഴ്പ്പെടുത്തണമെന്ന് തോന്നി. അവളുടെ ബ്യൂട്ടീഷ്യൻ വഴി അവളോട് അടുക്കാമെന്ന് ഞാൻ കണക്കു കൂട്ടി. സുചിത്ര ആയിരുന്നു ഭവിതയുടെ ബ്യൂട്ടീഷ്യൻ.

എന്റെ ആവശ്യം അറിയിച്ചതു മുതൽ ഭവിതയുടെ വിശേഷങ്ങളെല്ലാം സുചിത്ര എന്നെ അറിയിച്ചുകൊണ്ടിരുന്നു. അതിന്റെ പേരിൽ ഒരോ ആവശ്യങ്ങൾ പറഞ്ഞ് എന്റെ കൈയിൽ നിന്ന് സുചിത്ര ഒരുപാട് കാശ് പറ്റിക്കൊണ്ടുമിരുന്നു. എന്നെ കുറിച്ചുള്ള വിവരങ്ങളെല്ലാം ഭവിതയോടു പറയുന്നു എന്ന് അവളെന്നോട് പറഞ്ഞു. ഭവിതയോട് നേരിട്ട് സംസാരിക്കണമെന്ന് ഞാൻ പറഞ്ഞപ്പോൾ അതിനുള്ള അവസരം ഉണ്ടാക്കിത്തരാമെന്ന് സുചിത്ര പറഞ്ഞു. എന്റെ ആവശ്യം വാശിയായപ്പോൾ പെട്ടെന്നൊരു ദിവസം ഭവിതയെയും സുചിത്രയെയും കാണാതാകുന്നു. അന്വേഷിച്ചപ്പോഴറിഞ്ഞു രണ്ടു പേരും ഖത്തറിലാണെന്ന്. ഹാഷിം ഫിലിംസിന്റെ ചിത്രം ചെയ്യാനാണ് ഭവിത കേരളത്തിൽ വന്നത്. ഭവിത അഭിനയിച്ചിരുന്ന സിനിമയിൽ അസിസ്റ്റന്റ് ഡയറക്ടറായി വർക്ക് ചെയ്തിരുന്ന ശൈലേഷ് മിത്ര ഭവിതയുടെ അകന്ന ബന്ധുവാണ്. ശൈലേഷ് മിത്രയോട് ചോദിച്ച് ഭവിതയുടെ താമസ സ്ഥലത്തെക്കുറിച്ചൊക്കെ അറിഞ്ഞു. ഒരു മാസം കഴിഞ്ഞ് ഞാൻ ഖത്തറിൽ എത്തി. ഭവിത താമസിക്കുന്ന ഫ്ളാറ്റ് കണ്ടു പിടിച്ചു. ഫ്ളാറ്റിലെ ഗ്രൗണ്ട് ഫ്ലോറിൽ താമസിക്കുന്ന ഫാമിലിയോട് ചോദിച്ച് ഭവിതയെ കുറിച്ചുള്ള വിവരങ്ങളെല്ലാം അറിഞ്ഞു. അപ്പോഴാണ് ഞാൻ അറിയുന്നത് ഖത്തറിലെ ഒരു ഹോസ്പിറ്റലിലെ ഡോക്ടറായ സുചിത്രയുടെ അനുജൻ ഭവിതയെ വിവാഹം കഴിച്ചെന്ന്. അഭിനയിച്ച സിനിമ റിലീസ് ആകുന്നതു വരെ എല്ലാം രഹസ്യമാക്കി വച്ചിരിക്കുകയായിരുന്നെന്ന്. ബോധപൂർവം എന്നെ ചതിച്ച് സുചിത്ര പണം തട്ടിയെടുക്കുക ആയിരുന്നെന്ന്

അറിഞ്ഞപ്പോൾ അവളോടുള്ള എന്റെ പ്രതികാരത്തിന് അഗ്നിയേക്കാൾ ശക്തിയായി. അവിടുന്ന് ഞാൻ നാട്ടിലേക്ക് മടങ്ങി. ഒരു പ്രമുഖ നടിക്ക് അഞ്ച് ലക്ഷം രൂപ വാഗ്ദാനം ചെയ്ത്, അവളുടെ ബ്യൂട്ടിഷ്യനാകാൻ വേണ്ടി സുചിത്രയെ വിളിപ്പിച്ചു. സുചിത്ര ആവശ്യപ്പെടുന്ന കാശ് കൊടുക്കാമെന്ന് നടി പറഞ്ഞപ്പോൾ സുചിത്ര എമർജൻസി ടിക്കറ്റെടുത്തിങ്ങു പോന്നു. നടിയുടെ വീടെന്നു പറഞ്ഞ് സുചിത്രയെ കൊണ്ടെത്തിച്ചത് ഈ ബംഗ്ലാവിലായിരുന്നു. അന്നു മുതൽ ഞാൻ സുചിത്രയെ ഇതിനകത്തിട്ടടച്ചു."

തന്ത്രപരമായി ചതിച്ച സ്ത്രീയോട് തന്ത്രപരമായി തന്നെ പ്രതികാരം ചെയ്തു എന്ന വസ്തുത ആത്മ സംതൃപ്തിയോടെ കാശിനാഥ് പറഞ്ഞു നിർത്തിയപ്പോൾ കസ്തൂരിയുടെ തലയിൽ ഒരു പെരുപ്പ് പടർന്നു കയറുന്നതു പോലെ തോന്നി. അവൾ അക്ഷരാർഥത്തിൽ നടുങ്ങിയെങ്കിലും ഒന്നും പുറത്തു കാട്ടാതെ ചോദിച്ചു.

"പിന്നെ ഭവിതയെ കണ്ടില്ലേ...."

"എനിക്ക് അവളെ കാണേണ്ട കാര്യമില്ലല്ലോ. അവളെന്നോട് ഒരു തെറ്റും ചെയ്തിട്ടുമില്ല. എന്റെ ഉള്ളിലുള്ളതൊന്നും അവൾ അറിഞ്ഞിരുന്നുമില്ല."

തെറ്റും ശരിയും സ്വയം വിശകലനം ചെയ്തു കൊണ്ട് കാശിനാഥ് സംസാരിച്ചപ്പോൾ മാലിനിയുടെ കഥ കൂടി അറിയണമെന്ന ആഗ്രഹം കസ്തൂരി അയാളെ അറിയിച്ചു. മാലിനിയുടെ കഥ പറഞ്ഞു തുടങ്ങുന്നതിനു മുൻപ് അയാൾ പറഞ്ഞു.

"കഥ പറയിച്ച് പറയിച്ച് എല്ലാം താൻ എന്നിൽ നിന്ന് ചോർത്തിയെടുത്തു. ഇനി ഒന്നായിട്ടെന്തിനാ ബാക്കി വയ്ക്കുന്നത്. പറഞ്ഞേക്കാം."

കാശിനാഥ് പറയുന്നത് കേൾക്കാൻ കസ്തൂരി കാതോർത്തിരുന്നു. കസ്തൂരിയുടെ കണ്ണുകളിലെ ജിജ്ഞാസ തിരിച്ചറിഞ്ഞ് കാശിനാഥ് പറഞ്ഞു.

"ഞാൻ പറയുന്ന കഥകൾ തന്നെ ലഹരി പിടിപ്പിക്കുന്നെന്ന് തോന്നുന്നല്ലോ."

"മാലിനി ആന്റി എങ്ങനെയാ ഇവിടെ എത്തിയതെന്ന് ഞാൻ അവരോട് ചോദിച്ചിരുന്നു. അവരെ കുറിച്ചും അവരുടെ മകളെ കുറിച്ചും എങ്ങും തൊടാതെ അവരെന്തൊക്കെയോ പറഞ്ഞിരുന്നു. എനിക്കൊന്നും മനസ്സിലായില്ല. അവർ പറഞ്ഞ കാര്യങ്ങളിലെ

പൊരുളെന്തെന്നിയാൻ ഞാൻ ആഴത്തിൽ ചിന്തിച്ചെങ്കിലും എനിക്ക് ഒന്നും ഊഹിക്കാൻ കഴിഞ്ഞില്ല. അവരെ കുറിച്ചറിയാൻ അന്നു മുതൽ തോന്നിയ ആകാംക്ഷയാ."

"തന്റെ കടുത്ത ആകാംക്ഷ ശമിപ്പിക്കാൻ ഞാൻ പറയാം. റെഡ് സ്ട്രീറ്റിൽ ആവശ്യക്കാർക്ക് ശരീരം വിറ്റ് ജീവിക്കുന്ന സ്ത്രീയായിരുന്നു മാലിനി. അച്ഛൻ ആരാണെന്ന് അറിയാത്ത ഒരു മോൾ അവർക്ക് ജനിച്ചു. ആ സ്ട്രീറ്റിൽ തന്നെ കുട്ടിയും വളർന്നു. ഫ്രഷായ സുന്ദരികൾ സ്ട്രീറ്റിൽ വന്നു പെടുമ്പോൾ, വളരെ ധനികരായ കസ്റ്റമേഴ്സിനെ അങ്ങോട്ടു പോയി കണ്ടുപിടിക്കുന്ന പതിവ് അവരുടെ ഇടയിലുണ്ട്. ഒരു ദിവസം മാലിനി എന്നെ വന്ന് കണ്ടിട്ടു പറഞ്ഞു. പതിനെട്ട് വയസ്സുള്ള സുന്ദരിയായ പെൺകുട്ടി ഉണ്ട്. രണ്ടു ലക്ഷം രൂപ കൊടുത്താൽ പെൺകുട്ടിയെ എന്റെ വീട്ടിലെത്തിക്കാമെന്ന്. ഞാൻ അവരോട് അനുകൂലിച്ചോ പ്രതികൂലിച്ചോ സംസാരിച്ചില്ല.

ഒരു ദിവസം രാത്രി അവർ കുട്ടിയെയും കൂട്ടി എന്റെ വീട്ടിൽ വന്നു. ഒരു കൂസലും ഇല്ലാതെ പെൺകുട്ടി എന്റെ മുറിയിൽ വന്നു. ഞാൻ പ്രതീക്ഷിച്ചതിലും സുന്ദരിയായിരുന്നു അവൾ. അവൾ നേരിയ സ്വരത്തിൽ എന്നോടു പറഞ്ഞു. പുറത്തു നിൽക്കുന്ന സ്ത്രീ ഇതു പോലുള്ള ഓഫറുകളുമായി വന്നാൽ സാർ അതൊന്നും സ്വീകരിക്കരുതെന്നും സ്വീകരിച്ചാൽ ചതിയിൽ അകപ്പെടുമെന്നും പറഞ്ഞു. എന്താ അങ്ങനെ പറഞ്ഞതെന്ന് ഞാൻ ആ കുട്ടിയോട് ചോദിച്ചപ്പോൾ അവൾ പറഞ്ഞു, പുറത്തു നിൽക്കുന്ന സ്ത്രീ അവളുടെ അമ്മയാണെന്ന്. എന്റെ അമ്പരപ്പ് മാറുന്നതിനു മുൻപു തന്നെ അവൾ പറഞ്ഞു, അവളൊരു എഡ്സ് രോഗിയാണെന്നും പതിനാറ് വയസ്സാകുന്നതിനു മുൻപ് തന്നെ മാലിനി അവളെ വിറ്റ് കാശുണ്ടാക്കാൻ തുടങ്ങിയെന്നും ഇപ്പോഴും അവളെ വിറ്റ് കാശുണ്ടാക്കാൻ നോക്കുകയാണെന്നും... അന്നേ ദിവസം ആ കുട്ടിയെ എന്റെ വീട്ടിൽ തങ്ങാൻ പറഞ്ഞു. മാലിനിയോട് പിറ്റെ ദിവസം വരാനും പറഞ്ഞു.

ഞാൻ പെൺകുട്ടിയെ അഗതി മന്ദിരത്തിലാക്കിയ ശേഷം ചികിത്സയ്ക്കു വേണ്ടിയുള്ള ഏർപ്പാടുകളും ചെയ്തു. ആ പെൺകുട്ടി എന്നോട് ഒന്നേ ആവശ്യപ്പെട്ടിരുന്നുള്ളൂ. അമ്മയെന്നു പറയുന്ന സ്ത്രീ ഒരിക്കലും അവളെ ഒരു നോക്ക് കാണരുതെന്ന്. ശരിയെന്ന് ഞാനവൾക്ക് വാക്കു കൊടുത്തു. പിറ്റെ ദിവസം മകളെ വിറ്റ കാശ് വാങ്ങാൻ മാലിനി വന്നപ്പോൾ ഞാൻ പറഞ്ഞു, എനിക്ക് മകളേക്കാൾ താൽപര്യം

മാലിനിയോടാണെന്ന്. ഒരു ദിവസം എന്നോടൊപ്പം കഴിഞ്ഞാൽ ചോദിക്കുന്ന കാശ് തരാമെന്നും പറഞ്ഞപ്പോൾ, ഒരു നിമിഷം പോലും ചിന്തിക്കാതെ അവരെന്നോടൊപ്പം വരാൻ തയ്യാറായി. അപ്പോൾ തന്നെ ഞാൻ അവരെ കൂട്ടിക്കൊണ്ടു വന്നത് ഇവിടേക്കായിരുന്നു. ഇതിനകത്ത് അവരെ ഒരു മുറിയിലാക്കിയ ശേഷം അവരുടെ മകൾ എന്നോട് പറഞ്ഞതൊക്കെ ഞാനവരോട് പറഞ്ഞു. പിന്നെ ഞാൻ അവരുടെ മകൾക്ക് കൊടുത്ത വാക്കിനെ കുറിച്ചും... കുറെ മാസങ്ങൾ അവർ ഇവിടെ താമസിച്ചപ്പോൾ അവർ ചെയ്ത തെറ്റുകളെ കുറിച്ചോർത്ത് അവർക്ക് കുറ്റ ബോധവും പശ്ചാത്താപവും തോന്നി. ഇനി മരണം വരെ ഇവിടുത്തെ ജോലിക്കാരിയായി ജീവിക്കുന്നതു തന്നെയാണ് അവർക്ക് താൽപര്യമെന്ന് അവർ പറഞ്ഞു."

വിസ്മയകരമായ കഥകളുള്ള മനുഷ്യർ ജീവിക്കുന്ന വിസ്മയ ലോകത്താണ് താൻ ജീവിക്കുന്നതെന്ന് കസ്തൂരിക്ക് തോന്നി. ഓരോരുത്തരുടെയും ജീവിതങ്ങളെ കുറിച്ച് മനസ്സിൽ വിശകലനം ചെയ്ത് ചിന്തിച്ചിരുന്നപ്പോൾ കാശിനാഥ് ചോദിച്ചു.

"താനെന്താ ചിന്തിക്കുന്നത്?"

"അത്... ഓരോരുത്തരുടെയും ജീവിതങ്ങളെ കുറിച്ചും കിച്ചുവേട്ടന്റെ വ്യത്യസ്തമായ ജീവിതാനുഭവങ്ങളെ കുറിച്ചും ചിന്തിച്ചു പോയി."

കാശിനാഥ് പോക്കറ്റിൽ നിന്ന് സിഗററ്റ് പാക്കറ്റെടുത്ത് തുറന്ന് അതിൽ നിന്ന് ഒരു സിഗററ്റെടുത്ത് ഉള്ളം കയ്യിൽ വച്ച് ഒന്നു തട്ടിയ ശേഷം ലൈറ്ററെടുത്ത് സിഗററ്റിന് തീ പിടിപ്പിച്ചു. ചുണ്ടുകൾ വിടർത്തി സിഗററ്റ് ചുണ്ടിനുള്ളിൽ തിരുകി ആവേശത്തോടെ പുക ഉള്ളിലേക്ക് എടുത്തു. ഏതാനും നിമിഷം പുക ഉള്ളിൽ തടഞ്ഞു വച്ച ശേഷം മുഖത്ത് വല്ലാത്ത അനുഭൂതി പ്രകടമാക്കിക്കൊണ്ട് പുക ചുരുളുകൾ പുറത്തേക്ക് വിട്ടു. പുക മണം കസ്തൂരിയുടെ മൂക്കിനടുത്തു വന്നപ്പോൾ അവൾ മുഖത്ത് ചുളിവ് വരുത്തിക്കൊണ്ട് മുഖം തിരിച്ചു. അത് ശ്രദ്ധിച്ച കാശിനാഥ് പറഞ്ഞു.

"തനിക്ക് സിഗററ്റിന്റെ മണം ഇഷ്ടമല്ല അല്ലേ. പുരുഷന്റെ സിഗററ്റ് വലി ഇഷ്ടപ്പെടുന്നവരാ മിക്കവാറുമുള്ള സ്ത്രീകൾ. താനൊരു പരിസ്ഥിതി പ്രവർത്തകയും ലഹരി വിരുദ്ധ സരമ പരിപാടികളിലെയൊക്കെ സജീവ സാന്നിദ്ധ്യവുമായിരുന്നു എന്ന കാര്യം ഞാൻ ഓർത്തില്ല. സോറി. ഇനി തന്റെ മുന്നിൽ നിന്ന് ഞാൻ സിഗററ്റ് വലിക്കില്ല."

കാശിനാഥ് ക്ഷമാപണം നടത്തിയപ്പോൾ കസ്തൂരിയുടെ ചുണ്ടിൽ ഒരു വിളറിയ പുഞ്ചിരി വിടർന്നു. ഈ വൃത്തികെട്ടവനെ ഗുണദോഷിച്ചിട്ട് കാര്യമില്ലെന്ന് ചിന്തിച്ച് പുകയിലയുടെ ദോഷ വശങ്ങളെ കുറിച്ച് സംസാരിക്കാൻ അവൾ തയ്യാറായില്ല. കാശിനാഥ് മാറി നിന്ന് ഒന്ന് രണ്ട് പുകച്ചുരുളുകൾ എടുത്ത ശേഷം സിഗററ്റ് കെടുത്തി ഡെസ്റ്റ് ബിന്നിലിട്ടു. വീണ്ടും അയാൾ കസ്തൂരി ഇരുന്ന കട്ടിലിൽ അവൾക്കരുകിൽ വന്നിരുന്നു. ഒപ്പം താമസിക്കുന്നവരുടെ കഥ അറിഞ്ഞതു മുതൽ അവളുടെ മനസ്സ് കൊടുങ്കാറ്റു പോലെ എങ്ങോട്ടെന്നില്ലാതെ പായുകയായിരുന്നു. അവൾ ഏതോ സ്മൃതികളിൽ ആണ്ടിരിക്കുമ്പോൾ സിഗററ്റ് മണക്കുന്ന അയാളുടെ ചുണ്ടുകൾ അവളുടെ കവിളിൽ അമർന്നു. ഒരു ഞെട്ടലോടെ കസ്തൂരി അയാളെ നോക്കി. സർവശക്തിയുമെടുത്ത് കാശിനാഥിനെ അടിച്ച് അയാളുടെ കരണം പുകക്കണമെന്ന് അവളുടെ മനസ്സ് ആഗ്രഹിച്ചെങ്കിലും അവൾ ശ്വാസം അടക്കിയിരുന്നു. ആത്മരോഷം കാരണം അവളുടെ സിരകൾ ത്രസിച്ചു നിന്നു. അയാൾ സ്പർശിച്ച അവളുടെ ശരീരഭാഗത്തെ മുറിച്ചെറിയണമെന്ന് അവൾക്ക് തോന്നി. അവൾ വീർപ്പുമുട്ടലോടെ ഇരുന്നപ്പോൾ അയാൾ അവളെ താലോലിക്കാൻ ഒരുമ്പെടുന്നതു പോലെ തോന്നി. ആ ഉദ്യമത്തിൽ നിന്ന് അയാളെ പിൻതിരിപ്പിക്കാനായി അവൾ വിഷയം മാറ്റിക്കൊണ്ട് ചോദിച്ചു.

"ജിഗീഷിപ്പോ എവിടെ? അയാളിപ്പോ പഴയതു പോലുള്ള പ്രവർത്തനങ്ങളിലൊക്കെ സജീവമാണോ?"

"അവനിപ്പോ പഴയതു പോലെ കോളെജിൽ പോകുന്നു. തന്റെ അഭാവത്തിൽ അവനിപ്പോ കൊമ്പനല്ലേ. തീ പാറുന്ന പ്രസംഗവുമായി വേദികളിൽ നിന്ന് വേദികളിലേക്ക് ഓട്ടപ്പാച്ചിലിലല്ലേ. ഏതു പരിപാടിയിലും അവൻ തന്നെയാ മുഖ്യൻ. ചെത്ത് പയ്യനല്ലേ ഒരുപാട് പെൺകുട്ടികൾ ആരാധകരായും ഉണ്ട്. ഇപ്പൊ അവൻ അതൊക്കെ ആസ്വദിക്കുന്നുമുണ്ട്. താൻ അടക്കി വച്ചിരുന്ന സിംഹാസനത്തിലെ പുതിയ അവകാശിയെ പോലെയാണ് അവനിപ്പോൾ."

ജിഗീഷിന്റെ പ്രസക്തവും അപ്രസക്തവുമായ കഴിവുകളെ പ്രകീർത്തിച്ചു കൊണ്ട് കാശിനാഥ് സംസാരിച്ചപ്പോൾ അയാളുടെ വാക്കുകൾ അരോചകവും ജുഗുപ്സ ഉളവാക്കുന്നതുമായി കസ്തൂരിക്ക് തോന്നി. അവളുടെ ഉള്ളിലെ പിരിമുറുക്കം വർധിച്ചപ്പോൾ അവൾ ചിന്തിച്ചു. 'ഈ രാക്ഷസനും ജിഗീഷെന്ന കൂട്ടിക്കൊടുപ്പുകാരനും കൂടി എന്റെ

ജീവിതവും വിദ്യാഭ്യാസവുമൊക്കെ നശിപ്പിക്കും. ഇപ്പോൾ അയാൾ എന്നെ അയാളുടെ കൈവെള്ളയിലിട്ട് അമ്മാനമാടുകയാ. പണവും സ്വാധീനവും ഉള്ളതു കൊണ്ട് ഇയാൾ വല്ലാതെ തിമിർക്കുകയാ. കുറച്ചു വിഷമെങ്കിലും കിട്ടിയിരുന്നെങ്കിൽ വൃത്തികെട്ടവനെ കൊണ്ട് കുടിപ്പിക്കാമായിരുന്നു.' കസ്തൂരി ഗാഢമായി ചിന്തിച്ചിരുന്നപ്പോൾ കാശിനാഥ് അവളുടെ കണ്ണിനു നേരെ കൈ വീശിക്കൊണ്ട് ചോദിച്ചു.

"കസ്തൂരി... എന്താ?"

ഞെട്ടലോടെ അവൾ കാശിനാഥിനെ നോക്കി. വ്യത്യസ്ത വികാരങ്ങളും ഭാവങ്ങളും നിഴലിച്ചിരുന്ന അവളുടെ കണ്ണുകളിൽ നോക്കിക്കൊണ്ട് കാശിനാഥ് ചോദിച്ചു.

"ഞാനടുത്തിരിക്കുമ്പോൾ താനെന്താ ഇത്ര ഗാഢമായി ചിന്തിച്ചുകൂട്ടുന്നത്."

"കിച്ചുവേട്ടൻ പറഞ്ഞ കഥകൾ എന്റെ മനസ്സിനെ പ്രകമ്പനം കൊള്ളിക്കുന്നു. ഞാൻ ഇവിടെ താമസിക്കുന്നവരെ കുറിച്ച് ചിന്തിച്ചതാ."

കസ്തൂരിയുടെ ചിന്തകളെ നിസ്സാരവൽക്കരിച്ചു കൊണ്ട് കാശിനാഥ് പറഞ്ഞു.

"തന്റെ ക്യൂറിയോസിറ്റി കാരണമാ ഞാനെല്ലാം പറഞ്ഞത്. അതൊക്കെ മറന്നേക്ക്. ഇനി നമുക്ക് നമ്മുടെ ജീവിതമല്ലേ പ്രധാനം."

പ്രണയ പരവേശത്തോടെ കാശിനാഥ് പറഞ്ഞപ്പോൾ, അഗ്നികുണ്ഡത്തിലിരുന്നെരിയുന്ന ശരീരത്തെ കൊത്തിപ്പറിച്ചെടുക്കാൻ ആർത്തിയോടെയും ആവേശത്തോടെയും ഊഴം കാത്തു നിൽക്കുന്ന കഴുകനാണ് കാശിനാഥെന്ന് അവൾക്ക് തോന്നി. അവളുടെ ഹൃദയത്തിന്റെ കരച്ചിൽ കണ്ണുകളിൽ കൂടി ഒഴുകാതിരിക്കാൻ വളരെ ശ്രമപ്പെട്ട് അവളുടെ മനസ്സിനെ ബലപ്പെടുത്തിക്കൊണ്ടിരുന്നു. എങ്ങനെയെങ്കിലും കാശിനാഥിനെ ഒഴിവാക്കാനായി അസഹ്യമായ വേദന നടിച്ചു കൊണ്ട് കസ്തൂരി പറഞ്ഞു.

"എനിക്ക് നന്നായി തല വേദനിക്കുന്നു."

സ്നേഹനിധിയായ കാമുകന്റെ കരുതലോടെ കാശിനാഥ് ചോദിച്ചു.

"കസ്തൂരിക്ക് എന്തെങ്കിലും മെഡിസിൻ... ഇപ്പൊ എത്തിക്കാം."

ശബ്ദത്തിൽ ആവശ്യത്തിലധികം വിനയം കലർത്തിക്കൊണ്ട് കസ്തൂരി പറഞ്ഞു.

"ചെറിയ എന്തെങ്കിലും അസുഖം വന്നാൽ ഞാൻ മെഡിസിൻസ്

ഉപയോഗിക്കാറില്ല. കുഞ്ഞുകുഞ്ഞു രോഗങ്ങളെ പ്രതിരോധിക്കാനുള്ള കഴിവൊക്കെ നമ്മുടെ ബോഡിക്കുണ്ടല്ലോ. അല്പം റസ്റ്റെടുത്താൽ മാറാവുന്നതേ ഉള്ളൂ. സാധാരണ ഒന്നുറങ്ങി എണീറ്റാൽ തന്നെ എല്ലാം മാറും."

കസ്തൂരിയെ പാളി നോക്കിക്കൊണ്ട് കാശിനാഥ് പറഞ്ഞു.

"എനിക്ക് ഇവിടം വിട്ടു പോകാനുള്ള സമയമായെന്ന സാരം. എന്നാ ശരി. കസ്തൂരി റസ്റ്റെടുത്തോളൂ."

കാശിനാഥ് യാത്ര പറഞ്ഞിറങ്ങിയപ്പോൾ കസ്തൂരിയുടെ ശക്തിയും സ്വാഭിമാനവും തിരിച്ചുകിട്ടിയതുപോലെ തോന്നി. അവൾ നെടുതായി നിശ്വസിച്ചുകൊണ്ട് കിടക്കയിലേക്ക് വീണു. മനസ്സിനെ സ്വയം ആശ്ലേഷിച്ച് ശാന്തപ്പെടുത്തിയ ശേഷം, ശരീരത്തിലെ അഗ്നി കെടുത്തുവാനെന്നവണ്ണം ജഗ്ഗിൽ നിന്നും തണുത്ത വെള്ളം കുടിച്ചു. വീണ്ടും കട്ടിലിൽ കിടന്നുകൊണ്ട് അവൾ ചിന്തിച്ചു. 'കാശിനാഥിന് പല പ്രായത്തിലുള്ള സ്ത്രീകളുമായി ബന്ധമുണ്ടായിരുന്നു. അയാൾ മനസ്സിൽ ആഗ്രഹിക്കുന്നവരെ സ്വന്തം വരുതിയിൽ കൊണ്ടു വരാൻ വേണ്ടി എന്തു സാഹസത്തിനും മുതിരും. അയാളുടെ പ്രതി കാരാഗ്നിക്ക് ഇരയാകുന്നവരെ ജീവനോടെ കത്തിച്ച് ചാമ്പലാക്കും. ഇയാളുടെ വലയിൽ നിന്നും രക്ഷപ്പെടുക എന്നത് ഒരു ജീവൻമരണ പോരാട്ടമാണ്. ഇയാളുടെ മുന്നിൽ കീഴടങ്ങി ഇയാളുടെ ഭാര്യയായി ജീവിക്കുക എന്നത് മരണത്തേക്കാൾ ഭയാനകമാണ്. ചീഫ് മിനി സ്റ്റർ അടക്കമുള്ളവരെ ഇയാൾ തന്നിലേക്ക് ഒതുക്കി നിർത്തുന്നുണ്ട്. അതൊക്കെ വച്ചു നോക്കുമ്പോൾ ഞാൻ കേവലം നിസ്സാരയായ ഒരു പെണ്ണ്. എനിക്ക് ഇയാളെ എന്ത് ചെയ്യാനാകും? ഒന്നുകിൽ അയാളുടെ ഭാര്യാ വേഷം കെട്ടി അഭിനയിക്കണം... അല്ലെങ്കിൽ എന്ത് കുതന്ത്രം പ്രയോഗിച്ചും ഇവിടുന്ന് രക്ഷപ്പെടണം... അതുമല്ലെങ്കിൽ സൂയിസൈഡ് ചെയ്യണം. അതിനായിരുന്നെങ്കിൽ ഇത്രേം ദിവസം ഈ കാരാഗൃഹത്തിനുള്ളിൽ കഴിയേണ്ടിയിരുന്നില്ലല്ലോ. ആശയക്കുഴപ്പങ്ങളും ആശങ്കകളും അടങ്ങിയ വസ്തുതകൾ ധാരാളം ഉണ്ട്. സ്വപ്നങ്ങളെ താലോലിക്കുന്നതിനോടൊപ്പം സാധ്യതകളെ അഭിമുഖീകരിച്ച് അതിജീവിക്കുക. എന്റെ ഹൃദയം എനിക്കു വേണ്ടി സ്പന്ദിക്കണം. അതിനു വേണ്ടി ആത്മധൈര്യം സംഭരിക്കുകയും എല്ലാറ്റിനെയും അതിജീവിക്കുകയും ചെയ്യണം..."

നിഴലിനും വെളിച്ചത്തിനും ഇടയിലുള്ള അകലം അളന്നു

തിട്ടപ്പെട്ടുത്താൻ അവളുടെ കണ്ണുകളെയും പ്രജ്ഞയെയും പ്രാപ്തമാക്കാൻ ജാഗരൂകയായി. തന്റെ പ്രതിരോധശക്തിയെയും ആത്മധൈര്യത്തെയും കുറിച്ച് കൂടുതൽ ബോധവതിയായി. കാശിനാഥെന്ന ശത്രുവിനെ കുരുക്കാനുള്ള വല നെയ്യാൻ തുടങ്ങി. ഒരു ദിവസം കാശിനാഥ് കസ്തൂരിയെ കാണാൻ വന്നപ്പോൾ, അവൾക്ക് പുറം ലോകമൊക്കെ കാണണമെന്നുള്ള ആഗ്രഹം അറിയിച്ചു. അവളുടെ ആഗ്രഹം നിഷേധിച്ചാൽ അത് കസ്തൂരിയെ വേദനിപ്പിക്കുമെങ്കിലോ എന്നു കരുതി കാശിനാഥ് അവളുടെ ആഗ്രഹത്തിന് വഴങ്ങി. അയാൾ അവളെയും കൂട്ടി ഗ്രൗണ്ട് ഫ്ലോറിൽ വന്നു. മുറിയിൽ നിന്ന് പുറത്തിറങ്ങിയ കസ്തൂരി കണ്ണുകൾ ചിമ്മി അടച്ചു കൊണ്ട് വല്ലാത്ത അസ്വസ്ഥത പ്രകടിപ്പിച്ചു. കസ്തൂരിയുടെ ഭാവ വ്യതിയാനങ്ങൾ ശ്രദ്ധിച്ചു കൊണ്ട് കാശിനാഥ് ചോദിച്ചു.

"എന്താ കസ്തൂരി... തനിക്കെന്തെങ്കിലും പ്രോബ്ലം."

വല്ലാത്ത പരിഭവം മുഖത്ത് പ്രകടമാക്കിക്കൊണ്ട് കസ്തൂരി പറഞ്ഞു.

"കിച്ചുവേട്ടൻ ആ പാതാളത്തിൽ ഒര് ആറ് മാസം ജീവിച്ചു നോക്ക്... ശേഷം ഇതുപോലെ പുറത്തിറങ്ങി നോക്കണം. അപ്പൊ അറിയാം പുതിയ പുതിയ അന്തരീക്ഷത്തോട് ബോഡി എങ്ങനെയാ പ്രതികരിക്കുന്നതെന്ന്. സൂര്യ പ്രകാശം പതിക്കുമ്പോൾ ശരീരം പൊള്ളുന്നു. അതുപോലെ തന്നെ ഈ പ്രകാശം കണ്ണിന് സഹിക്കാൻ കഴിയുന്നില്ല. എങ്കിലും ഈ പ്രകൃതിയിൽ നിന്ന് അകന്നു നിൽക്കാൻ എനിക്ക് കഴിയുന്നില്ല."

കസ്തൂരി വല്ലാതെ വികാരാധീനയായി. വല്ലാത്ത ആർദ്രതയോടെ അവൾ പറഞ്ഞു.

"ഈ മരങ്ങളോട്... പൂക്കളോട്... പക്ഷികളോട്... മൃഗങ്ങളോട്... സൂര്യനോടും കാറ്റിനോടും ചന്ദ്രനോടും നിലാവിനോടും നക്ഷത്രങ്ങളോടും മഴയോടും എന്നുവേണ്ട മൺതരിയോടുപോലും ഇഷ്ടം എന്നതിലുപരി അടക്കാനാവാത്ത പ്രണയമാണ്... ഹൃദയത്തെ പ്രകമ്പനം കൊള്ളിക്കുന്ന പ്രണയം..."

നെഞ്ചിൻ കൂട്ടിനുള്ളിലെ കലവറയിൽ വീർപ്പുമുട്ടലോടെ അടക്കി വച്ചിരുന്ന പ്രകൃതിയോടുള്ള പ്രണയത്തിന്റെ അലകൾ അവളുടെ കണ്ണുകളിലും സംസാരത്തിലും ആവേശമുണ്ടാക്കി. ഇപ്പോൾ അവൾക്ക് സ്വതന്ത്രമായ വീക്ഷണം സാധ്യമാകുന്നെങ്കിലും, അവളുടെ ബാഹ്യവും ആന്തരികവുമായ അവയവങ്ങളെ കാശിനാഥ് ശക്തമായ ചങ്ങല

കൊണ്ട് ബന്ധിച്ചിരിക്കുകയാണെന്ന ബോധം ഉണ്ടായപ്പോൾ കസ്തൂരി ശക്തിയായി കിതച്ചു. അവൾ വല്ലാതെ ദുർബലപ്പെടുന്നെന്നു തോന്നിയപ്പോൾ സിറ്റൗട്ടിലിട്ടിരുന്ന കസേരയിൽ ഇരുന്നു. കസ്തൂരി വേവലാതി പ്രകടിപ്പിച്ചപ്പോൾ കാശിനാഥ് ചോദിച്ചു.

"ഈ ക്ലൈമറ്റ് കസ്തൂരിയെ അസ്വസ്ഥപ്പെടുത്തുന്നുണ്ടോ... നമുക്ക് അകത്ത് മുറിയിലിരിക്കാം."

നിഷേധാർഥത്തിൽ തല ചലിപ്പിച്ചു കൊണ്ട് കസ്തൂരി പറഞ്ഞു.

"ഈ പ്രകൃതി എന്നെ അസ്വസ്ഥപ്പെടുത്തില്ല. പ്രകൃതി എന്നോട് പരിഭവിക്കുകയാണ്. ഞാൻ ഗാഢമായി പ്രണയിച്ചു കൊണ്ടിരുന്ന പ്രകൃതിയോട് ഒന്നും പറയാതെ ഒരു സുപ്രഭാതത്തിൽ ഒളിച്ചു കടന്നു കളഞ്ഞപ്പോൾ കാമുകിയായ എന്നോട് പ്രകൃതിക്ക് പരിഭവം തോന്നില്ലേ... കിച്ചുവേട്ടന്റെ കാമുകിയാണ് ഇങ്ങനെ ചെയ്തിരുന്നെങ്കിൽ കിച്ചുവേട്ടന് പരിഭവം തോന്നില്ലായിരുന്നോ..."

കസ്തൂരി കുറുമ്പോടെയാണ് സംസാരിച്ചതെങ്കിലും, അവളുടെ വാക്കുകൾ കാശിനാഥിന്റെ മാംസം തുളച്ച് ഉള്ളിലേക്ക് പടർന്നു കയറുന്നതു പോലെ തോന്നി. ചിന്താ ഭാവത്തിലിരുന്നു കൊണ്ട് കസ്തൂരി സംസാരിച്ചു.

"എന്തു ഭംഗിയാ നമ്മുടെ ഈ ഭൂമിക്ക്... മറ്റൊരു ഗ്രഹത്തിനും ഇല്ലാത്ത സൗന്ദര്യം."

കസ്തൂരിയുടെ പ്രകൃതി സ്നേഹം കേട്ട് അസൂയാലുആയതു പോലെ കാശിനാഥ് ചോദിച്ചു.

"അതിന് താൻ മറ്റ് ഗ്രഹങ്ങളിലൊന്നും പോയിട്ടില്ലല്ലോ... അങ്ങനെയിരിക്കെ ഭൂമിക്കാണ് സൗന്ദര്യം കൂടുതലെന്ന് എങ്ങനെ പറയാൻ കഴിയും?"

കാശിനാഥിന്റെ ചോദ്യം കസ്തൂരിയിൽ ഈർഷ്യ ഉളവാക്കി. അവൾ വല്ലാത്ത ആവേശത്തോടെ പറഞ്ഞു.

"സൂര്യനിൽ നിന്ന് നിശ്ചിത ദൂരത്തിൽ സ്ഥിതി ചെയ്യുന്ന ഗ്രഹത്തിൽ മാത്രമേ ജീവജാലങ്ങൾക്ക് ജീവിക്കാനാവശ്യമായ ചൂട് ലഭിക്കൂ. ആ കാലാവസ്ഥയിലേ അനുയോജ്യമായ വായു മണ്ഡലം രൂപീകൃതമാകൂ. ബുധനും ശുക്രനും സൂര്യനോട് അടുത്തായതു കൊണ്ട് ആ ഗ്രഹങ്ങളിൽ ചൂട് കൂടുതലായിരിക്കും. പിന്നെ ഭൂമിക്കപ്പുറമുള്ള ചൊവ്വ, വ്യാഴം, ശനി തുടങ്ങിയ ഗ്രഹങ്ങളിൽ തണുപ്പ് കൂടുതലായിരിക്കും. അതു കൊണ്ടു തന്നെ അവയൊന്നും ഭൂമിയുടെയത്ര

മനോഹരമായിരിക്കാനും ഇടയില്ല... പിന്നെ ഞാൻ ഭ്രമിയെ വളരെയധികം സ്നേഹിക്കുന്നു എന്നു പറയുന്നത് ശരി തന്നെ. അതുകൊണ്ട് ഭ്രമിയുടെ സഹോദരങ്ങളായ ഗ്രഹങ്ങളോട് ചിറ്റമ്മയോടെന്ന പോലുള്ള സ്നേഹവും ഉണ്ട്."

ആയുധം വച്ച് കീഴടങ്ങിയ മട്ടിൽ കാശിനാഥ് സംസാരിച്ചു.

"പറഞ്ഞതൊക്കെ ശരി തന്നെ. താൻ പ്രകൃതിയിലുള്ള എല്ലാറ്റിനെയും പ്രണയിക്കുന്നു എന്ന് പറഞ്ഞു. ആ സംസാരത്തിൽ മനുഷ്യനെ മാത്രം ഉൾപ്പെടുത്തിയില്ല എന്ന കാര്യം ഞാൻ ശ്രദ്ധിച്ചിരുന്നു. തനിക്ക് മനുഷ്യരോട് പ്രണയമില്ലേ..."

കാശിനാഥ് ചോദിച്ചപ്പോൾ നിമിഷാർദ്ധം കൊണ്ട് കസ്തൂരിയുടെ സിരകളിൽ ചുടു ചോര ഇരമ്പിക്കയറി. അവൾ ശ്രമപ്പെട്ട് ക്രോധം നിയന്ത്രിച്ചു കൊണ്ട് മുഖത്ത് പുഞ്ചിരി വരുത്തി. മുഖ ഭാവത്തിൽ മാറ്റം വരുത്തി കണ്ണുകളാൽ അയാളെ കടാക്ഷിച്ചു കൊണ്ട് പറഞ്ഞു.

"മനുഷ്യരോട് പ്രണയം ഉണ്ട്... പക്ഷേ പ്രകൃതിയിലെ ജീവജാലങ്ങളോട് തോന്നുന്ന പ്രണയം മനുഷ്യരോടില്ല. ദൈവത്തിന്റെ ശ്രേഷ്ഠ സൃഷ്ടിയായ മനുഷ്യർക്ക് ഒന്നിനോടും പ്രതിബദ്ധതയില്ല. കാമ ക്രോധ ലോപ മോഹാദികളുടെ ബന്ധനത്തിൽ പെട്ട്, അതിന് വേണ്ടി ഏത് ഹീന പ്രവർത്തി ചെയ്യാനും മടിക്കാത്തവരാ പലരും..."

ആവേശം ഇരമ്പിക്കയറിയെങ്കിലും കസ്തൂരി പെട്ടെന്ന് നിർത്തി. പറഞ്ഞതൊക്കെ അബദ്ധമായോ എന്ന് ചിന്തിച്ചപ്പോൾ, സംസാരത്തിന്റെ ഗതി മാറ്റാനായി അവൾ പറഞ്ഞു.

"കിച്ചുവേട്ടാ... ഞാൻ പറഞ്ഞു വന്നത്... ടെററിസ്റ്റുകളെ കുറിച്ചാ. അവർ പിഞ്ചു കുഞ്ഞുങ്ങളെ വരെ നിഷ്കരുണം വെടിവച്ച് കൊല്ലുന്നില്ലേ. ഹിംസ്ര മൃഗങ്ങൾ പോലും മറ്റുള്ള ജീവികളെ കൊല്ലുന്നത് അവയുടെ ആഹാരത്തിനു വേണ്ടിയാണ്. ആത്മസംതൃപ്തിക്കും ആഹ്ളാദത്തിനും വേണ്ടി കൊല്ലുന്നത് മനുഷ്യർ മാത്രമാണ്. ദൈവം മനുഷ്യന് ബുദ്ധി തന്നിരിക്കുന്നത് അരുംകൊല ചെയ്യാനല്ല... വിവേകപൂർവം എല്ലാം കണ്ടും അറിഞ്ഞും ജീവിക്കാനാണ്."

കാശിനാഥ് ശാന്തമായ സ്വരത്തിൽ പറഞ്ഞു.

"നേരത്തെ തന്നെ ഞാൻ തന്നോട് പറഞ്ഞിട്ടില്ലേ, ഒന്നിനു വേണ്ടിയും ഞാൻ ആരേയും കൊന്നിട്ടില്ലെന്ന്."

കാശിനാഥ് പറഞ്ഞത് പൂർണ്ണമായും അംഗീകരിക്കുന്നു എന്ന ഭാവം മുഖത്തും സംസാരത്തിലും വരുത്തിക്കൊണ്ട് കസ്തൂരി പറഞ്ഞു.

"അതെനിക്കറിയാം... അതുകൊണ്ടല്ലേ ഞാൻ കിച്ചുവേട്ടനെ പ്രണയിക്കുന്നത്."

കാശിനാഥ് അയാളിരുന്ന കസേര കസ്തൂരിയുടെ അടുത്തേക്ക് നീക്കിയിട്ട ശേഷം അവളുടെ കരം കവർന്നു. അവളുടെ വിരലുകളെ മൃദുലമായി തലോടി കൊണ്ട് പറഞ്ഞു.

"തന്റെ സാമീപ്യം എന്നെ വല്ലാതെ പ്രണയ പരവശനാക്കുന്നു. ഇനി എനിക്ക് കൂടുതൽ സമയം തന്നെ പിരിഞ്ഞിരിക്കാൻ ആവില്ല. എപ്പോഴും തന്നെ കാണണമെന്ന് തോന്നുന്നു. മനസ്സിലെ ആഗ്രഹം ശരീരം നടപ്പാക്കണം. അങ്ങനെയല്ലേ..."

ഏറ് കണ്ണാൽ കസ്തൂരിയെ നോക്കിക്കൊണ്ട് കാശിനാഥ് പറഞ്ഞപ്പോൾ അയാൾ എന്താ ഉദ്ദേശിച്ചതെന്ന് ചിന്തിച്ച് ആശയ കുഴപ്പത്തോടെ കസ്തൂരി ഇരുന്നു. മനസ്സ് പറഞ്ഞത് സ്വമേധയാ വെളിപ്പെടുത്താമെന്ന് ഉറപ്പിച്ചു കൊണ്ട് കാശിനാഥ് പറഞ്ഞു.

"നമ്മുടെ വിവാഹം... അതിനി വെറുതേ നീട്ടിക്കൊണ്ടു പോകേണ്ടതുണ്ടോ...."

കാശിനാഥിന്റെ വാക്കുകൾ കസ്തൂരിയുടെ ഹൃദയ ഭിത്തികളിൽ തട്ടി പ്രതിധ്വനിച്ചു കൊണ്ടിരുന്നു. ആ വാക്കുകൾ അവളുടെ മസ്തിഷ്കം പുനഃരവലോകനം ചെയ്തപ്പോഴൊക്കെ അവളുടെ അവയവങ്ങൾ ഛേദിക്കപ്പെടുന്നതു പോലെ തോന്നി. അവയവങ്ങൾക്ക് അംഗഛേദം സംഭവിച്ചു കഴിഞ്ഞു എന്ന തോന്നലിൽ അവൾ നിശ്ചലയായിരുന്നപ്പോൾ കാശിനാഥ് ചോദിച്ചു.

"താനെന്താ ചിന്തിക്കുന്നത്? നമ്മൾ തമ്മിലുള്ള വിവാഹത്തിന് തനിക്ക് സമ്മതമല്ലേ..."

ഉള്ളിൽ നടക്കുന്ന സ്ഫോടനങ്ങളുടെ തീപ്പൊരി പുറത്തേക്ക് വമിക്കാതിരിക്കാൻ പരമാവധി ശ്രമിച്ചു കൊണ്ട് കസ്തൂരി പറഞ്ഞു.

"വിവാഹത്തിന്.... എനിക്ക് എതിർപ്പൊന്നും ഇല്ല. പിന്നെ ആൾക്കാരെയൊക്കെ വിളിച്ചുകൂട്ടിയുള്ള ഒരു വിവാഹത്തിന് എനിക്ക് താൽപര്യമില്ല. നമ്മുടെ സ്വകാര്യതയിൽ വച്ച് ഒരു മിന്നുകെട്ട്. അതാ എനിക്ക്..."

"താൽപര്യം അല്ലേ... അതു തന്നെയാ ഇപ്പോൾ അഭികാമ്യവും. അതേ സാധ്യമാകയുള്ളൂ. എന്തെന്നാൽ പോലീസ് അന്വേഷിച്ചു കൊണ്ടിരിക്കുന്ന കാണാതായ പെൺകുട്ടിയല്ലേ താൻ. നാടടക്കി വിളിച്ച് ആഘോഷമാക്കാവുന്ന സാഹചര്യത്തിലല്ലല്ലോ

നമ്മളിപ്പോൾ. നമുക്കൊരു കുഞ്ഞൊക്കെ ആയതിനു ശേഷം നാട്ടുകാർ അറിഞ്ഞാൽ മതി."

ഒരു സങ്കോചവുമില്ലാതെ കാശിനാഥ് പറഞ്ഞപ്പോൾ ഇന്ദ്രിയ സ്തംഭനാവസ്ഥയിൽ കസ്തൂരി ഇരുന്നു. അയഥാർഥവും വിരൂപവു മായ പ്രാകൃത രൂപങ്ങൾ അവളെ പരിഹസിച്ചു കൊണ്ട് അവൾക്കു ചുറ്റും ഉന്മാദ നൃത്തമാടുന്നതു പോലെ കസ്തൂരിക്ക് തോന്നി. ഉള്ളിൽ അണകെട്ടി നിർത്തിയിരിക്കുന്ന കോപത്തിന്റെയും വെറുപ്പിന്റെയും ബഹിർസ്ഫുരണമെന്നോണം അവളുടെ ഞരമ്പുകൾ എഴുന്നു നിന്നു. ലജ്ജയുടെ മൂടുപടം അണിഞ്ഞ മട്ടിൽ അവൾ തല കുനിച്ചിരുന്ന പ്പോൾ അയാൾ അവളുടെ താടിയിൽ പിടിച്ചുയർത്തി. വല്ലാത്ത പ്രണയ പരവേശത്തോടെ അവളുടെ മുഖത്ത് നോക്കി. അയാൾ അവൾക്കു നേരെ ചുണ്ടുകൾ നീട്ടി വന്നപ്പോൾ, അവളത് കൈ കൊണ്ട് തടഞ്ഞു കൊണ്ട് പറഞ്ഞു.

"എല്ലാറ്റിനും ഒരു കാലവും സമയവും ഉണ്ട്."

ആഗ്രഹിച്ചു വന്ന ഉദ്യമത്തിൽ നിന്നും പിൻവാങ്ങിക്കൊണ്ട് കാശിനാഥ് പറഞ്ഞു.

"വിവാഹം വരെ ക്ഷമിക്കണമെന്നാണ് താൻ ഉദ്ദേശിച്ചത് അല്ലേ... അടക്കി വയ്ക്കാനാകാത്ത സ്നേഹം ഉള്ളിൽ കിടന്ന് വീർപ്പുമുട്ടുമ്പോ ഴാണ് ചുംബിക്കാൻ തോന്നുന്നത്."

വീണു കിട്ടിയ അവസരം മുതലെടുത്തു കൊണ്ട് കസ്തൂരി പറഞ്ഞു.

"അത് ഒരാവേശത്തിന് തോന്നുന്ന വികാരമാണ്. അസ്ഥാന ത്ത് തോന്നുന്ന വികാരങ്ങൾ നിയന്ത്രിക്കുന്നവനാണ് ഉത്തമനായ മനുഷ്യൻ. മനുഷ്യന്റെ ഭൗതികവും ആത്മീയവുമായ പുരോഗതി നിർണ്ണയിക്കുന്നത് ആത്മ സംയമനം പാലിക്കുന്നതിലൂടെയാണ്."

കാശിനാഥ് തല കുനിച്ച് ആലോചനാ ഭാവത്തിലിരുന്ന ശേഷം പറഞ്ഞു.

"താൻ പറഞ്ഞതിന്റെ ഒരു വശം നോക്കിയാൽ ശരി തന്നെ. മറുവശം നോക്കിയാൽ... പ്രകൃതിയിലെ എല്ലാ ജീവികൾക്കും ഉള്ള വികാര പ്രകടനം തന്നെയാ മനുഷ്യനും കാണിക്കുന്നത്. അതിൽ തെറ്റുള്ളതായി തോന്നുന്നില്ല."

കാശിനാഥിനു മുന്നിൽ കീഴടങ്ങിക്കൊടുക്കാൻ കസ്തൂരി തയ്യാറാ യില്ല. അവളുടെയുള്ളിൽ ആത്മരോഷം അതിര് കടന്നുവെങ്കിലും സ്വരത്തിൽ മൃദുലത വരുത്തിക്കൊണ്ട് പറഞ്ഞു.

"മറ്റു ജീവികളിൽ നിന്ന് വ്യത്യസ്ഥമായി മനുഷ്യന് വിശേഷ ബുദ്ധി തന്നിരിക്കുന്നത് ഇത്തരം അവസരങ്ങളിൽ സംയമനം പാലിക്കാനാണ്. ദേഹേച്ഛകളെ നിയന്ത്രിക്കാനുള്ള ആർജ്ജവം ഉണ്ടാക്കിയെടുക്കാനാണ്. അങ്ങനെയുള്ളവരേ സമൂഹം മാന്യരായി കണക്കാക്കുകയുള്ളൂ."

കാശിനാഥിന് ഉത്തരം മുട്ടിയപ്പോൾ അയാൾ കസ്തൂരിയുടെ മുന്നിൽ കൈ കൂപ്പിക്കൊണ്ട് പറഞ്ഞു.

"ഞാൻ ആയുധം വച്ച് കീഴടങ്ങിയിരിക്കുന്നു. ഇനി എല്ലാം തീരുമാനിക്കാനിക്കാൻ തനിക്ക് അവസരം തരുന്നു. തന്റെ അനുവാദമില്ലാതെ ഞാനൊരു സാഹസത്തിനും മുതിരില്ല."

വീണ്ടും എന്തൊക്കെയോ സംസാരിക്കണമെന്നുണ്ടായിരുന്നെങ്കിലും ഒന്നും പറയാനാവാതെ കസ്തൂരി നിശ്ശബ്ദയായി. ഏതാനും നിമിഷം ഇരുവർക്കു മിടയിൽ ഒരു നിശ്ശബ്ദത നിറഞ്ഞു. മൗനത്തെ ഭഞ്ജിച്ചു കൊണ്ട് കാശിനാഥ് പറഞ്ഞു.

"നമ്മുടെ വിവാഹത്തിന് സാക്ഷിയായി ഒരാൾ ഉണ്ടാകും. അത് ആരാണെന്ന് തനിക്ക് പറയാമോ?"

കസ്തൂരിക്ക് ആളെ മനസ്സിലായെങ്കിലും, അവൾ ഒന്നും മിണ്ടാതെ കൃഷ്ണമണികൾ മാത്രം ചലിപ്പിച്ചു കൊണ്ട് കാശിനാഥിനെ നോക്കി. അയാൾ അവളുടെ മുഖത്ത് നോട്ടം കേന്ദ്രീകരിച്ചു കൊണ്ട് പറഞ്ഞു.

"തന്റെ ഫ്രണ്ട് ജിഗീഷ്."

ജഗീഷിന്റെ പേര് കേട്ടപ്പോൾ കസ്തൂരിയുടെ ശരീരം അംഗോപാംഗം വിറച്ചു. ചൂളയ്ക്കുള്ളിൽ നിന്നിറങ്ങിയതു പോലെ അവൾ വിയർത്തു. ഒരു പ്രാവശ്യമെങ്കിലും ജിഗീഷിനെ ഒന്നു കാണണമെന്ന് അവളുടെ ഉള്ളം ആഗ്രഹിച്ചു. അവളുടെ ഉള്ളിൽ വീർപ്പുമുട്ടലോടെ വിങ്ങുന്ന പ്രതികാരം ഒരു നോട്ടത്തിലൂടെയെങ്കിലും അവൾക്ക് വെളിപ്പെടുത്തണമെന്നുണ്ടായിരുന്നു. ചുണ്ടിൻ കോണിൽ കൃത്രിമമായ പുഞ്ചിരി വരുത്തിക്കൊണ്ട് സമ്മതഭാവത്തിൽ കസ്തൂരി തലയിളക്കിയപ്പോൾ കാശിനാഥ് പറഞ്ഞു.

"ആറുമണി കഴിഞ്ഞ സമയമാണ് എനിക്ക് ഏറെ ഇഷ്ടം. സൂര്യപ്രകാശത്തിന്റെ ചൂടുള്ള വെളിച്ചത്തേക്കാൾ ഇഷ്ടം ഇളം തണുപ്പിൽ മിന്നിത്തിളങ്ങുന്ന വൈദ്യുത വിളക്കുകളുടെ പ്രകാശത്തെയാണ്. പിന്നെ ഞാനൊരു നാസ്തികനായതുകൊണ്ട് ദൈവങ്ങളെ സാക്ഷി നിർത്തിയുള്ള വിവാഹത്തിനും സമ്മതമല്ല."

കാശിനാഥിനെ ഉപദേശിച്ച് നേർവഴിക്ക് നടത്താൻ കഴിയി ല്ലെന്ന് കസ്തൂരിയുടെ മനസ്സ് താക്കീത് നൽകിയപ്പോൾ അയാൾ പറയുന്നതെല്ലാം പൂർണ്ണമായി അംഗീകരിക്കുന്ന മുഖ ഭാവത്തോടെ അവൾ അയാളുടെ മുഖത്തു നോക്കി. പുറത്തു വന്നിരുന്ന കൊതുകിനെ അടിച്ചു വീഴ്ത്തിക്കൊണ്ട് കാശിനാഥ് പറഞ്ഞു.

"തനിക്ക് മറ്റെന്തെങ്കിലും അഭിപ്രായം പറയാനുണ്ടോ?"

അയാളുടെ ചോദ്യം അവളുടെ മനസ്സിനെ വിറളി പിടിപ്പിച്ചെങ്കി ലും അവൾ പറഞ്ഞൊപ്പിച്ചു.

"കിച്ചുവേട്ടന്റെ ഇഷ്ടം പോലെ."

"എല്ലാം എനിക്കു വിട്ടു തന്നുകൊണ്ടുള്ള കീഴ്വഴക്കം ഇപ്പോഴേ വേണ്ട. എന്ത് അഭിപ്രായമാണെങ്കിലും തനിക്ക് പറയാനുള്ള സ്വാ തന്ത്ര്യം ഉണ്ട്."

കാശിനാഥിനു മുന്നിൽ അനുസരണയും ഭവ്യതയും ഉള്ള ഭാവി വധുവിനെ പോലെ കസ്തൂരി ഒതുങ്ങി നിന്നു. കസ്തൂരിയുടെ വിധേയത്വ ഭാവം കണ്ടപ്പോൾ കാശിനാഥ് പറഞ്ഞു.

"ഇന്ന് നവംബർ പത്തൊൻപത്. പുതിയ വർഷവും പുതിയ മാസവും പുതിയ ദിവസവും തുടങ്ങുന്നതിന്റെ അന്നു തന്നെ നടത്തണം നമ്മുടെ വിവാഹം. അതാകുമ്പോൾ ലോകം മുഴുവൻ നമ്മുടെ വിവാഹവും വിവാഹ വാർഷികവും ആഘോഷിക്കും."

കസ്തൂരി തല കുലുക്കി സമ്മതം അറിയിച്ചപ്പോൾ കാശിനാഥി ന്റെ മുഖം സൂര്യബിംബം പോലെ തിളങ്ങി. അന്നേ ദിവസം അവർ പിരിഞ്ഞതു മുതൽ അലറി അടുക്കുന്ന തിരമാലകൾ അവളുടെ ഹൃദയ ഭിത്തികളിൽ തട്ടി ആരവമുണ്ടാക്കിക്കൊണ്ടിരുന്നു. സ്വാതന്ത്ര്യത്തിനു വേണ്ടി കാംക്ഷിച്ചു കൊണ്ടിരുന്ന പക്ഷി വേവലാതിയോടെ അവളുടെ ഹൃദയ കൂട്ടിൽ കിടന്ന് വിമ്മിഷ്ടത്തോടെ ചിറകടിച്ചു കൊണ്ടിരുന്നു. പാരതന്ത്ര്യത്തിന്റെ ഇരുണ്ട കൂട് പൊളിച്ച് പറന്നുയരുന്ന സ്വപ്നാടക യായി ഏതാനും നിമിഷം അവൾ സ്വപ്ന ലോകത്തു സഞ്ചരിച്ചുവെ ങ്കിലും പെട്ടെന്നു തന്നെ ബോധവതിയായി. സ്വന്തം ആത്മാവിന്റെ തടവറയ്ക്കുള്ളിലിരുന്ന് അവൾ ചിന്തിച്ചു.'2017 ജനുവരി ഒന്ന്... ആ ദിവസത്തിനു മുൻപോ അന്നെങ്കിലുമോ രക്ഷപ്പെടാൻ സാധിച്ചില്ലെ ങ്കിൽ, അയാളുടെ ഭാര്യയായി ഈ തടവറയ്ക്കുള്ളിൽ എന്റെ ജീവിതം എന്നന്നേയ്ക്കുമായി തളയ്ക്കപ്പെടും. അങ്ങനെ സംഭവിച്ചാൽ... അതെന്റെ സങ്കൽപങ്ങൾക്ക് അപ്പുറമാണ്. മനുഷ്യ സൃഷ്ടിയുടെ സങ്കീർണ്ണമായ

സംവിധാനങ്ങൾക്കുള്ളിലാണ് എന്നെ തളച്ചിട്ടിരിക്കുന്നത്. ആത്മ ധൈര്യം കൈവിടാൻ പാടില്ല... കാശിനാഥ് എനിക്കു വേണ്ടി ഒരുക്കി വച്ചിരിക്കുന്ന കയർ മുറുകും മുൻപേ അയാളുടെ കരുക്കിൽ നിന്ന് രക്ഷപ്പെടുക... അത് അയാളെ കൊന്നിട്ടാണെങ്കിൽ പോലും...'

കസ്തൂരി പെട്ടെന്ന് ചിന്തയിൽ നിന്നുണർന്നു. അതിദ്രുതം അവളുടെ ഹൃദയം സ്പന്ദിക്കാൻ തുടങ്ങി. അവളുടെ ശ്വാസഗതി ത്വരിത ഗതിയിലായി. വല്ലാതെ കിതച്ചുകൊണ്ട് തളർച്ചയോടെ ബെഡ്ഡിലേക്ക് ചാഞ്ഞു.

കസ്തൂരിക്ക് കാശിനാഥിന്റെ മുറിയിൽ വരാനും സംസാരിച്ചിരിക്കാനുമുള്ള സ്വാതന്ത്ര്യം നൽകിയെങ്കിലും അയാൾ അവൾക്കു ചുറ്റും ഒരു മുൾവേലി തീർത്തിരുന്നു. ചുട്ടു പൊള്ളുന്ന നീറ്റലിൽ ആന്തലോടെ ദിവസങ്ങൾ തള്ളിനീക്കിയെങ്കിലും പ്രതീക്ഷ കൈവിട്ടില്ല. വിവാഹ ദിവസത്തിന്റെ തലേന്ന് മുറിയിൽ വന്ന് പിറ്റേ ദിവസത്തെ ഒരുക്കങ്ങളെ കുറിച്ച് കാശിനാഥ് സംസാരിച്ചു. വിവാഹ ദിവസം രാവിലെ കസ്തൂരിയെ കൂട്ടി ഗ്രൗണ്ട് ഫ്ലോറിൽ വന്നു.

തലേ ദിവസം രാത്രി ജിഗീഷ് എത്തി. കാശിനാഥ് മുറിക്കുള്ളിൽ പോയി ജിഗീഷിനെ വിളിച്ചിറക്കിക്കൊണ്ടു വന്നു. കസ്തൂരിയുടെ മുഖത്തു നോക്കാനാവാതെ ജിഗീഷ് അറച്ചു നിന്നു. കാശിനാഥ് ജിഗീഷിനെ വിളിച്ച് സംസാരിച്ചപ്പോൾ അയാൾ വിദൂരതയിൽ നോക്കി. കസ്തൂരി ബംഗ്ലാവിൽ വന്നതിനു ശേഷം ആദ്യമായിട്ടാണ് പുറത്തേക്കുള്ള ഗേറ്റ് തുറന്നിട്ടു കണ്ടത്. വിവാഹ ദിവസമായതിനാലാണ് ഗേറ്റ് തുറന്നിട്ടതെന്ന് അവൾ ഊഹിച്ചു. പുറത്തേക്ക് കുതിച്ചു പായാനുള്ള ആഗ്രഹം അവളുടെ കോശങ്ങളെ ഉത്തേജിപ്പിച്ചു കൊണ്ടിരുന്നെങ്കിലും, അവളുടെ ഒരോ ചലനങ്ങളെയും കാശിനാഥിന്റെ കൃഷ്ണമണികൾ പിൻതുടർന്നു കൊണ്ടിരുന്നു. അത് മനസ്സിലാക്കി ഉത്സാഹവതിയായ നവ വധുവിന്റെ മുഖം മൂടി അണിഞ്ഞ് കാശിനാഥിന്റെ മുന്നിൽ അഭിനയിച്ചു.

ജിഗീഷ് കസ്തൂരിയുടെ കണ്ണിൽ പെടാതെ പരമാവധി ഒഴിഞ്ഞു നിന്നു. സുചിത്ര കസ്തൂരിയെ അണിയിച്ചൊരുക്കിയെങ്കിലും താഴത്തെ താമസക്കാരെ വിവാഹത്തിൽ പങ്കെടുക്കാൻ അനുവദിച്ചില്ല. അണിഞ്ഞിരിക്കുന്ന ആടയാഭരണങ്ങൾ അവളെ ദുർബലപ്പെടുത്തുന്നതു പോലെ തോന്നിയെങ്കിലും അവൾ മനസ്സിനെ ദൃഢപ്പെടുത്തിക്കൊണ്ടിരുന്നു. മണിക്കൂറുകൾ നിമിഷങ്ങളെ പോലെ പാഞ്ഞു പോകുന്നതു

പോലെ തോന്നി. ക്ലോക്കിലെ സൂചി ഏഴിനോട് അടുത്തു കൊണ്ടിരുന്നു. ക്യാമറ ശരിയാക്കി വയ്ക്കെന്ന് കാശിനാഥ് ജിഗീഷിനോട് പറഞ്ഞ ശേഷം വേഷം മാറാനായി അകത്ത് പോയി. കസ്തൂരി ഇരിപ്പിടത്തിൽ നിന്ന് എണീറ്റ് ചുമർ ചിത്രങ്ങളുടെ സൗന്ദര്യം ആസ്വദിക്കുന്ന രീതിയിൽ നിന്ന ശേഷം പുറത്തിറങ്ങി. ജിഗീഷ് ക്യാമറ ഓൺ ചെയ്ത് പല ആംഗിളുകളിൽ വച്ച് ഫോക്കസ് ചെയ്തു നോക്കി.

ഇറങ്ങി പുറത്തേക്ക് ഓടിയാലോ എന്ന് ഒരു വട്ടം ചിന്തിച്ചെങ്കിലും കാശിനാഥ് പിടിക്കും എന്ന് മനസ്സ് വിശ്വസിച്ചതിനാൽ പെട്ടെന്നു തന്നെ കസ്തൂരി തീരുമാനം മാറ്റി. മുറ്റത്തിരുന്ന ആക്ടീവ അവളുടെ ശ്രദ്ധയിൽ പെട്ടു. അവൾ മിന്നൽ വേഗത്തിൽ വണ്ടിയിൽ കയറി വണ്ടി സ്റ്റാർട്ട് ചെയ്തു. ശബ്ദം കേട്ട് ജിഗീഷ് തിരിഞ്ഞു നോക്കുമ്പോൾ ആക്ടീവയിലിരുന്ന് ഗേറ്റ് കടന്നു പോകുന്ന കസ്തൂരിയെ കണ്ടു. എന്തു ചെയ്യണമെന്നറിയാതെ ജിഗീഷ് തരിച്ചു നിന്നു. പെട്ടെന്ന് അയാൾക്ക് സ്വബോധം ഉണ്ടായി. അയാൾ കാശിനാഥിന്റെ മുറിയിലേക്ക് ഓടി. കാശിനാഥിനോട് വിവരം പറഞ്ഞു. പെട്ടെന്ന് ഡ്രസ്സ് ചെയ്ത് ഒരു കുതിപ്പോടെ അയാൾ പുറത്തിറങ്ങി. അല്പം അകലെയായി ഒതുക്കി വച്ചിരുന്ന എൻഫീൽഡ് സ്റ്റാർട്ട് ചെയ്ത ശേഷം ജിഗീഷിനോട് കയറാൻ പറഞ്ഞു. വല്ലാത്ത ഭയത്തോടെ ജിഗീഷിരുന്നപ്പോൾ കാശിനാഥ് പറഞ്ഞു.

"കാശിനാഥ് ആരാണെന്നുള്ള വിവരം പല തവണ ഞാനവൾക്ക് മനസ്സിലാക്കിക്കൊടുത്തിട്ടുണ്ട്. അപരിചിമായ വഴിയിലൂടെ അധികദൂരം അവൾക്ക് സഞ്ചരിക്കാൻ ആവില്ല. എസ്റ്റേറ്റിന്റെ രണ്ട് കിലോമീറ്റർ പിന്നിട്ടാലേ പ്രധാന നിരത്തിലെത്താൻ സാധിക്കൂ. അതിനു മുൻപ് അവളെ വീഴ്ത്താൻ സാധിച്ചില്ലെങ്കിൽ ഞാനെന്തിനാ ജീവിക്കുന്നത്. അവൾക്ക് പറ്റിയത് ഭൂമിക്കടിയിലെ ജീവിതം തന്നെയായിരുന്നു. അട്ടയെ പിടിച്ച് മെത്തയിൽ കിടത്തിയാൽ അത് കിടക്കുമോ?"

അരിശത്താൽ കാശിനാഥിന്റെ ശബ്ദം വിറയ്ക്കുന്നതു പോലെ ജിഗീഷിനു തോന്നി. ജീഗീഷ് ഒന്നും മിണ്ടാതെ എല്ലാം കേട്ടിരുന്നു. ശരവേഗത്തിൽ അയാൾ വണ്ടി പായിച്ചു. ഒരു കിലോമീറ്റർ പിന്നിട്ടപ്പോൾ അവർ കസ്തൂരിയെ കണ്ടു. കാശിനാഥിനെ ഓവർടേക്ക് ചെയ്ത് പോകാനാകാത്ത വിധം കസ്തൂരിക്ക് മുന്നിൽ അയാൾ വണ്ടി നിർത്തി. ഭീകരരൂപി അവളെ ജീവനോടെ വിഴുങ്ങാൻ നിൽക്കുകയാണെന്ന് അവൾക്ക് തോന്നി. ശ്വസിക്കാൻ പോലും ശേഷിയില്ലാത്തവിധം

അവൾ വിറങ്ങലിച്ചുപോയി. കാശിനാഥിന്റെ മുഖം വന്യമാകുന്നത് ഹെഡ് ലൈറ്റിന്റെ വെളിച്ചത്തിൽ അവൾ കണ്ടു. ഒന്നുകിൽ മരണം... അല്ലെങ്കിൽ മരണത്തേക്കാൾ ഭയാനകമായ ശിക്ഷ. അവൾ മനസ്സിൽ കുറിച്ചു. കാശിനാഥിന്റെ അഗ്നി പാറുന്ന കണ്ണുകൾ, ജീവനോടെ കസ്തൂരിയെ ആഴിയിലിട്ട് ദഹിപ്പിക്കുന്നതു പോലെ തോന്നി. കാശിനാഥിന്റെ വാചക കസർത്ത് അവൾ പ്രതീക്ഷിച്ചെങ്കിലും കാശിനാഥ് അവളോട് ഒന്നും സംസാരിച്ചില്ല. ജിഗീഷിനോടായി അയാൾ പറഞ്ഞു.

"എസ്റ്റേറ്റിലെ ഹട്ടിൽ താമസിക്കുന്ന തോട്ടക്കാരൻ കറുപ്പയ്യ രണ്ടു മണിക്കൂറിനകം ഇങ്ങോട്ടു വരും. ഇനി അയാൾ മാത്രമേ ഇങ്ങോട്ടു വരൂ. ഇവിടുന്ന് ഒര് നാന്നൂറ് മീറ്റർ അപ്പുറത്ത് നീ അയാളെ കാത്ത് നിൽക്കണം. അയാളെ കാണുമ്പോൾ നീ അയാളോട്ടു പറയണം ഇടുക്കിയിൽ തോട്ടം തൊഴിലാളികൾ സമരത്തിലാണ്, കിളുന്ത് നുള്ളിയില്ലെങ്കിൽ പാകം തെറ്റിപ്പോകും അതുകൊണ്ട് ഇവിടുന്ന് പത്ത് ജോലിക്കാരെയും കൂട്ടി ഉടനെ ഇടുക്കിയിലേക്ക് പൊയ്ക്കൊള്ളാൻ. അയാളെ ഇങ്ങോട്ട് വിടണ്ട. അയ്യായിരം രൂപയും അയാൾക്ക് കൊടുത്തേക്ക്. നീ ഉടനെ ഇങ്ങോട്ടു വരണ്ട. ഞാൻ ഫോണിൽ വിളിച്ചിട്ടു വന്നാൽ മതി."

കാശിനാഥിന്റെ മനസ്സിൽ എന്താണെന്ന് ഊഹിച്ചെടുക്കാനാകാതെ കസ്തൂരി പതറി നിന്നു. അവളുടെ രക്തമെല്ലാം ആവിയായി പോകുന്നതു പോലെ തോന്നി. ജിഗീഷിനോട് ആക്റ്റീവ എടുത്തു കൊണ്ടു പോകാൻ പറഞ്ഞതോടൊപ്പം അയാൾ ആക്റ്റീവയുടെ ഹാന്റിലിൽ പിടിക്കുകയും ചെയ്തു. കസ്തൂരി ആക്റ്റീവയിൽ നിന്നിറങ്ങിയപ്പോൾ ജിഗീഷ് ആക്റ്റീവ ഓടിച്ചു പോയി. രൂക്ഷമായ മിഴികളോടെ കാശിനാഥ് കസ്തൂരിയെ നോക്കി. മൊബൈൽ ടോർച്ചിന്റെ അരണ്ട വെളിച്ചത്തിലും കാശിനാഥിന്റെ കണ്ണുകൾ കത്തി ജ്വലിക്കുന്നതു പോലെ അവൾക്ക് തോന്നി. കസ്തൂരി ആലംബമറ്റു നിന്നപ്പോൾ കാശിനാഥ് അവളുടെ കൈകളിൽ പിടിച്ചു കൊണ്ട് പറഞ്ഞു.

"വേണ്ടാത്ത സീനൊന്നും ഉണ്ടാക്കാതെ എന്റെ ഒപ്പം വന്നോളണം."

കാശിനാഥിന്റെ ആജ്ഞാസ്വരത്തെ അവഗണിച്ചു കൊണ്ട് കസ്തൂരി പറഞ്ഞു.

"നിങ്ങളുടെ ഭാര്യ ആകാനോ നിങ്ങളെ സ്നേഹിക്കാനോ എനിക്ക്

കഴിയില്ല."

കസ്തൂരി തീർത്തു പറഞ്ഞപ്പോൾ ചുണ്ടുകൾ വക്രിപ്പിച്ചു കൊണ്ട് പുച്ഛത്തോടെ കാശിനാഥ് പറഞ്ഞു.

"ഛീ... നിന്നെ ആര് ഭാര്യയാക്കുന്നു... ആ യോഗ്യത ഇനി നിനക്കില്ല... കബളിപ്പിച്ച് കടന്നു കളയുന്നവളെയാണോ ഭാര്യയാക്കേണ്ടത്. എനിക്കിനി നിന്നെ ആ സ്ഥാനത്ത് സങ്കൽപ്പിക്കാനേ കഴിയില്ല."

ഒരു ദീർഘ നിശ്വാസമെടുത്ത് മനസ്സിനെ ദൃഢപ്പെടുത്തിക്കൊണ്ട് കസ്തൂരി പറഞ്ഞു.

"പിന്നെ എന്നെ എന്റെ വഴിക്ക് വിട്ടു കൂടേ... ഇരുട്ടാണെങ്കിലും സാരമില്ല, എങ്ങനെയെങ്കിലും ഞാൻ പൊയ്ക്കോളാം. ഇത്രയും കാലം നിങ്ങളെന്നെ ഒളിപ്പിച്ചു താമസിപ്പിച്ചിരുന്നു എന്ന കാര്യം ഞാൻ ആരോടും പറയില്ല. എന്നെ വിട്ടയയ്ക്കണം... പ്ലീസ്..."

പല്ലുകൾ തമ്മിൽ ഞെരിച്ചു കൊണ്ട് പരിഹാസത്തോടെ കാശിനാഥ് പറഞ്ഞു.

"ആരോടും പറയില്ലെന്ന്... നീ എനിക്കു നൽകുന്ന ഔദാര്യം... ആ സൗജന്യം എനിക്ക് വേണ്ടെങ്കിലോ... നിന്റെ വില കുറഞ്ഞ ഔദാര്യം സ്വീകരിച്ച് സംതൃപ്തനാകാനല്ല ഇത്രേം റിസ്ക്കെടുത്ത് ഞാൻ നിന്നെ തീറ്റിപ്പോറ്റിയത്. നിന്നെ എനിക്ക് ഭാര്യയായി ഇനി വേണ്ടെങ്കിലും ഞാൻ ആഗ്രഹിക്കുമ്പോഴൊക്കെ അനുഭവിക്കാൻ ഒരു വെപ്പാട്ടിയായി നിന്നെ വേണം. പൂച്ച എലിയെ തട്ടിക്കളിക്കുന്നത് നീ കണ്ടിട്ടുണ്ടോ... അതു പോലെ ഞാൻ നിന്നെ എന്റെ ഉള്ളം കൈയിലിട്ട് പന്താടും... അതാ നീ അർഹിക്കുന്നത്... നിന്റെ സ്ത്രീത്വത്തെ ഞാൻ പിച്ചിച്ചീന്തുമ്പോൾ നിന്റെ ഉള്ളിൽ നല്ല കവിതകൾ വിരിയും. എഴുത്... അത് ഞാൻ മാത്രം വായിക്കും... ചവുട്ടി നെരിക്കും... പിന്നെ കീറിക്കളയും..."

കസ്തൂരി ആപാദചൂഢം വിറയ്ക്കുകയും വിയർക്കുകയും ചെയ്തു. കാശിനാഥിന്റെ മുഖത്ത് കാർക്കിച്ചു തുപ്പണമെന്ന് അവൾക്ക് തോന്നി. എരിയുന്ന ചിന്തകൾ അവളെ പീഡിപ്പിച്ചു കൊണ്ടിരുന്നു. കസ്തൂരി ഗാഢമായ ചിന്തയിൽ നിന്നപ്പോൾ കാശിനാഥ് പറഞ്ഞു.

"വണ്ടിയിൽ കയറ്. പോകാം."

അന്തഃസംഘർഷങ്ങളിൽ പെട്ട് അവളുടെ ആത്മ നിയന്ത്രണം തെറ്റിക്കൊണ്ടിരുന്നു എങ്കിലും മൂർച്ച ഏറിയ സ്വരത്തിൽ കസ്തൂരി പറഞ്ഞു.

"നിങ്ങളെന്തു പറഞ്ഞാലും ഞാൻ നിങ്ങളോടൊപ്പം വരില്ല. വേണമെങ്കിൽ നിങ്ങൾക്കെന്നെ കൊല്ലാം. എന്നിട്ട് എന്റെ ശവം കൊണ്ടുപോകാം."

നാക്കുകൊണ്ട് ഗൗളി ചിലയ്ക്കുന്നതു പോലെ കാശിനാഥ് ഒച്ചയുണ്ടാക്കി. നിഷേധാർഥത്തിൽ തല ചലിപ്പിച്ചു കൊണ്ട് പറഞ്ഞു.

"ഓ... അങ്ങനെ ആണല്ലേ... അട്ടയെ പിടിച്ച് മെത്തയിൽ കിടത്തിയാൽ അത് കിടക്കില്ല... കുപ്പത്തൊട്ടിയിലേ കിടക്കൂ എന്ന് പണ്ടാരോ പറഞ്ഞിട്ടുണ്ട്. അത് നിന്നെ ഉദ്ദേശിച്ചായിരിക്കുമെന്ന് എനിക്കിപ്പോ തോന്നുന്നു. പട്ടുമെത്തയിൽ കിടന്നുള്ള രമിക്കൽ... അത് നിനക്ക് പറഞ്ഞിട്ടില്ല. കറുപ്പയ്യയുടെ കൂടാരത്തിലെ ചെറ്റ കട്ടിലിൽ കിടന്ന് എന്നോടൊത്ത് ചേരാനായിരിക്കും നിന്റെ യോഗം. തലയിലെഴുത്തിനെ തറയിലെഴുതാൻ സാധിക്കില്ലല്ലോ. വാ... എന്നാ നമുക്കങ്ങോട്ട് ഗമിക്കാം."

കാപ്പിത്തോട്ടത്തിനുള്ളിലെ കൂടാരത്തിലേക്ക് പോകാൻ കാശിനാഥ് കസ്തൂരിയുടെ കൈയിൽ പിടിച്ച് വലിച്ചപ്പോൾ അവൾ കുതറി മാറുകയും അയാളുടെ പിടി വിടുവിക്കാൻ ശ്രമിക്കുകയും ചെയ്തു. കാശിനാഥിന് അരിശത്തോടൊപ്പം ആവേശവും കൂടി. അവളെ ഉള്ളം കൈയിൽ വച്ച് ഞെരിക്കണമെന്ന് അയാൾക്ക് തോന്നി. കസ്തൂരിയെ നടത്തിക്കൊണ്ടു പോവുക എന്നത് അസാധ്യമായി തോന്നിയപ്പോൾ അയാൾ അവളെ കോരിയെടുത്ത് കുഞ്ഞിനെ എന്ന പോലെ ഒതുക്കിപ്പിടിച്ചു കൊണ്ട് കൂടാരത്തിലേക്ക് നടന്നു. അവൾ കാലിട്ടടിച്ച് എതിർപ്പ് പ്രകടിപ്പിച്ചെങ്കിലും കാരിരുമ്പിന്റെ ശക്തിയുള്ള അയാളുടെ കൈകൾ അവളെ വരിഞ്ഞുകെട്ടി.

കാശിനാഥ് കറുപ്പയ്യയുടെ കൂടാരത്തിനകത്ത് കയറി അവിടെ കിടന്ന വരിഞ്ഞ കട്ടിലിൽ കസ്തൂരിയെ കിടത്തി. അവൾ ചാടി എണീക്കാൻ ശ്രമിക്കുമ്പോൾ അരിശത്തോടെ അയാൾ അവളെ കട്ടിലിൽ ചേർത്തു പിടിച്ചു. കിതപ്പു കലർന്ന സ്വരത്തിൽ അയാൾ അവളെ ശാസിച്ചു കൊണ്ടിരുന്നു. കസ്തൂരിയുടെ എതിർപ്പ് ശക്തമായപ്പോൾ കട്ടിലിനടുത്തു കിടന്ന സ്റ്റൂളിലിരുന്ന തീപ്പെട്ടി കത്തിച്ച് കസ്തൂരിയുടെ കീഴ്ത്താടിയിൽ വച്ചു. കസ്തൂരി വേദന കൊണ്ട് വിളിച്ചപ്പോൾ കാശിനാഥ് പറഞ്ഞു.

"അല്പം പൊള്ളിയപ്പോഴുള്ള നീറ്റലും വേദനയും അറിയാമല്ലോ. നിനക്ക് ജീവൻ വേണമെങ്കിൽ അടങ്ങിക്കിടക്ക്. അല്ലേല്

ജീവനോടെ ഞാൻ നിന്നെ ഇവിടെയിട്ട് കത്തിക്കും."

കാശിനാഥ് ചെയ്യുന്നത് ചെയ്യട്ടെ എന്ന മനോഭാവത്തോടെ കസ്തൂരി വീണ്ടും അയാളോട് പോരാടിക്കൊണ്ടിരുന്നു. പോരാട്ടത്തിനിടയിൽ കാശിനാഥിന്റെ കാൽ തട്ടി കട്ടിലിനടിയിലിരുന്ന മണ്ണെണ്ണ വിളക്ക് ചരിഞ്ഞ് അവിടെമാകെ മണ്ണെണ്ണയുടെ ഗന്ധം വ്യാപിച്ചു. ഏറെ സമയത്തെ മൽപ്പിടുത്തത്തിനു ശേഷം കസ്തൂരിയിൽ നിന്ന് അസ്പഷ്ടമായ നേരിയ സ്വരങ്ങൾ മാത്രം കേട്ടു. നിമിഷങ്ങൾക്കകം തന്നെ അവൾ നിശ്ചലയായി.

കാശിനാഥ് അവളെ തട്ടിയും കുലുക്കിയും വിളിച്ചെങ്കിലും കസ്തൂരിയിൽ നിന്ന് പ്രതികരണമൊന്നും ഉണ്ടായില്ല. ചിമ്മിനി വിളക്കിലുണ്ടായിരുന്ന മണ്ണെണ്ണ ഒഴുകി പോയതിനാൽ വിളക്കു കത്തിച്ച് കസ്തൂരിയുടെ അവസ്ഥ എന്തെന്ന് മനസ്സിലാക്കാൻ അയാൾക്ക് കഴിഞ്ഞില്ല. പെട്ടെന്ന് ബോധോദയം ഉണ്ടായതു പോലെ പോക്കറ്റിൽ നിന്ന് മൊബൈൽ ടോർച്ച് ഓണാക്കി കസ്തൂരിയുടെ മുഖത്തിനു നേരെ കാണിച്ചു. കണ്ണുകളടഞ്ഞ് അനക്കമില്ലാതെ കിടക്കുന്ന കസ്തൂരിയെ അയാൾ പരവേശത്തോടെ നോക്കി. കാശിനാഥ് അവളുടെ മുഖത്തു നിന്ന് ടോർച്ച് മാറ്റി കൂടാരത്തിന്റെ ഓരോ കോണിലും വെള്ളം അന്വേഷിച്ചു കൊണ്ടിരുന്നു. ഒരു മൂലയിൽ രണ്ടു കട്ടകൾ അടുക്കി വച്ചിരുന്നതിന്റെ പുറത്ത് അര ബോട്ടിൽ വെള്ളം ഇരിക്കുന്നതു കണ്ടു. അയാൾ കുപ്പിയിൽ നിന്ന് കൈകുമ്പിളിൽ വെള്ളം എടുത്ത് കസ്തൂരിയുടെ മുഖത്തു കുടഞ്ഞ ശേഷം അവളുടെ മുഖത്ത് സൂക്ഷിച്ചു നോക്കി.

അവൾ കണ്ണുതുറക്കുകയോ അവളിൽ എന്തെങ്കിലും ചലനം ഉള്ളതായോ കാശിനാഥിന് തോന്നിയില്ല. കാശിനാഥിന്റെ കൈപ്പത്തി എപ്പോഴൊക്കെയോ കസ്തൂരിയുടെ കഴുത്തിലമർന്നതായി ഓർത്തെടുത്തപ്പോൾ അയാളുടെ പുറം കൈ അവളുടെ മൂക്കിനു നേരെ പിടിച്ചു. അവൾ ശ്വസിക്കുന്നില്ലെന്ന് അയാൾക്ക് തോന്നി. ഉടൻ തന്നെ അയാൾ അവളുടെ കൈത്തണ്ട പിടിച്ചുയർത്തിയപ്പോൾ കൈ കുഴഞ്ഞ് കട്ടിലിന്റെ പുറത്ത് വീണു. കുറച്ചു സമയം കൂടി കസ്തൂരിയെ ഉണർത്താൻ അയാൾ ശ്രമിച്ചെങ്കിലും, ശ്രമം വിഫലമായി. അവസാനം അയാൾ കസ്തൂരിയുടെ മരണം സ്ഥിരീകരിച്ചു. കാശിനാഥ് ആത്മഗതം പറഞ്ഞു. 'കസ്തൂരി മരിച്ചിരിക്കുന്നു... എന്റെ കൈ കൊണ്ടു സംഭവിച്ച ആദ്യത്തെ മരണം. എന്റെ താൽപര്യത്തിനനുസരിച്ച് മറ്റുള്ളവരുടെ സ്വാതന്ത്ര്യത്തെയും അവകാശത്തെയും ഹനിച്ചു

കൊണ്ടോ വിലയ്ക്കെടുത്തുകൊണ്ടോ ഞാൻ സന്തോഷിച്ചിട്ടുണ്ട്. ഒരു കൊലപാതകം ഇത് ആദ്യമായിട്ടാ. ഞാനിത് പ്രതീക്ഷിച്ചില്ല... ഇനി എന്ത്...? ജിഗീഷിനെ വിളിക്കാം അവൻ വന്നാലേ എന്തെങ്കിലും ചെയ്യാൻ സാധിക്കൂ...'

ഉടൻ തന്നെ കാശിനാഥ് ജിഗീഷിനെ വിളിച്ചിട്ട് വേഗം എത്താൻ പറഞ്ഞു. ജിഗീഷ് എത്തിയപ്പോൾ വിവരങ്ങളെല്ലാം കാശിനാഥ് പറഞ്ഞു. എല്ലാം അറിഞ്ഞപ്പോൾ ജിഗീഷ് നടുങ്ങി തരിച്ചു നിന്നു. കാൽച്ചുവട്ടിലെ മണ്ണ് ഇളകി പാതാളത്തിലേക്കാഴ്ന്നു പോകുന്നതുപോലെ അവന് തോന്നി. അവന്റെ ഹൃദയം ഇടിമുഴക്കത്തിന്റെ ശക്തിയിൽ മിടിച്ചു കൊണ്ടിരുന്നു. ഇന്ദ്രിയസ്തംഭനാവസ്ഥയിൽ അവൻ തളർന്നു നിന്നപ്പോൾ കാശിനാഥ് അവശ സ്വരത്തിൽ പറഞ്ഞു.

"നീ വന്ന് എന്നോടൊപ്പം നിന്നാൽ എനിക്കൊരു ധൈര്യമൊക്കെ ഉണ്ടാകുമല്ലോന്നു വിചാരിച്ചാ നിന്നെ വിളിച്ചത്. നിന്റെ അവശത എന്നെ കൂടുതൽ തളർത്തുന്നു. എന്റെ കൈയ്യബദ്ധം കൊണ്ടാ അവളുടെ ജീവൻ പോയത്. വെറും അഞ്ച് വയസ്സു മാത്രം പ്രായമുള്ള കുട്ടിയുടെ മനസികാവസ്ഥയിലാ ഞാനിപ്പോൾ..."

അന്തഃർവിലാപങ്ങളെ കാശിനാഥ് വാക്കിലൂടെയും ഭാവങ്ങളിലൂടെയും ജിഗീഷിന്റെ മുന്നിൽ അവതരിപ്പിച്ചെങ്കിലും ജിഗീഷ് ഒന്നും ശ്രദ്ധിച്ചില്ല. അവന്റെ ചിന്ത മുഴുവൻ കസ്തൂരിയെ കുറിച്ചായിരുന്നു. വല്ലാത്ത വീർപ്പുമുട്ടലിന്റെ പരവശതയിൽ അവൻ പറഞ്ഞു തുടങ്ങി.

"കിച്ചുവേട്ടൻ ചെയ്തതിനേക്കാൾ വലിയ തെറ്റാ ഞാൻ ചെയ്തത്. ഞാനാ കസ്തൂരിയെ കൂട്ടിക്കൊണ്ടു വന്ന് കിച്ചുവേട്ടന് തന്നത്. ഇതെല്ലാം പുറത്തറിഞ്ഞാൽ, ഇതിനൊക്കെ ഞാൻ എന്ത് സമാധാനം പറയും."

ജിഗീഷ് ഓരോന്ന് പറഞ്ഞ് വിലപിച്ചു കൊണ്ടിരുന്നപ്പോൾ അക്ഷമനായി കാശിനാഥ് പറഞ്ഞു.

"സംഭവിച്ചു കഴിഞ്ഞതിനെ കുറിച്ച് പറഞ്ഞ് വിലപിക്കാതെ പ്രായോഗികമായതിനെ കുറിച്ച് ചിന്തിക്കാം. ആദ്യം നീ അവളെ പോയൊന്ന് നോക്ക്..."

ജിഗീഷ് അറപ്പോടെയും ഭയത്തോടെയും പറഞ്ഞു.

"ഭയം കാരണം എന്റെ ശരീരമാകെ തണുത്തുറഞ്ഞതു പോലെ തോന്നുന്നു. ഞാൻ.... അശക്തനാണ്. എനിക്ക് ഒരടി നടക്കാൻ സാധിക്കുന്നില്ല..."

“കസ്തൂരി മരിച്ചെന്ന് നീ ഉറപ്പു തന്നാലേ എനിക്ക് മരണം സ്ഥിരീ കരിക്കാൻ സാധിക്കൂ.”

കാശിനാഥ് നിർബന്ധിച്ചു കൊണ്ടിരുന്നപ്പോൾ ജിഗീഷ് കാശി നാഥിന്റെ കൈയിൽ പിടിച്ചു കൊണ്ട് കൂടാരത്തിൽ കയറി. കസ്തൂരി യുടെ മൂക്കിനു പുറത്ത് കൈ വച്ചു നോക്കിയ ശേഷം വേഗം തന്നെ കൈ പിൻ വലിച്ചു കൊണ്ട് ജിഗീഷ് പറഞ്ഞു.

“കസ്തൂരി മരിച്ചിരിക്കുന്നു... അവൾ ശ്വാസോച്ഛ്വാസം ചെയ്യുന്നില്ല. ഇനി... ഇനിയെന്ത്....?”

ഗാഢമായ ചിന്തയ്ക്കൊടുവിൽ കാശിനാഥ് പറഞ്ഞു.

“എനിക്ക്... ചീഫ് മിനിസ്റ്റർ അടക്കമുള്ളവരുമായി ഉന്നത ബന്ധ ങ്ങൾ ഉണ്ടെന്നുള്ളത് ശരിതന്നെ. ഇരുപത്തഞ്ച് കോടി കോഴ വാങ്ങി യെന്ന പേരിൽ ചീഫ് മിനിസ്റ്ററുടെ നേരെ തന്നെ ജനം ഇളകി മറി ഞ്ഞിരിക്കുകയാ. ജനാധിപത്യത്തെ കുറിച്ചുള്ള മൂല്യബോധം ഭരണാ ധികാരികൾ മറന്നിരിക്കുന്നെങ്കിലും ജനങ്ങൾക്ക് ബോധം ഉണ്ട്. ഒരു പെൺകുട്ടിയെ തട്ടിക്കൊണ്ട് വന്ന് ആറുമാസത്തിലധികം ഒളിവിൽ താമസിപ്പിക്കുകയും, റേപ്പ് ചെയ്യാനുള്ള ശ്രമത്തിനിടയിൽ കുട്ടി മരിച്ചെന്ന് സമൂഹവും മീഡിയാസും അറിഞ്ഞാൽ അകത്തു കിടന്നേ പറ്റൂ. ജാമ്യത്തിലിറങ്ങാമെങ്കിലും അന്വേഷണ വിധേയമായി, എത്ര ദിവസത്തേക്കാണ് റിമാന്റ് ചെയ്യുന്നതെന്നറിയാൻ കഴിയില്ല. ഇവളെ തട്ടിക്കൊണ്ടു വന്നത് നമ്മളാണെന്ന് ഇപ്പൊ ആർക്കും അറിയില്ല. അതുകൊണ്ട് ഇരു ചെവി അറിയാതെ ഇവളെ മറവ് ചെയ്താൽ നമുക്ക് രക്ഷപ്പെടാം...”

കാശിനാഥ് വല്ലാത്ത ആവേശത്തോടെ പറഞ്ഞപ്പോൾ ജിഗീഷിന്റെ രക്തം മരവിച്ചുറയുന്നതു പോലെ തോന്നി. അവൻ ബദ്ധപ്പെട്ട് മിടയിറക്കി. കാശിനാഥിന്റെ മൊബൈൽ ടോർച്ചിൽ നോക്കിക്കൊണ്ട് അസ്വസ്ഥതയോടെ ജിഗീഷ് പറഞ്ഞു.

“കിച്ചുവേട്ടാ... ആ ടോർച്ചൊന്ന് ഓഫാക്ക്. എനിക്കിപ്പോ വെളി ച്ചത്തെ പേടിയാ...”

കാശിനാഥ് ടോർച്ച് ഓഫാക്കിയപ്പോൾ ജിഗീഷ് ചോദിച്ചു.

“കിച്ചുവേട്ടൻ ഇതിന് എന്ത് സൊല്യൂഷനാ കണ്ടിരിക്കുന്നത്?”

കാശിനാഥിന്റെ മനസ്സ് കണക്ക് കൂട്ടിയ വിവരങ്ങൾ അയാൾ വെളിപ്പെടുത്തി.

“ഡെഡ് ബോഡി ബംഗ്ലാവിൽ കൊണ്ടു പോയി മറവ്

ചെയ്യണമെങ്കിൽ, അവിടെ പോയി കാറെടുത്തു കൊണ്ടു വരണം. അവിടെ ആ തോട്ടക്കാരൻ വന്നു കാണും. കാറിൽ ശവം കേറ്റുന്നതും ഗൗരവമുള്ള വിഷയം തന്നെയാണ്. ഈ ഡെഡ് ബോഡി ഇവിടെ തന്നെ കുഴിച്ചു മൂടിയിട്ട് നമുക്ക് വീട്ടിൽ പോകാം..."

ജിഗീഷിന്റെ കണ്ണുകൾ മിഴിഞ്ഞു. അവൻ അമ്പരപ്പോടെ ചോദിച്ചു.

"ഇവിടെയോ...!"

കാശിനാഥ് ദൃഢമായ സ്വരത്തിൽ പറഞ്ഞു.

"കറുപ്പയ്യയുടെ മൺവെട്ടിയും പിക്കാസുമൊക്കെ ഇവിടെ ഉണ്ട്. പണി വശമില്ലെങ്കിലും... കഴിയുന്നപോലെയൊക്കെ ചെയ്യാം. വേഗം വാ... സമയം കളയണ്ട."

ജിഗീഷ് പതറി നിന്നപ്പോൾ കാശിനാഥ് അവന്റെ കൈയിൽ പിടിച്ചു കൊണ്ട് പണിയായുധങ്ങൾ ഇരിക്കുന്ന സ്ഥലത്ത് പോയി. മൺവെട്ടിയെടുത്ത് ജിഗീഷിന്റെ കൈയിൽ കൊടുത്ത ശേഷം അയാൾ പിക്കാസും എടുത്ത് മനസ്സിൽ ഉദ്ദേശിച്ച സ്ഥലം ലക്ഷ്യമാക്കി നടന്നു. യന്ത്ര പാവയെ പോലെ ജിഗീഷ് പിന്നാലെ നടന്നു. പണിക്കാർ മണ്ണ് വെട്ടിക്കോരിയ സ്ഥലത്തെത്തിയപ്പോൾ കാശിനാഥ് പറഞ്ഞു.

"ഒരടി താഴ്ചയിൽ ഇവിടുന്ന് മണ്ണെടുത്തിട്ടുണ്ട്. ഈ കുഴിയെ രൂപപ്പെടുത്തിയെടുത്താൽ നമുക്ക് അധ്വാന ഭാരം കുറയ്ക്കാം. ഞാൻ പിക്കാസു കൊണ്ട് കുത്തിയിടുന്ന മണ്ണ് നീ മൺവെട്ടികൊണ്ട് കോരിയിടണം."

ജിഗീഷിന്റെ കൈയിലിരുന്ന് മൺവെട്ടി വിറച്ചു. മൺവെട്ടി തറയിൽ വച്ച ശേഷം ഇരുകൈകൾ കൊണ്ടും മുഖം പൊത്തിപ്പിടിച്ച് ജിഗീഷ് വിങ്ങിക്കരഞ്ഞു. കാശിനാഥുമായി ബന്ധം സ്ഥാപിച്ചെടുത്തതിൽ അവൻ മനസ്സുകൊണ്ട് പശ്ചാത്തപിച്ചു. കാശിനാഥ് പിക്കാസ് താഴെ വച്ച ശേഷം ജിഗീഷിനോട് പറഞ്ഞു.

"ജിഗീ... ചെയ്തതെല്ലാം തെറ്റ് തന്നെ... എന്റെ കൈ കൊണ്ട് ഒരബദ്ധം സംഭവിച്ചു. ഒന്നും ഞാൻ പ്രതീക്ഷിച്ചതല്ല. നീ ഒന്ന് ആലോചിക്ക്... നമുക്ക് ഇതല്ലേ വഴിയുള്ളൂ.... പ്ലീസ് ജിഗീ... നീയൊന്ന് സഹകരിക്ക്..."

കാശിനാഥ് ജിഗീഷിന്റെ കൈയിൽ പിടിച്ച് അപേക്ഷാ സ്വരത്തിൽ പറഞ്ഞപ്പോൾ ജിഗീഷ് കണ്ണുകൾ ഇറുക്കിയടച്ചു കൊണ്ട് മൺവെട്ടി കൈയിലെടുത്തു. കാശിനാഥ് മാന്തിയിട്ട മണ്ണ് ജിഗീഷ് കുഴിയിൽ

നിന്ന് കോരിയിട്ടു. അവൻ തളർന്ന മട്ട് കാണിക്കുമ്പോൾ കാശിനാഥ് ഉത്സാഹിപ്പിച്ചു കൊണ്ടിരുന്നു. തീരെ അവശനായപ്പോൾ ജിഗീഷ് ചോദിച്ചു.

"മതിയോ കിച്ചുവേട്ടാ..."

"ഇത് രണ്ടടിയേ വരൂ. മൂന്നടിയെങ്കിലും താഴ്ത്തിയില്ലെങ്കിൽ ശവം പുറത്തു കാണില്ലേ. കാക്കയും പരുന്തും കൊത്തിപ്പറിക്കില്ലേ. ചീഞ്ഞ് നാറിയാലും ഇവിടെ ആൾ വാസമില്ലാത്തതു കൊണ്ട് ആരും അറിയില്ല."

കുറച്ചു സമയം രണ്ടുപേരും വിശ്രമിച്ച ശേഷം വീണ്ടും കുഴിയെടുക്കാൻ തുടങ്ങി. ഒരടി കൂടി താഴ്ത്തിയ ശേഷം ജിഗീഷ് പറഞ്ഞു.

"ഇനി എനിക്ക് ഒരിഞ്ച് പോലും കുഴിക്കാൻ സാധിക്കില്ല. എങ്കിൽ എന്നെ ഈ കുഴിയിലിട്ട് മൂടേണ്ടി വരും."

കാശിനാഥ് കുഴിയിലേക്ക് എത്തി നോക്കിക്കൊണ്ട് പറഞ്ഞു.

"തൽക്കാലം ഇത് മതിയല്ലേ... ഇവിടെ കറുപ്പയ്യ അല്ലാതെ ആരും വരില്ല. കുറച്ച് ദിവസത്തേക്ക് അയാളെ ഇടുക്കിയിൽ തന്നെ നിർത്താം. അവിടെ നിൽക്കാൻ തന്നെയാ അയാൾക്കും ഇഷ്ടം. മരം കോച്ചുന്ന തണുപ്പിൽ രണ്ടടിച്ച് കിടന്നുറങ്ങുന്ന സുഖത്തെക്കുറിച്ച് ചിലപ്പോൾ അയാൾ വാചാലനാകാറുണ്ട്. പിന്നെ... അവിടത്തെ കൊളുന്ത് നുള്ളുകാരി ബിയാത്തുവുമായിട്ട് അൽപം മസാലയുമുണ്ട്. മദ്യവും പെണ്ണും ഉണ്ടെങ്കിൽ ഒരു പുരുഷന് മറ്റെന്ത് വേണം? മൂന്ന് നാല് ദിവസം കഴിയുമ്പോൾ കുഴിയിലെ മണ്ണ് താഴുമ്പോൾ ഇതിനു മേലെ കോൺക്രീറ്റിട്ട് കറുപ്പയ്യക്ക് താമസിക്കാൻ ഒരു മുറി കെട്ടാം."

ജിഗീഷ് അഭിപ്രായമൊന്നും പറയാതെ നിന്നപ്പോൾ കാശിനാഥ് പറഞ്ഞു.

"നമുക്ക് കൂടാരത്തിൽ പോയി അവളെ എടുത്തു കൊണ്ടു വരാം. നിലാ വെളിച്ചം ഉള്ളതു കൊണ്ട് ടോർച്ച് തെളിച്ചില്ലെങ്കിലും കാണാം."

രണ്ടുപേരും കൂടാരത്തിൽ വന്നു. കസ്തൂരിയെ തൊടാൻ ജിഗീഷ് അറപ്പും ഭയവും പ്രകടിപ്പിച്ചപ്പോൾ, കട്ടിലോടെ കൊണ്ടു പോകാമെന്ന് കാശിനാഥ് പറഞ്ഞു. കട്ടിൽ കുഴിക്കരുകിൽ കൊണ്ടുവന്നശേഷം രണ്ടുപേരും ചേർന്ന് കസ്തൂരിയെ എടുത്ത് കുഴിയിൽ കിടത്തി. കുഴിയിൽ മണ്ണ് വെട്ടിയിടാൻ ജിഗീഷിനോട് പറഞ്ഞപ്പോൾ അവന് അത് സാധിക്കില്ലെന്ന് പറഞ്ഞ് മാറി നിന്നു. കാശിനാഥ് മണ്ണിട്ട് കുഴി മൂടാൻ തുടങ്ങി. കാശിനാഥ് ജോലിയിൽ മുഴുകിയപ്പോൾ

ജിഗീഷ് പറഞ്ഞു.

"കിച്ചവേട്ടാ, എനിക്കിവിടെ നിൽക്കാൻ സാധിക്കുന്നില്ല. വല്ലാത്ത ഭയം കാരണം സർവ നാഡികളും തളരുന്നതു പോലെ. വീണുപോകുമെന്ന് തോന്നുന്നു. നമുക്ക് പോകാം."

"ഒരഞ്ച് മിനിട്ട്... ഈ മണ്ണ് തറ നിരപ്പിൽ നിരത്തിയിട്ട് വരാം."

തറ നിരപ്പിൽ മണ്ണ് നിരത്തിയിട്ടിട്ട് കാശിനാഥ് പറഞ്ഞു.

"നീ ആക്ടീവയിൽ വാ. നമ്മൾ ഉപയോഗിച്ച മൺവെട്ടിയും പിക്കാസും എടുത്തോളണം. അതിനി ഇവിടെ വയ്ക്കണ്ട."

കാശിനാഥ് പറഞ്ഞു തീരുന്നതിനു മുൻപ് ജിഗീഷ് മൺവെട്ടിയും കോടാലിയും എടുത്തു വച്ച് വണ്ടി സ്റ്റാർട്ട് ചെയ്തു. പിന്നാലെ കാശിനാഥും വണ്ടിയെടുത്തു. അവർ ബംഗ്ലാവിൽ എത്തിയ ഉടൻ തന്നെ മൺവെട്ടിയും പിക്കാസും കഴിച്ചു മൂടി. രണ്ടുപേരും കുളിച്ചു. വിവാഹത്തിനായി വിഭവ സമൃദ്ധമായ അത്താഴം ഒരുക്കിയിരുന്നു. കുളിച്ച് വന്ന ജിഗീഷിനെ അത്താഴം കഴിക്കാൻ കാശിനാഥ് ക്ഷണിച്ചെങ്കിലും ഒന്നും കഴിക്കാൻ സാധിക്കില്ലെന്ന് പറഞ്ഞ് ജിഗീഷ് ഒഴിവായി. വിശപ്പടക്കി നിർത്താൻ കഴിയില്ലെന്ന് പറഞ്ഞ് കാശിനാഥ് അൽപം എന്തൊക്കെയോ കഴിച്ചെന്നു വരുത്തി. വിഷാദിയായി തല കുനിച്ച് മുറിയിലിരുന്ന ജിഗീഷിനെ നോക്കി കാശിനാഥ് പറഞ്ഞു.

"സോറി ജിഗീ... അവൾ മരിച്ചു പോകുമെന്ന് ഞാൻ വിചാരിച്ചില്ല. എങ്ങനെയോ സംഭവിച്ചു പോയി."

ജിഗീഷിന്റെ ഉള്ളിൽ അണ കെട്ടി നിർത്തിയിരുന്ന തേങ്ങൽ അതിർ വരമ്പുകൾ മുറിച്ച് ബഹിർഗമിച്ചു. ജിഗീഷിന്റെ വിതുമ്പൽ കേട്ട് കാശിനാഥ് ആത്മസംഘർഷത്താൽ വീർപ്പുമുട്ടി. ജിഗീഷിനെ ആശ്വസിപ്പിക്കാനുള്ള വാക്കുകൾ കിട്ടാതെ കാശിനാഥ് തളർന്നു നിന്നു. അയാളുടെ മനസ്സിലും കുറ്റബോധത്തിന്റെ അലകൾ ആർത്തിരമ്പുന്നുണ്ടായിരുന്നു. കുറച്ചു സമയത്തെ തേങ്ങലിനു ശേഷം ജിഗീഷ് പറഞ്ഞു.

"എന്നെ വിശ്വസിച്ചിരുന്ന എന്റെ ക്ലോസ് ഫ്രണ്ടായിരുന്നു കസ്തൂരി. എന്നോടൊപ്പം എവിടേക്ക് വരാനും അവൾക്ക് പേടിയില്ലായിരുന്നു. ഒരിക്കലും എന്നിൽ നിന്ന് ഇത്രയും ക്രൂരമായ വഞ്ചന അവൾ പ്രതീക്ഷിച്ചിട്ടുണ്ടാവില്ല. ദൈവത്തിനു മുന്നിൽ ഞാൻ ഇതിനൊക്കെ മറുപടി പറയേണ്ടി വരും. ജീവിതം നശിച്ചു... ഇനി ഞാനെങ്ങനെ

ജീവിക്കും..."

ജിഗീഷിന്റെ ജല്പനങ്ങൾ ശ്രദ്ധിച്ച കൊണ്ട് കാശിനാഥ് നെടുതായി നിശ്വസിച്ചു. നിമിഷാർദ്ധം കൊണ്ട് അയാൾ സ്വന്തം മനസ്സിനെ ശക്തിപ്പെടുത്തിയ ശേഷം പറഞ്ഞു.

"നിന്റെ അടുത്ത ഫ്രണ്ടിന്റെ വിയോഗം, അതും ഈ വിധത്തിൽ... സ്വാഭാവികമായും നിന്നെ തളർത്തും എന്നതു ശരി തന്നെ. ഞാൻ അത് അംഗീകരിക്കുന്നു. പിന്നെ ദൈവ ശിക്ഷയെ കുറിച്ച് നീ പറഞ്ഞത്... ഈ ഇരുപത്തിയൊന്നാം നൂറ്റാണ്ടിലും ഇത്തരം ചിന്തകൾ നിന്നെ ഭയപ്പെടുത്തുകാന്നു വച്ചാ... ദൈവം എന്നു പറയുന്ന ഒന്ന് ഇല്ലെടോ... ദൈവസേവ കുല തൊഴിലായി സ്വീകരിച്ച് ജീവിച്ചിരുന്നവരുടെ കുലത്തിൽ പെട്ട ബ്രാഹ്മണനായ ഞാനല്ലേ പറയുന്നത് ദൈവം ഇല്ലെന്ന്... ദൈവം ഉണ്ട് എന്നതിന് തെളിവോ അനുഭവമോ ഇന്നു വരെ എനിക്ക് ഉണ്ടായിട്ടില്ല. ഇക്കാലത്തിനിടയ്ക്ക് കൊലപാതകം ഒഴിച്ചുള്ള ഒരുപാട് തെറ്റുകൾ ഞാൻ ചെയ്തിട്ടുണ്ട്. അങ്ങനെയൊരു ദൈവം ഉണ്ടായിരുന്നെങ്കിൽ എന്നെ ഇവിടെ സ്വൈരമായി ജീവിക്കാൻ അനുവദിക്കുമായിരുന്നോ... എനിക്ക് മേൽക്കുമേൽ അഭിവൃദ്ധി ഉണ്ടായതല്ലാതെ ഒരു ദോഷവും സംഭവിച്ചിട്ടില്ല. നീ അവളെ എന്റെ അടുത്തെത്തിച്ചു എന്നല്ലാതെ, നീ അവളെ റേപ്പ് ചെയ്ത് കൊന്നില്ലല്ലോ... നിന്റെ മനസ്സിൽ അത്തരം ചില തെറ്റായ വിശ്വാസങ്ങളും ചിന്താഗതികളും ഉണ്ടെന്നിരിക്കെ... അങ്ങനെയൊരു ദൈവം ഉണ്ടെങ്കിൽ ശിക്ഷകൾ എനിക്ക് തന്നോട്ടെ. ശിക്ഷ ഏറ്റു വാങ്ങാൻ ഞാൻ തയ്യാറാ."

കാശിനാഥ് ധാർഷ്ട്യത്തോടെയും വെല്ലുവിളിയോടെയും പറഞ്ഞപ്പോൾ ജിഗീഷ് ഇതികർത്തവ്യതാമൂഢനായി. അയാൾ ഒരു സിഗററ്റിന് തീ പിടിപ്പിച്ച് ചുണ്ടുകൾക്കിടയിൽ തിരുകി. ശക്തിയിൽ പുക ഉള്ളിലേക്ക് ആവാഹിക്കുകയും പുറത്തു വിടുകയും ചെയ്തു. മൂന്ന്നാല് ആവർത്തി പുകയെടുത്ത ശേഷം സിഗററ്റ് കുറ്റി അലക്ഷ്യമായി വലിച്ചെറിഞ്ഞു. മുറിയിലെ അമിത പ്രകാശം അരോചകമായി തോന്നിയപ്പോൾ ഒരു ലൈറ്റ് ഒഴിച്ച് മറ്റുള്ളവയെല്ലാം കാശിനാഥ് ഓഫാക്കി. ജിഗീഷ് തലമുടിയിൽ അള്ളിപ്പിടിച്ചു കൊണ്ട് പറഞ്ഞു.

"എനിക്കൊന്ന് ഉറങ്ങണം. ഉറങ്ങാതിരുന്നാൽ ഭ്രാന്തിളകും. സ്വാഭാവികമായി ഉറങ്ങാൻ കഴിയില്ല. സ്ലീപ്പിംഗ് പിൽസുണ്ടെങ്കിൽ ഒന്നോ രണ്ടോ തരൂ... മരണസമാനമായിട്ട് ഉറങ്ങട്ടെ."

അന്നേ ദിവസം രണ്ടുപേരും സ്ലീപ്പിംഗ് പിൽസ് കഴിച്ചുറങ്ങി. പിറ്റേ ദിവസം കാശിനാഥ് എട്ട് മണിക്കുണർന്നെങ്കിലും ജിഗീഷ് ഉണർന്നപ്പോൾ പത്തര കഴിഞ്ഞു. എണീറ്റ ഉടൻ വല്ലാത്ത വിഭ്രാന്തിയോടെ ജിഗീഷ് പറഞ്ഞു.

"കിച്ചുവേട്ടാ, ഇവിടുത്തെ അന്തരീക്ഷം എന്നെ വല്ലാതെ വീർപ്പുമുട്ടിക്കുന്നു. കസ്തൂരി എന്റെ മനഃസാക്ഷിയെ നിരന്തരം പീഡിപ്പിച്ചുകൊണ്ടിരിക്കുന്നതു പോലെ. ഉടനെ എനിക്ക് നാട്ടിൽ പോകണം. ഇപ്പൊ തന്നെ ആയാൽ അത്രയും നല്ലത്."

ജിഗീഷ് വല്ലാത്ത വാശിയിൽ പറഞ്ഞപ്പോൾ അല്പ നേരം ആലോചനാ ഭാവത്തിലിരുന്ന ശേഷം കാശിനാഥ് പറഞ്ഞു.

"ഇവിടുന്ന് വിട്ടുനിൽക്കുന്നത് നിനക്ക് മനഃസമാധാനം തരുമെങ്കിൽ നീ പൊയ്ക്കോ. പിന്നെ ഒരു കാര്യം... അവിടെ ചെന്നിട്ട് ആരുടേയും മുന്നിൽ ഇത്തരം ഭ്രമാവസ്ഥ പ്രകടിപ്പിക്കരുത്. അവിടുന്ന് ഇങ്ങോട്ട് എങ്ങനെ വന്നോ അതുപോലെ തന്നെ അവിടെ ചെന്നാലും പെരുമാറണം."

പെട്ടെന്ന് എന്തോ ഓർത്തെടുത്തു കൊണ്ട് ജിഗീഷ് പറഞ്ഞു.

"കിച്ചുവേട്ടാ... എന്തൊക്കെ ആയാലും മരിച്ച് അഞ്ചിനോ ഏഴിനോ കസ്തൂരിയുടെ മരണാനന്തര ചടങ്ങുകൾ നടത്തണം. അല്ലെങ്കിൽ അവളുടെ ആത്മാവിന് മോക്ഷം കിട്ടില്ല. അത് നമുക്ക് ദോഷം ചെയ്യും."

പരിഹാസവും നിന്ദയും കലർന്ന സ്വരത്തിൽ കാശിനാഥ് പറഞ്ഞു.

"താനേത് പഞ്ചായത്തുകാരനാ... എനിക്ക് ദൈവത്തിൽ തന്നെ വിശ്വാസം ഇല്ലെന്ന് പറയുമ്പോഴാണ് ആത്മാവിന്റെ കാര്യം പറയുന്നത്. എന്റെ അപ്പാവിന്റെയും അമ്മാവിന്റെയും ആത്മാവിനു വേണ്ടി പോലും ഞാനൊന്നും ചെയ്തിട്ടില്ല. പിന്നല്ലേ എന്നെ ചതിച്ച് രക്ഷപ്പെടാൻ ശ്രമിച്ച ആ പെണ്ണിനു വേണ്ടി... ദൈവം ഇല്ലാത്തതു പോലെ തന്നെ ആത്മാവും ഇല്ലെടോ. ഊതി വീർപ്പിച്ച ബലൂണിൽ നിന്നും തുറന്നു വിടുന്ന കാറ്റ് അന്തരീക്ഷത്തിൽ ലയിക്കുന്നു. താൻ എം.എ. വരെ പഠിച്ചെങ്കിലും ഇതിനെ കുറിച്ചൊന്നും ചിന്തിക്കാതെ, പഴമക്കാർ പറഞ്ഞു തരുന്ന കപട വിശ്വാസങ്ങളിൽ വിശ്വസിച്ച് നടക്കാനു വച്ചാ കഷ്ടമാടോ... തന്റെ ഉള്ളിലുള്ള മൂഢ സങ്കൽപങ്ങളെ ഉപേക്ഷിച്ച് മനസ്സ് ശാന്തമാക്കി യാത്രയാകൂ."

കാശിനാഥിന്റെ സംസാരം അരോചകമായി ജിഗീഷിനു തോന്നി.

തൽസമയം തന്നെ അയാളുടെ മുന്നിൽ നിന്ന് അപ്രത്യക്ഷമാകണമെന്ന് അവന് തോന്നി. ഉടൻ തന്നെ അത്യാവശ്യം വേണ്ട സാധനങ്ങൾ ബാഗിൽ നിറച്ച ശേഷം അവൻ പറഞ്ഞു.

"എന്നാൽ ഞാനിറങ്ങട്ടെ."

"ശരി. എന്തെങ്കിലും ഉണ്ടെങ്കിൽ എന്റെ പേരിലുള്ള നമ്പറിൽ വിളിക്കണ്ട. മരിച്ച പോയ തോട്ടക്കാരൻ ഡേവിഡിന്റെ പേരിലുള്ള സിം കാർഡിൽ വിളിച്ചാൽ മതി. ആ നമ്പർ തരാം. എഴുതി വച്ചോ."

ജിഗീഷ് അവശമായ സ്വരത്തിൽ പറഞ്ഞു.

"ശരി."

ജിഗീഷ് ഇറങ്ങാൻ നേരം ആയിരത്തിന്റെ അൻപത് നോട്ടുകളടങ്ങുന്ന കെട്ട് അവന്റെ നേരെ നീട്ടിക്കൊണ്ട് കാശിനാഥ് പറഞ്ഞു.

"ഇത് കൂടി വച്ചോളൂ. അവിടെ ചെല്ലുമ്പോൾ നിനക്ക് കാശിന്റെ ബുദ്ധിമുട്ട് ഉണ്ടാകരുതല്ലോ."

കാശിനാഥിന്റെ ഉപഹാരം സ്നേഹപൂർവം നിരസിച്ചുകൊണ്ട് ജിഗീഷ് പറഞ്ഞു.

"അത്യാവശ്യത്തിനുള്ള കാശ് എന്റെ കൈയിൽ ഉണ്ട്. ഇപ്പൊ ഞാനിത് വാങ്ങിയാൽ, അത് കസ്തൂരിയുടെ ജീവന്റെ വില വാങ്ങുന്നതുപോലെ തോന്നും. അതെന്റെ മനഃസമാധാനം തകർക്കും. കാശ് കിച്ചുവേട്ടൻ വച്ചോളൂ. എനിക്കാവശ്യമുള്ളപ്പോൾ ഞാൻ വാങ്ങിക്കൊള്ളാം."

ജിഗീഷ് പടിയിറങ്ങിയപ്പോൾ കാശിനാഥ് ഒപ്പം പുറത്തിറങ്ങിയിട്ട് പറഞ്ഞു.

"നിന്നെ ഞാൻ ബസ്സ്റ്റോപ്പുവരെ കൊണ്ടാക്കാം."

കാശിനാഥ് വണ്ടി സ്റ്റാർട്ട് ചെയ്തപ്പോൾ ജിഗീഷ് പിന്നിൽ കയറി. കസ്തൂരിയെ കുഴിച്ചു മൂടിയ സ്ഥലത്ത് വണ്ടി നിർത്തി പരിസരം വീക്ഷിച്ച ശേഷം പറഞ്ഞു.

"കസ്തൂരിയെ അടക്കം ചെയ്തിരിക്കുന്ന സ്ഥലം പ്രത്യേകം തിരിച്ചറിയാം. ഞാൻ തിരിച്ചു പോകുമ്പോൾ എന്തെങ്കിലും ചെടികൾ നട്ടിട്ടു പോകാം."

കാശിനാഥിന്റെ സംസാരം ജിഗീഷിനെ അലോസരപ്പെടുത്തി. ജിഗീഷ് അക്ഷമയോടെ പറഞ്ഞു.

"കിച്ചുവേട്ടാ പോകാം. ഇവിടം... എന്നെ..."

മനസ്സിലെ വീർപ്പുമുട്ടലിന്റെ ഭാഷ സംസാരത്തിലൂടെ

വെളിപ്പെടുത്താൻ ജിഗീഷിനു സാധിച്ചില്ല. പുറത്തു വരാത്ത വാക്കുകൾ ഹൃദയക്കൂട്ടിൽ വിങ്ങി നിന്നു. കാശിനാഥ് വീണ്ടും വണ്ടി സ്റ്റാർട്ട് ചെയ്തപ്പോൾ ജിഗീഷ് ഒന്നു ഞെട്ടി. അയാൾ അവനെ ബസ്സ്റ്റോപ്പിലിറക്കിയ ശേഷം കസ്തൂരിയുടെ ശവം സംസ്കരിച്ച സ്ഥലത്തെത്തി. നടാൻ പറ്റിയ ചെടികളൊന്നും കാപ്പിത്തോട്ടത്തിൽ കണ്ടില്ല. കറുപ്പയ്യയുടെ കൂടാരത്തിനടുത്തു നിന്ന പപ്പരൈ പിഴുത് നട്ട ശേഷം അയാൾ ബംഗ്ലാവിലേക്ക് പോയി.

ജിഗീഷ് വീട്ടിലെത്തിയിട്ടും ഉൾഭയത്താൽ മൂകനായിരുന്നു. ഫോൺ സ്വിച്ചോഫാക്കി അധിക സമയവും മുറി പൂട്ടി മുറിക്കുള്ളിൽ ഇരുന്നു. പത്താം ദിവസം കാശിനാഥ് ഉറക്കമെണീറ്റ് നോക്കുമ്പോൾ പൂമുഖപ്പടിയിൽ ജിഗീഷ് ഇരിക്കുന്നു. അവൻ വല്ലാതെ ക്ഷീണിച്ചിരുന്നു. കലശലായ അലസതയും അവശതയും അവന്റെ മുഖത്ത് പ്രകടമായിരുന്നു. ഉറക്കത്തിൽ കണ്ട സ്വപ്നമായിരിക്കുമോ എന്നു കരുതി കാശിനാഥ് കണ്ണുകൾ ചിമ്മിത്തുറന്ന് ഒന്നു കൂടെ സൂക്ഷിച്ചു നോക്കി. അപ്പോഴും ജിഗീഷ് തല കുനിച്ചു തന്നെ ഇരിക്കുന്നുണ്ടായിരുന്നു. ജിഗീഷിന്റെ പാറി പറന്ന മുടിയെയും അവശ ഭാവത്തെയും ശ്രദ്ധിച്ചുകൊണ്ട് ചോദിച്ചു.

"നീയെന്താ അറിയിപ്പൊന്നും കൂടാതെ... ആകെ റ്റയേഡാണല്ലോ... എന്തു പറ്റിയെടോ?"

ചോദ്യത്തിന് മറുപടിയൊന്നും കൊടുക്കാതെ ജിഗീഷ് കാശിനാഥിന്റെ മുഖത്ത് ഒന്ന് നോക്കുക മാത്രം ചെയ്തു. ജിഗീഷിന്റെ മുഖഭാവത്തിൽ നിന്നും ഒന്നും വായിച്ചെടുക്കാൻ കാശിനാഥിന് കഴിഞ്ഞില്ല. അയാൾ ജിഗീഷിനോട് അകത്തേക്ക് വരാൻ പറഞ്ഞു. കാശിനാഥിനൊപ്പം ജിഗീഷ് അകത്തു കയറി. കാശിനാഥ് അവനെ സ്വന്തം ബെഡ്റൂമിലേക്ക് കൂട്ടി. കാശിനാഥിന്റെ ബെഡിൽ ചാഞ്ഞിരുന്നു കൊണ്ട് ജിഗീഷ് പറഞ്ഞു.

"എനിക്ക് ബാഗ്ലൂരിൽ ഒരു ജോലി ശരിയായെന്ന് അമ്മയോട് കള്ളം പറഞ്ഞിട്ടാ ഇങ്ങോട്ടു പോന്നത്."

ജിഗീഷിന്റെ മുഖത്ത് കണ്ണുകൾ തറപ്പിച്ചു കൊണ്ട് കാശിനാഥ് ചോദിച്ചു.

"നീ എന്തിനാ അങ്ങനെ പറഞ്ഞിട്ട് വന്നത്?"

പെട്ടെന്ന് ജിഗീഷിന്റെ ഞരമ്പുകൾ വലിഞ്ഞു മുറുകി. ചോര ആർത്തിരമ്പിയപ്പോൾ കപോലങ്ങളും നാസികയും ചുവന്നു തുടുത്തു.

ജിഗീഷിന്റെ പെട്ടെന്നുള്ള മാറ്റം കണ്ടപ്പോൾ കാശിനാഥ് ചോദിച്ചു.

"നിനക്ക് നല്ല ടെൻഷൻ ഉണ്ടല്ലോ. അമിതമായ ഉൽക്കണ്ഠയും ആവേശവുമൊന്നും പാടില്ല. പരിഹരിക്കാനാവാത്ത പ്രശ്നങ്ങളൊന്നും ഇല്ലല്ലോടോ... നീ റിലാക്സ് ചെയ്യ്."

ജിഗീഷ് അമിതാവേശത്തോടെ പറഞ്ഞു.

"എല്ലാ പ്രശ്നവും പരിഹരിക്കാൻ പറ്റുന്നതാണെന്ന ആത്മവിശ്വാസം എനിക്കില്ല. പ്രത്യേകിച്ച് മനുഷ്യരുടേതല്ലാത്തതാകുമ്പോൾ..."

കാശിനാഥ് കേട്ടതിലെന്തെങ്കിലും പിശക് പറ്റിയോന്ന് ചിന്തിച്ചു കൊണ്ട് വാക്കുകൾ ഊന്നിപ്പറഞ്ഞു കൊണ്ട് ചോദിച്ചു.

"മനുഷ്യരുടേതല്ലാത്തതോ... മൃഗങ്ങളുടെ പ്രശ്നത്തെ കുറിച്ചോർത്താണോ നീ ബേജാറാകുന്നത്."

കാശിനാഥ് തമാശ രൂപേണ ചോദിച്ചപ്പോൾ ജിഗീഷിന്റെ മുഖം വിവർണ്ണമായി. ജിഗീഷ് വല്ലാത്ത ഭാവത്തിൽ കിതച്ചു കൊണ്ട് പറഞ്ഞു.

"കിച്ചുവേട്ടാ കസ്തൂരി യക്ഷിയായി എന്റെ മുന്നിൽ വന്നു. അവ്യക്തവും വൈരൂപ്യവുമായ രൂപത്തിൽ അവളെന്റെ മുന്നിൽ പ്രത്യക്ഷപ്പെടുന്നു... അവൾ മരിച്ച് ഏഴാം ദിവസത്തിനു ശേഷമാണ് ഞാനവളെ കണ്ടു തുടങ്ങുന്നത്. രൗദ്ര ഭാവങ്ങൾ പ്രകടിപ്പിച്ചു കൊണ്ട് അവളെന്നെ പിൻതുടരുന്നു. കടിച്ചു കീറാൻ വരുന്നു.... ഒന്നും എനിക്ക് ആരോടും പറയാൻ പറ്റില്ലല്ലോ...നാട്ടിൽ നിന്ന് എന്റെയൊരു ഫ്രണ്ടും ഫാമിലിയും തീർഥാടന സ്ഥലങ്ങൾ സന്ദർശിക്കാൻ യാത്ര തിരിച്ചു. ഞാനും അവരോടൊപ്പം കൂടി. കുറേ അമ്പലങ്ങളിൽ പോയി പ്രാർഥിച്ചു. അന്നേരം അവളെന്നെ ശല്യപ്പെടുത്തിയില്ല. അതി രാവിലെ ഇവിടത്തെ ബസ്സ്റ്റോപ്പിൽ ഇറങ്ങി നടന്നു. ഞാൻ എസ്റ്റേറ്റിനുള്ളിൽ പ്രവേശിച്ചപ്പോൾ എന്നെ മറിച്ചിടാൻ പാകത്തിൽ കാറ്റ് ആഞ്ഞ് വീശി. അപ്പോഴേ എന്റെ പകുതി ജീവൻ പോയതു പോലെ തോന്നി. അവിടുന്ന് ഞാൻ പിന്നിലേക്ക് തിരിഞ്ഞു നോക്കാതെ ഓടി. എന്നെ അവൾ പിൻതുടരുന്നതു പോലെ തോന്നി. ഇവിടെ വന്ന് കിച്ചുവേട്ടനോട് വിവരങ്ങളെല്ലാം പറയുന്നതു വരെയെങ്കിലും ഞാൻ ജീവനോടെ ഉണ്ടായിരിക്കണേ എന്ന പ്രാർഥനയോടെയാണ് ഓടിയത്... എന്തായാലും അത് സാധിച്ചു..."

ജിഗീഷ് പറഞ്ഞതു കേട്ട് കാശിനാഥ് ഉച്ചത്തിൽ പൊട്ടിച്ചിരിച്ചു.

അല്പ സമയം നിർത്താതെ ചിരിച്ച ശേഷം ജിഗീഷിനെ കളിയാക്കി ക്കൊണ്ട് കാശിനാഥ് പറഞ്ഞു.

"ഉടനെ തന്നെ നിന്നെ ഏതെങ്കിലും സൈക്യാട്രിസ്റ്റിന്റെ അടുത്തു കൊണ്ടു പോയി കാണിക്കണമല്ലോ. അല്ല... അതിനും ഇപ്പോൾ നിർവാഹമില്ലല്ലോ... നീ അയാളോട് പറയുന്നതൊക്കെ കസ്തൂരി യക്ഷിയുടെ കഥകളായിരിക്കുമല്ലോ... പിന്നെ എല്ലാം തകിടം മറിയില്ലേ... നിന്റെ ഈ രോഗം മാറ്റാൻ എന്താ ഒരു പോംവഴി..."

ജിഗീഷിന്റെ മനസ്സിൽ ആഴ്ന്നിറങ്ങിയ പ്രേത ചിന്തകളെ മാറ്റാൻ എന്ത് പോംവഴിയെന്ന് കാശിനാഥ് ആഴത്തിൽ ചിന്തിച്ചു. ഏറുകണ്ണു കൊണ്ട് ജിഗീഷിനെ നോക്കിക്കൊണ്ട് അയാൾ പറഞ്ഞു.

ജിഗീ... നീ മനസ്സിനെ ധൈര്യപ്പെടുത്ത്... ഈ ആധുനിക യുഗത്തിൽ യക്ഷിയെ കുറിച്ച് പറയുന്നത് തന്നെ നാണക്കേടാണെ ന്ന് ചിന്തിക്ക്... ഇത്തരം ശക്തികളൊന്നും ഇല്ലെന്ന് നിന്റെ കോൺ ഷ്യൻസ് മൈന്റിനെയും അൺകോൺഷ്യൻസ് മൈന്റിനെയും പറഞ്ഞ് വിശ്വസിപ്പിക്ക്. എന്നാലേ നിനക്ക് സ്വസ്ഥമായി കിടന്നു റങ്ങാൻ കഴിയൂ."

കാശിനാഥ് ഉണദോഷിച്ചപ്പോൾ ജിഗീഷ് കൂടുതൽ ആവേശഭരി തനായി. കൂടുതൽ ആത്മാർഥത വരുത്തിക്കൊണ്ട് ജിഗീഷ് പറഞ്ഞു.

"കിച്ചുവേട്ടാ ഞാൻ പറഞ്ഞതെല്ലാം ശരിക്കും കണ്ടതും അറിഞ്ഞ തുമായ കാര്യങ്ങൾ തന്നെ. സുഗന്ധമുള്ള പുകച്ചുരുളുകൾക്കുള്ളിൽ നിന്നും പൊന്തി വരുന്ന അവളുടെ രൂപം ഇപ്പോഴും എന്റെ കണ്ണിൽ തെളിഞ്ഞു നിൽക്കുന്നു."

കാശിനാഥ് ജിഗീഷിന്റെ കണ്ണിൽ സൂക്ഷിച്ചു നോക്കിക്കൊണ്ട് പറഞ്ഞു.

"എന്നിട്ട്... നിന്റെ കണ്ണിൽ ഞാനവളെ കാണുന്നില്ലല്ലോ..."

"മൊബൈൽ ക്യാമറയിൽ യക്ഷിയുടെ രൂപം തെളിയില്ലല്ലോ... തെളിയുമായിരുന്നെങ്കിൽ, ഞാൻ എല്ലാം പകർത്തിക്കൊണ്ട് വരു മായിരുന്നു."

ക്ഷമ കെട്ടവനെ പോലെ കാശിനാഥ് പറഞ്ഞു.

അവളെ കൊന്നത് ഞാനല്ലേ... നീ അന്നേരം അവിടെ ഉണ്ടായിരു ന്നു പോലും ഇല്ലല്ലോ... അങ്ങനെയെങ്കിൽ യക്ഷി ആദ്യം വരേണ്ടത് എന്റെ അടുത്തല്ലേ. ഇന്നു വരെ ഞാനൊര് യക്ഷിയെ കണ്ടിട്ടില്ല. ഈ വിഷയം നമുക്കിവിടെ വച്ച് നിർത്താം... അല്ലെങ്കിൽ നമ്മൾ തമ്മിൽ

പിണങ്ങേണ്ടി വരും. വാ... നമുക്ക് ബ്രേക്ക്ഫാസ്റ്റ് കഴിക്കാം."

കാശിനാഥ് അവസാന വാക്ക് പറഞ്ഞ് ഒഴിഞ്ഞപ്പോൾ ജിഗീഷ് ചിന്തിച്ചിരുന്നു. അല്പം സമയം കഴിഞ്ഞപ്പോൾ അവൻ കാശിനാഥിനൊപ്പം കൂടി ദൈനംദിന കാര്യങ്ങളിൽ മുഴുകി. അന്ന് രാത്രി ഉറങ്ങാൻ നേരം ജിഗീഷ് പറഞ്ഞു.

"എനിക്ക് ഒറ്റയ്ക്ക് കിടക്കാൻ പേടിയാ...ഞാൻ കിച്ചുവേട്ടന്റെ മുറിയിലേ കിടക്കൂ. നിലത്ത് പായ വിരിച്ചാണെങ്കിലും ഞാനിവിടെ കിടന്നോളാം."

കാശിനാഥ് ജിഗീഷിന്റെ ഇരു തോളിലും പിടിച്ചു കൊണ്ട് പറഞ്ഞു.

"നീ പറഞ്ഞില്ലെങ്കിലും നിന്നെ ഞാനിന്ന് വേറെ മുറിയിൽ കിടത്തില്ല. നാലാളിന് വിശാലമായി കിടക്കാനുള്ള ഇടം എന്റെ ബെഡിനുണ്ട്. വന്ന് കിടക്ക്."

ജിഗീഷ് ആശ്വാസത്തോടെ കാശിനാഥിന്റെ ബെഡിൽ കിടന്നു. പിറ്റേ ദിവസം കാശിനാഥ് വിളിച്ചുണർത്തിയപ്പോഴാണ് ജിഗീഷ് ഉണർന്നത്. കാശിനാഥ് ജിഗീഷിന് അഭിമുഖമായി ഇരുന്ന ശേഷം ചോദിച്ചു.

"ഇന്ന് യക്ഷി വന്നിരുന്നോ...?"

"ഇല്ല... ഇന്ന് വന്നില്ല. എത്ര ദിവസത്തിനു ശേഷമാ സുഖമായിട്ടൊന്ന് ഉറങ്ങിയത്."

ജിഗീഷ് വളരെയധികം ആശ്വാസത്തോടെ പറഞ്ഞപ്പോൾ കാശിനാഥ് പറഞ്ഞു.

"എന്നും നിന്നെ പേടിപ്പിക്കുന്ന യക്ഷിയെന്താ ഇന്നലെ വരാതിരുന്നത്...? ഇവിടേക്കുള്ള വഴി അറിയാത്തതു കൊണ്ടാണോ... അതോ... എന്നെ പേടിച്ചിട്ടോ... ഇതിൽ നിന്ന് നീ എന്ത് മനസ്സിലാക്കി? നീ ഒറ്റയ്ക്കു കിടക്കുമ്പോൾ ആവശ്യമില്ലാത്തതൊക്കെ ചിന്തിച്ചു കൂട്ടുന്നു. ആ ചിന്തയിൽ നിന്ന് രൂപപ്പെടുന്ന മിഥ്യാ ധാരണയാ യക്ഷിയെന്ന മൂഢസങ്കൽപം. ഞാൻ അടുത്തുള്ളപ്പോൾ നിന്റെ അരികിൽ യക്ഷി വരില്ലെന്ന് നിന്റെ മനസ്സ് നിന്നോട് പറഞ്ഞു. അപ്പോൾ യക്ഷി വന്നതുമില്ല. ഇതാ ഇവിടെ സംഭവിച്ചത്."

"അന്ന് ഞാൻ കണ്ടത് സത്യമാ കിച്ചുവേട്ടാ..."

കാശിനാഥ് വലതു കൈ ഉയർത്തി കാട്ടി ജിഗീഷിന്റെ സംസാരം തടഞ്ഞു കൊണ്ട് പറഞ്ഞു.

"മതി. ഇനി ആ കഥ കേൾക്കണ്ട."

രണ്ടു ദിവസം കഴിഞ്ഞു. കാശിനാഥ് എല്ലാ ദിവസവും ഉറങ്ങാൻ നേരം കഴിക്കാറുള്ള സ്ട്രോബറി ജ്യൂസ് കഴിച്ച് കിടന്നു. കാശിനാഥ് കിടന്നപ്പോൾ, ജിഗീഷ് വായിച്ചു കൊണ്ടിരുന്ന പുസ്തകം അടച്ചു വച്ച് അവനും കിടന്നു. രണ്ട് മണി കഴിഞ്ഞപ്പോൾ ചുവന്ന നിറത്തിലുള്ള പ്രകാശം മുറിയിൽ വ്യാപിച്ചു. എന്തോ അവശബ്ദം കേട്ടപ്പോൾ കാശിനാഥ് ഞെട്ടി ഉണർന്നു. താഴമ്പൂവിന്റെ അതിച്ച ഗന്ധം അയാളുടെ മൂക്കിനുള്ളിൽ തുരന്നു കയറുന്നതു പോലെ തോന്നി. കാശിനാഥ് കണ്ണ് ചിമ്മിത്തുറന്ന് നോക്കിയപ്പോൾ ചുവന്ന വെളിച്ചത്തിനു നടുവിൽ ചുവന്ന കണ്ണുകളുള്ള സ്ത്രീ നിൽക്കുന്നതു പോലെ തോന്നി. കിടക്കയിൽ കിടന്നു കൊണ്ടു തന്നെ ബെഡ് സ്വിച്ച് ഓൺ ചെയ്തപ്പോൾ ലൈറ്റ് കത്തിയില്ല. കറണ്ട് പോയെന്ന കാര്യം മനസ്സിലാക്കി. മുന്നിൽ നിന്ന് അട്ടഹസിക്കുന്ന രൂപത്തെ അയാൾ വീണ്ടും വീണ്ടും നോക്കി. ലൈറ്റിന്റെ സ്വിച്ച് മാറിപ്പോയോ എന്ന് ചിന്തിച്ച് കാശിനാഥ് ജിഗീഷിനെ തട്ടി വിളിച്ചു.

"ജിഗീ... ലൈറ്റിട്. ഇവിടെ ആരോ നിൽക്കുന്നതു പോലെ. ആ നിഴലിന് കസ്തൂരിയുടെ മുഖ സാമ്യമുള്ളതു പോലെ. ചുവന്ന വെളിച്ചത്തിൽ രൂപം തെന്നി മാറിക്കൊണ്ടിരിക്കുന്നു."

ജിഗീഷ് ഉറക്കച്ചടവോടെ അവ്യക്തവും അലസവുമായ സ്വരത്തിൽ പറഞ്ഞു.

"കറണ്ടില്ല കിച്ചുവേട്ടാ... ഞാനൊന്നും കാണുന്നില്ലല്ലോ... കസ്തൂരിയോ? അവളെവിടെ? അവൾ മരിച്ചു പോയല്ലോ..."

ഉടൻ തന്നെ ജിഗീഷ് വീണ്ടും മയക്കത്തിലേക്ക് വഴുതി വീണു. അവൻ വീണ്ടും ഉറങ്ങി. കാശിനാഥ് വളരെ ബദ്ധപ്പെട്ട് മിടയിറക്കി. ആയിരക്കണക്കിന് കടന്നലുകൾ വളഞ്ഞ് ആക്രമിക്കുന്നതു പോലെ അയാൾക്കു തോന്നി. കസ്തൂരി സ്വപ്നാടകയായി അയാൾക്ക് ചുറ്റും ഉന്മാദ നൃത്തമാടുന്നു എന്നു തോന്നിയപ്പോൾ അവളുടെ അംഗ ചലനങ്ങളിൽ ശ്രദ്ധിച്ചു കൊണ്ട് അയാൾ വീണ്ടും വീണ്ടും കണ്ണുകൾ ചിമ്മി അടയ്ക്കുകയും തുറക്കുകയും ചെയ്തു. മസ്തിഷ്കത്തെ മത്തു പിടിപ്പിക്കുന്ന ദൃശ്യങ്ങൾ ശരീരത്തെ ആകമാനം മരവിപ്പിച്ചു. നിശ്ശബ്ദവും ശൂന്യവുമായ നിമിഷങ്ങളിൽ ചുണ്ടനക്കി എന്തെങ്കിലും മിണ്ടാൻ അയാൾക്കു സാധിച്ചില്ല. സുദാര്യമായ നിശാ വസ്ത്രങ്ങൾക്കുള്ളിൽ തെളിഞ്ഞ രൂപത്തിൽ നിന്നും ഭയാനകമായ ശീൽക്കാര ശബ്ദങ്ങൾ പുറത്തു

വന്നു കൊണ്ടിരുന്നു. കാശിനാഥ് കണ്ണുകൾ ഇറുകെ പൂട്ടി കിടന്നു. ഏതാനും മിനിട്ടുകൾക്ക് ശേഷം കണ്ണ് തുറന്ന് നോക്കിയപ്പോഴും ചുവന്ന വെളിച്ചത്തിനുള്ളിൽ കസ്തൂരിയുടെ രൂപം തെളിയുന്നതായി തോന്നി. കാശിനാഥ് ധൈര്യം സംഭരിച്ച് ജിഗീഷിനെ കുലുക്കി വിളിച്ചുണർത്തി. ജിഗീഷ് കാര്യം ചോദിച്ചപ്പോൾ കാശിനാഥ് രഹസ്യം പറയുന്നതു പോലെ അടക്കിയ സ്വരത്തിൽ പറഞ്ഞു.

"ജിഗീ... ചുവന്ന വെളിച്ചത്തിനു നടുവിൽ കസ്തൂരിയെ നീ കാണുന്നില്ലേ..."

"എവിടെ....? ഞാനിവിടെ ഒന്നും കാണുന്നില്ലല്ലോ... കിച്ചുവേട്ടനെന്തു പറ്റി?"

"നീ മുറിയുടെ നടുവിലേക്ക് നോക്ക്. തെളിഞ്ഞും മറഞ്ഞുമിരിക്കുന്ന പ്രകാശത്തിനു നടുവിൽ അവൾ നിൽക്കുന്നു."

ഇവിടെ ആരും ഇല്ലെന്ന് പറഞ്ഞ് ജിഗീഷ് കട്ടിലിൽ നിന്നെണീറ്റ് മുറിയുടെ നടുവിൽ വന്നപ്പോൾ കാശിനാഥ് പറഞ്ഞു.

നീ അങ്ങോട്ട് പോകണ്ട... അവളവിടെ ഉണ്ട്. അവൾ നിന്നെ..."

ജിഗീഷ് മുറിയിൽ അങ്ങോട്ടുമിങ്ങോട്ടും നടന്നപ്പോൾ കാശിനാഥ് പറഞ്ഞു.

"ഇപ്പോൾ അവളെ കാണാനില്ല. വെളിച്ചവും അപ്രത്യക്ഷമായിരിക്കുന്നു. ഡോർ തുറന്ന് ആരെങ്കിലും അകത്ത് കയറിയതാണോ എന്ന് നോക്ക്."

കാശിനാഥ് സംസാരിച്ചു കൊണ്ടിരുന്നപ്പോൾ തന്നെ മുറിയിൽ ലൈറ്റ് കത്തി. ജിഗീഷ് വാതിലിനടുത്ത് ചെന്ന് നിന്ന് പറഞ്ഞു.

"വാതിൽ തുറന്നിട്ടില്ല കിച്ചുവേട്ടാ... ഫ്ലോറിൽ ഏതാനും രക്തതുള്ളികൾ..."

ജിഗീഷ് പറഞ്ഞപ്പോൾ കാശിനാഥിന്റെ രക്തമെല്ലാം തണുത്തുറയുന്നതു പോലെ തോന്നി. അയാൾ കിടക്കയിൽ കിടന്നു കൊണ്ടു തന്നെ ജിഗീഷിനെ പകച്ചു നോക്കി. ബെഡിൽ നിന്ന് എഴുന്നേൽക്കാൻ ശ്രമിച്ചെങ്കിലും ശ്രമം വിഫലമായി. ശരീരം ബെഡിൽ ഒട്ടിപ്പിടിച്ചിരിക്കുന്നതു പോലെ. കിടക്കയിൽ കിടന്നു കൊണ്ടു തന്നെ വെള്ളം വേണമെന്ന് അയാൾ പറഞ്ഞു. ജിഗീഷ് വെള്ളം കൊണ്ടു വന്ന് കൊടുത്തപ്പോൾ വായിലേക്ക് ഒഴിച്ചു കൊടുക്കാൻ പറഞ്ഞു. ജിഗീഷ് അല്പാൽപമായി കാശിനാഥിന്റെ വായിൽ വെള്ളം ഒഴിച്ചു കൊടുത്തു. മൂന്നിറുക്ക് വെള്ളം ഇറക്കിയ ശേഷം അയാൾ ശവ സമാനനായി

കിടന്നു. വെളിച്ചത്തിൽ നിന്ന് കണ്ണുകൾക്ക് മോചനം കൊടുക്കാനെന്ന വണ്ണം കണ്ണുകൾ ഇറുകെ പൂട്ടി ചിന്തിച്ചു കിടന്നപ്പോൾ മുറിയ്ക്കുള്ളിൽ കുപ്പി ഗ്ലാസ് വീണുടയുന്ന ശബ്ദം കേട്ടു. ഞെട്ടലോടെ കണ്ണ് തുറന്ന് കണ്ണുകൾ മിഴിച്ച് പരിഭ്രമത്തോടെ അയാൾ ചോദിച്ചു.

"എങ്ങനെയാ ജിഗീ ഗ്ലാസ് ഉടഞ്ഞത്?"

"കിച്ചുവേട്ടന് വെള്ളം തന്നിട്ട് മേശപ്പുറത്ത് വച്ച ഗ്ലാസാ... എങ്ങനെയാ ഉടഞ്ഞതെന്ന് അറിയില്ല. ഞാനീ കട്ടിലിൽ തന്നെ ഇരിക്കയായിരുന്നു. അത്ഭുതം സംഭവിച്ചതു പോലെയാ... കിച്ചുവേട്ടാ എന്താ ഇവിടെ സംഭവിക്കുന്നത്. ഇത് വല്ലാത്ത ഒരവസ്ഥ തന്നെ."

"എമർജെൻസിയിൽ ചാർജ്ജുണ്ടോ... ലൈറ്റ് പോകുന്നെങ്കിൽ തെളിയിക്കാമല്ലോ. ഇവിടെ ത്രീ ഫെയ്സായതിനാൽ എപ്പോഴും കറണ്ട് കാണുമല്ലോ എന്നു വിചാരിച്ചാ ഇൻവെർട്ടർ വാങ്ങി വയ്ക്കാത്തത്. ഇന്നിനി ഉറങ്ങാൻ കഴിയില്ല."

ജിഗീഷ് വേവലാതിയോടെ ഓരോന്നു പറഞ്ഞു കൊണ്ടിരുന്നെങ്കിലും കാശിനാഥിന് തിരിച്ചെന്തെങ്കിലും പറയാനോ കട്ടിലിൽ നിന്ന് എണീക്കാനോ കഴിഞ്ഞില്ല. പല തരത്തിലുള്ള ചിന്തകൾ അയാളുടെ മസ്തിഷ്കത്തിൽ ക്ഷതമേൽപ്പിച്ചു കൊണ്ടിരുന്നു. അപ്രതീക്ഷിതമായി വന്നു പെട്ട അനുഭവങ്ങൾ അയാളെ തീച്ചൂളയ്ക്കുള്ളിൽ നിർത്തി. ഭൂഗർഭ അറയിൽ നിന്ന് പുറത്തേക്കൊഴുകാനാവാതെ വീർപ്പുമുട്ടുന്ന ലാവ പോലെ അയാളുടെ ഹൃദയം കലങ്ങി മറിഞ്ഞു കൊണ്ടിരുന്നു.

കുറച്ചു സമയം ജിഗീഷ് കട്ടിലിനരുകിൽ ഇരുന്ന ശേഷം എണീറ്റ് കാശിനാഥിന്റെ അടുത്തു വന്ന് കിടന്നു. പ്രഭാതമാകുന്നതു വരെ രണ്ടു പേർക്കും ഉറങ്ങാൻ കഴിഞ്ഞില്ല. എട്ട് മണിയായപ്പോൾ കാശിനാഥ് കട്ടിലിൽ എണീറ്റിരുന്ന ശേഷം ചോദിച്ചു.

"ഫ്ലോറിൽ ബ്ലഡ് ഡ്രോപ്സ് ഉണ്ടായിരുന്നെന്ന് നീ പറഞ്ഞിരുന്നല്ലോ. അത് നീ തുടച്ചു നീക്കിയോ."

ജിഗീഷ് എണീറ്റു വന്ന് ബ്ലഡ് ഡ്രോപ്സ് കണ്ടിരുന്നു എന്നു പറയുന്ന സ്ഥലത്ത് നോക്കിയ ശേഷം വിസ്മയത്തോടെ പറഞ്ഞു.

"ഇപ്പൊ... ഇപ്പൊ ഇവിടെ ബ്ലഡൊന്നും കാണുന്നില്ല! ഇന്നലെ കണ്ടത് ഇന്നെവിടെ പോയി?"

നെറ്റി ചുളുക്കിക്കൊണ്ട് കാശിനാഥ് പറഞ്ഞു.

"അത് ചിലപ്പോൾ നിനക്ക് തോന്നിയതാകാം."

ജിഗീഷ് കാശിനാഥിന്റെ മുഖത്ത് സൂക്ഷിച്ച നോക്കിക്കൊണ്ട് പറഞ്ഞു.

"അപ്പൊ ഇന്നലെ രാത്രിയിൽ കണ്ടെന്ന പറഞ്ഞതൊക്കെ കിച്ച വേട്ടന്റെ തോന്നലായിരുന്നോ..."

കാശിനാഥ് സ്മൃതി പഥങ്ങളിൽ പരതിയ ശേഷം പറഞ്ഞു.

"കസ്തൂരിയെ കുറിച്ച് നീ എന്നോട്ട ചില കാര്യങ്ങളൊക്കെ പറഞ്ഞിരുന്നില്ലേ. അതിനെ കുറിച്ചൊക്കെ ചിന്തിച്ച കിടന്നപ്പോൾ തോന്നിയ വിഭ്രമങ്ങളായിരിക്കും എല്ലാം. എല്ലാം ഞാൻ സ്വപ്നത്തിൽ കണ്ടതായിരിക്കുമെങ്കിലോ...."

ജിഗീഷ് അസഹ്യതയോടെ പറഞ്ഞു.

"ഇന്നലെ രാത്രി കിച്ചവേട്ടൻ എന്നെ വിളിച്ചുണർത്തിയതും, അന്നേരം ലൈറ്റുകളെല്ലാം ഓഫായിരുന്നതുമൊക്കെ സത്യമാണ്. ഞാൻ കണ്ട രക്ത തുള്ളികൾ... ഗ്ലാസ് തനിയെ തറയിൽ വീണുട ഞ്ഞതുമൊക്കെ സത്യം തന്നെയാണ്... അതിന്റെ ചില്ലുകൾ പെറുക്കി വച്ചിട്ടുണ്ട്. എന്നിട്ടും എല്ലാം സ്വപ്നമെന്ന് കിച്ചവേട്ടൻ പറഞ്ഞാ..."

മുടിയിഴകളെ തെരു തെരെ അള്ളിപ്പിടിച്ച കൊണ്ട് കാശിനാഥ് പറഞ്ഞു.

"ഇന്നലെ ഞാനും നീയും ഒരു ബെഡിലല്ലേ കിടന്നത്. എന്നിട്ട് നീ ഇന്നലെ യക്ഷിയെ കണ്ടില്ലല്ലോ. കണ്ടത് ഞാൻ മാത്രം. അതുകൊണ്ടാ ഞാൻ കണ്ടത് സ്വപ്നമോ തോന്നലോ ആയിരിക്കാ മെന്ന് പറഞ്ഞത്."

കാശിനാഥിന്റെ ആരോപണങ്ങളെ തിരുത്തിക്കൊണ്ട് ജിഗീഷ് പറഞ്ഞു.

"കിച്ചവേട്ടൻ എന്നെ വിളിച്ചുണർത്തിയപ്പോൾ എനിക്ക് കണ്ണ് തുറക്കാൻ കഴിഞ്ഞില്ല. ഏതോ ആലസ്യത്തിൽ എന്റെ കണ്ണുകൾ വല്ലാതെ അടഞ്ഞു പോയിരുന്നു. പിന്നെങ്ങനെയാ ഞാൻ കാണുന്നത്. ഫ്ലോറിൽ ബ്ലഡ് ഡ്രോപ്സ് കണ്ടിരുന്നു. പിന്നെ തനിയെ ഗ്ലാസ് തറയിൽ വീണുടഞ്ഞത്..."

ഇപ്രാവശ്യം ജിഗീഷിന്റെ വാദത്തെ കാശിനാഥ് ശക്തിയായി എതിർത്തില്ലെങ്കിലും മനസ്സ് കൊണ്ട് എല്ലാം അപ്പാടെ വിശ്വസി ക്കാൻ അയാൾ തയ്യാറായില്ല. അന്നേ ദിവസം കിടക്കാൻ നേരം വാതിലുകളെല്ലാം ലോക്ക് ചെയ്തെന്ന് രണ്ടു പ്രാവശ്യം ഉറപ്പ വരുത്തിയ ശേഷമാണ് കാശിനാഥ് ഉറങ്ങാൻ കിടന്നത്. തലേ

ദിവസം ഉറക്കം മുഷിഞ്ഞതിനാൽ കിടന്ന ഉടൻ തന്നെ രണ്ടുപേരും ഉറങ്ങി. രാത്രിയുടെ അന്ത്യയാമത്തിൽ ജിഗീഷ് ഒരു നിലവിളിയോടെ എണീറ്റിരുന്നിട്ട് ഉച്ചത്തിൽ വിളിച്ച് പറഞ്ഞു.

"കിച്ചുവേട്ടാ അവൾ നിലം തൊടാതെ ഇത്രയും സമയം ഇവിടെ ഉണ്ടായിരുന്നു. ചുവരുകൾ തുളച്ച് ഇപ്പൊ പുറത്തിറങ്ങി. എന്നെ അവൾ വിളിക്കുന്നു. പുറത്തേക്ക് ചെല്ലാൻ..."

കാശിനാഥ് ഉണർന്ന് ബെഡിൽ ഇരുന്ന ശേഷം ചോദിച്ചു.

"എവിടെ...?"

"ദേ പുറത്ത് നിൽക്കുന്നു..."

ഭയ വിഹ്വലതയോടെ ജിഗീഷ് പറഞ്ഞപ്പോൾ കാശിനാഥ് ചിന്തിച്ചിരുന്നു. അന്നേരം മുല്ലപ്പൂവിന്റെ ഗന്ധം അനുഭവപ്പെടുന്നതു പോലെ കാശിനാഥിന് തോന്നി. ഗന്ധം എവിടെ നിന്നാണ് വരുന്നതെന്നറിയാൻ പല ദിശകളിലും മൂക്ക് നീട്ടി ഗന്ധത്തെ ആവാഹിക്കാൻ ശ്രമിച്ചെങ്കിലും മനസ്സിലാക്കാൻ കഴിഞ്ഞില്ല. കാശിനാഥ് ജിഗീഷിനെ നോക്കുമ്പോൾ അവന്റെ കണ്ണുകളിൽ നിന്ന് ഭീതി ഒഴിഞ്ഞു മാറിയിരുന്നില്ല. എന്ത് ചെയ്യണമെന്നറിയാതെ കാശിനാഥ് ചിന്തിച്ചിരിക്കുമ്പോൾ കുറ്റപ്പെടുത്തലിന്റെ ഗൗരവത്തോടെ ജിഗീഷ് പറഞ്ഞു.

"ഞാനന്നേ പറഞ്ഞില്ലേ മരണാനന്തര ചടങ്ങുകൾ നടത്തി അവളുടെ ആത്മാവിന് മോക്ഷം കൊടുക്കണമെന്ന്... കിച്ചുവേട്ടനോട് ഉള്ളതിനേക്കാൾ ദേഷ്യം അവൾക്കെന്നോടാണെന്നാ തോന്നുന്നത്. അവളെന്നെ കൊന്ന് രക്തം കുടിക്കും. നാളുകൾ കഴിയും തോറും യക്ഷികൾ കൂടുതൽ കൂടുതൽ ശക്തി പ്രാപിക്കുമെന്ന് കേട്ടിട്ടുണ്ട്. അവൾ അട്ടഹസിക്കുകയും പുലഭ്യാ പറയുകയും ചെയ്യുന്നുണ്ട്."

ജിഗീഷ് എന്തൊക്കെ പറഞ്ഞിട്ടും കാശിനാഥ് എല്ലാം പൂർണ്ണമായി അംഗീകരിക്കാനോ വിശ്വസിക്കാനോ തയ്യാറായില്ല. എന്തു വന്നാലും പുറത്തിറങ്ങി യക്ഷിയെ കാണണമെന്നുള്ള ആഗ്രഹം കാശിനാഥ് ജിഗീഷിനോട് പറഞ്ഞു. ആ ആഗ്രഹത്തിൽ നിന്നും കാശിനാഥിനെ പിൻതിരിപ്പിക്കാൻ ജിഗീഷ് ശ്രമിച്ചെങ്കിലും അയാൾ പിന്മാറാൻ തയ്യാറായില്ല. കാശിനാഥ് ആവേശത്തോടെ പുറത്തിറങ്ങാൻ ഭാവിക്കുമ്പോൾ അയാൾക്ക് എണീക്കാൻ സാധിച്ചില്ല. കാലുകളും ശരീരവും അപ്പാടെ തളർന്നതു പോലെ. അയാൾ തീരെ അവശനെന്നു തോന്നിയപ്പോൾ വല്ലാത്ത വിഭ്രാന്തിയോടും

വേവലാതിയോടും പറഞ്ഞു.

"ജിഗീ... എന്റെ ശരീരമാകെ തളർന്നിരിക്കുന്നു...! എണീക്കാനോ നടക്കാനോ സാധിക്കുന്നില്ല...! എനിക്ക്... സ്ട്രോക്കെങ്ങാനും വന്നതാണോ."

ജിഗീഷ് വല്ലാത്ത ആവേശത്തോടെ പറഞ്ഞു.

"എല്ലാം ആ യക്ഷി ചെയ്യുന്നതാ... അവളാ കിച്ചുവേട്ടനെ തളർത്തിയിട്ടിരിക്കുന്നത്. ഇപ്പോഴെങ്കിലും വിശ്വാസമായോ...?"

ജിഗീഷ് എന്തൊക്കെ പറഞ്ഞെങ്കിലും അതൊന്നും വിശ്വസിക്കാൻ കൂട്ടാക്കാതെ കാശിനാഥ് പറഞ്ഞു.

"പെട്ടെന്നുള്ള മാനസിക വിഭ്രാന്തിയിൽ എനിക്ക് തളർച്ച തോന്നിയതാണെങ്കിലോ... എനിക്കൊരു സംശയം ജിഗീ..."

കാശിനാഥ് പറഞ്ഞുതീരും മുൻപ് അക്ഷമനായി ജിഗീഷ് ചോദിച്ചു.

"എന്ത് സംശയം....?"

കാശിനാഥ് കണ്ണുകൾ ജിഗീഷിന്റെ കണ്ണുകളിൽ കേന്ദ്രീകരിച്ചു കൊണ്ട് പറഞ്ഞു.

"കസ്തൂരി അന്ന് മരിച്ചിരുന്നില്ലേ..."

"അവള് മരിച്ചെന്ന് ഉറപ്പു വരുത്തിയ ശേഷമല്ലേ നമ്മൾ അവളെ കുഴിച്ചിട്ടത്."

കാശിനാഥ് ഒന്നു മൂളി നിർത്തിയ ശേഷം പറഞ്ഞു.

"മരണം സ്ഥിരീകരിച്ചത് നമ്മൾ. കുഴിച്ചിട്ടതും നമ്മൾ. നമ്മളന്ന് വളരെ ആഴത്തിലൊന്നും അവളെ കുഴിച്ചിട്ടില്ല. ബോധം വന്നപ്പോൾ കുഴിമാന്തി അവളവിടുന്ന് രക്ഷപ്പെട്ടിരുന്നെങ്കിലോ... ആ സംശയം എന്നെ അസ്വസ്ഥനാക്കുന്നു. മരിച്ച കസ്തൂരിയേക്കാൾ ഭയങ്കരിയായിരിക്കും ജീവിച്ചിരിക്കുന്ന കസ്തൂരി..."

ജിഗീഷ് വല്ലാത്ത അസ്വസ്ഥത പ്രകടിപ്പിച്ചു കൊണ്ട് പറഞ്ഞു.

"യക്ഷി വന്ന് കിച്ചുവേട്ടന്റെ ശരീരത്തെ തളർത്തിയെന്നാ ഇതുവരെ വിചാരിച്ചിരുന്നത്. ബുദ്ധിയേയും തളർത്തിയെന്നാ ഇപ്പൊ തോന്നുന്നത്."

"നീ രോക്ഷം കൊള്ളണ്ട. ഇത് ഇരുപത്തിയൊന്നാം നൂറ്റാണ്ടാ... ഈ കാലഘട്ടത്തിലും ഇത്തരം യക്ഷിക്കഥകളിൽ വിശ്വസിച്ച് ഭയക്കുകാന്നു വച്ചാ... എനിക്ക് ഒന്നും അത്രുയ്ക്കങ്ങോട്ട്..."

പറഞ്ഞു വന്നത് നിർത്തിയ ശേഷം കാശിനാഥ് ചിന്തിച്ചിരുന്നു.

അൽപ സമയത്തെ ചിന്തയ്ക്കൊടുവിൽ അയാൾ പറഞ്ഞു.

"നാളെ തന്നെ ആ കുഴി മാന്തി നോക്കണം... അവളുടെ ശവ ശരീരം അവിടെ തന്നെ ഉണ്ടെന്ന് ഉറപ്പു വരുത്തണം. ശവം അവിടെ തന്നെ ഉണ്ടെങ്കിൽ പെട്രോൾ ഒഴിച്ച് കത്തിക്കണം."

കാശിനാഥ് ദൃഢമായ സ്വരത്തിൽ വല്ലാത്ത ആവേശത്തോടെ പറഞ്ഞപ്പോൾ, ജിഗീഷിന്റെ ശരീരവും മനസ്സും ഒരുപോലെ പൊള്ളുന്നതു പോലെ തോന്നി. കാശിനാഥ് ഒരു തീരുമാനം എടുത്തു കഴിഞ്ഞാൽ അതിൽ നിന്ന് അയാളെ പിൻതിരിപ്പിക്കാൻ കഴിയില്ലെന്ന് അറിവുള്ളതു കൊണ്ട് ജിഗീഷ് ഒന്നും പറഞ്ഞില്ല. അവർക്കിടയിൽ ഒരു വിഷാദ ഭരിതമായ നിശ്ശബ്ദത പടർന്നു. ജിഗീഷ് നിശ്ചല രൂപം പോലെ ഇരുന്നപ്പോൾ കാശിനാഥ് പറഞ്ഞു.

"നാളെ വൈകുന്നേരം തന്നെ തയ്യാറായിക്കോളൂ."

വല്ലാത്ത ഭയത്തോടെ ജിഗീഷ് പറഞ്ഞു.

"കിച്ചുവേട്ടാ... എനിക്ക് പേടിയാ... ഞാൻ വരുന്നില്ല..."

"പിന്നെ ഞാനൊറ്റയ്ക്കോ... പേടിച്ചിട്ടല്ല. എല്ലാത്തിനും നീ എന്നോടൊപ്പം ഉണ്ടാകണം."

കാശിനാഥ് തീർത്ത് പറഞ്ഞപ്പോൾ മുഖത്ത് ചുളിവ് വരുത്തിക്കൊണ്ട് ജിഗീഷ് പറഞ്ഞു.

"നമ്മൾ അവളെ അടക്കം ചെയ്തിട്ട് പത്തിരുപത് ദിവസത്തോളമായില്ലേ. ശവം ചീഞ്ഞളിഞ്ഞ് നാശമായിട്ടുണ്ടാകും. ആ ദുർഗന്ധം സഹിച്ചിട്ടെങ്ങനെയാ കുഴി മാന്തി നോക്കുന്നത്..."

ഒരു വിട്ടുവീഴ്ചയ്ക്കും തയ്യാറാകാതെ കാശിനാഥ് പറഞ്ഞു.

"ഇനിയുള്ള ദിവസങ്ങളിൽ നമുക്ക് സമാധാനമായിട്ട് ഉറങ്ങണമെങ്കിൽ കുഴി മാന്തി നോക്കണം. പെർഫ്യൂ പുരട്ടിയ മാസ്ക് ധരിച്ചു കൊണ്ട് നമുക്കത് ചെയ്യാം. അല്പം റിസ്ക്കെടുത്താലും മനഃസമാധാനം ഉണ്ടാകുമല്ലോ. സുഖമായിട്ടൊന്നുറങ്ങാമല്ലോ..."

കാശിനാഥ് ജിഗീഷിനെ അയാളുടെ വഴിക്ക് കൊണ്ടു വരും എന്നുറപ്പായപ്പോൾ ജിഗീഷ് പറഞ്ഞു.

"ഇരുൾ വീണുകഴിഞ്ഞാൽ എനിക്ക് പേടിയാ... പകൽ വെളിച്ചത്തിലാണെങ്കിൽ..."

ജിഗീഷ് ഒന്നു നിർത്തിയപ്പോൾ കാശിനാഥ് പറഞ്ഞു.

"നീ ഇരുട്ടിനെ ഭയക്കുന്നു അല്ലേ... ഓ.കെ. അത് നിന്റെ അഭിപ്രായത്തിന് വിട്ടു തന്നിരിക്കുന്നു. സൂര്യൻ അസ്തമിക്കും മുൻപ് നമുക്ക്

കൃത്യം നിർവഹിച്ച് വരാം. പെട്രോൾ എടുത്തു വരുമ്പോൾ മെയിൻ ഗേറ്റ് ലോക്ക് ചെയ്തിട്ട് വരാം... പിന്നെ ഒരാളും ഒരാവശ്യത്തിനും അകത്ത് കടക്കില്ല. സ്വസ്ഥമായിട്ട് എല്ലാം കഴിഞ്ഞ് കുഴിയിൽ പെട്രോളൊഴിച്ച് കത്തിച്ചിട്ട് മടങ്ങാം."

എല്ലാം പറഞ്ഞുറപ്പിച്ച ശേഷം പിറ്റേ ദിവസം അഞ്ച് മണിയോടടുത്തു വന്നപ്പോൾ രണ്ടുപേരും ബംഗ്ലാവിൽ നിന്നിറങ്ങി. പെട്രോൾ പമ്പിൽ പോയി ആവശ്യമുള്ള പെട്രോൾ ശേഖരിച്ച ശേഷം കസ്തൂരിയെ അടക്കം ചെയ്തിരുന്ന സ്ഥലത്തെത്തി. അവിടെ കാശിനാഥ് നട്ടിട്ടു പോയ പപ്പതൈ തളിരിട്ടു തുടങ്ങിയിരുന്നു. വന്ന ഉടൻ തന്നെ പപ്പതൈയോട് ദേഷ്യം തീർക്കുന്നതു പോലെ കാശിനാഥ് അത് പിഴുതെറിഞ്ഞു. കൈയിൽ കരുതിയിരുന്ന മാസ്കെടുത്ത് ഇരുവരും ധരിച്ചു. ജിഗീഷ് അറച്ചു നിന്നപ്പോൾ കാശിനാഥ് തന്നെ കുഴി മാന്താൻ തുടങ്ങി. കുറച്ചാഴത്തിൽ കുഴിച്ചപ്പോൾ ജീർണ്ണ വായുവിന്റെ ഗന്ധം അസഹനീയമായി. അസഹ്യത പ്രകടമാക്കുന്ന രീതിയിൽ മൂക്കിനും ചുണ്ടിനും ഭാവ ഭേദങ്ങൾ വരുത്തിക്കൊണ്ട് ജിഗീഷ് പറഞ്ഞു.

"കിച്ചുവേട്ടാ... ശവം ഇവിടെ തന്നെ ഉണ്ടെന്ന് ഉറപ്പായല്ലോ... ചീഞ്ഞ ഗന്ധം മൂക്കിനെ തുളച്ച് തലച്ചോറിൽ വരെ എത്തി. കൊണ്ടുവന്ന പെട്രോൾ കുഴിയിലൊഴിച്ച് തീയിട്ടിട്ടു പോകാം."

കാശിനാഥ് ജിഗീഷിനെ രൂക്ഷമായി നോക്കിക്കൊണ്ട് പറഞ്ഞു.

"കാണാത്തത് വിശ്വസിക്കുന്നവനല്ല കാശിനാഥ്. പട്ടിയുടെ ശവമായാലും ചീഞ്ഞു നാറുമല്ലോ. ചീഞ്ഞു നാറുന്ന ശവം കസ്തൂരിയുടേതാണെന്ന് ഉറപ്പു വരുത്തണം. ഒരു സംശയവും ബാക്കി വയ്ക്കാൻ പാടില്ല. ശവം കണ്ണിൽ പെടുന്നതു വരെ കുഴിക്കാം."

ജിഗീഷിന് കാശിനാഥിനോട് ഈർഷ്യ തോന്നിയെങ്കിലും അയാൾ പറയുന്നത് അക്ഷരം പ്രതി അനുസരിക്കാനേ അവന് കഴിയുമായിരുന്നുള്ളൂ. വെറുക്കുന്നവയെ അംഗീകരിച്ചു കൊണ്ട് വീണ്ടും അവൻ അയാൾക്കൊപ്പം കൂടി. ശവം കാണുന്നതു വരെ വീണ്ടും മണ്ണ് മാന്തിക്കൊണ്ടിരുന്നു. ശവം കണ്ടപ്പോൾ കാശിനാഥും ജിഗീഷും ആവേശത്തോടെ ശവത്തെ നോക്കി. സഹിക്കാൻ കഴിയാത്ത ദുർഗന്ധം കാരണം ജിഗീഷ് മാസ്ക്കിന് പുറത്തു കൂടി മൂക്ക് പൊത്തിപ്പിടിച്ചു. കാശിനാഥ് മറ്റൊന്നും ശ്രദ്ധിക്കാതെ ശവത്തെ ഉറ്റു നോക്കി.

കസ്തൂരി ഉടുത്തിരുന്ന പച്ച നിറത്തിലുള്ള വിവാഹ വസ്ത്രത്തിൽ അഴുകിയ മാംസവും മണ്ണും കൂടി കലർന്ന് ചിതൽ പുറ്റുപോലെ

തോന്നിപ്പിച്ചിരുന്നു. വസ്ത്രം ഇല്ലാത്ത ഭാഗത്ത് എല്ലുകൾ ഉന്തി നിൽക്കുന്നു. മാംസത്തിൽ നിന്നിളകിയ മുടിയിഴകൾ വല്ലാതെ ചിതറി കിടക്കുന്നു. ജിഗീഷ് ഒറ്റ പ്രാവശ്യം ഒന്നെത്തി നോക്കിയ ശേഷം അകലേക്ക് മാറി നിന്നു. കുഴിയിൽ കിടക്കുന്ന ചീഞ്ഞളിഞ്ഞ ശവം കസ്തൂരിയുടേതാണെന്ന് കാശിനാഥ് ഉറപ്പു വരുത്തിയ ശേഷം വണ്ടിയിലിരുന്ന പെട്രോൾ എടുത്തു കൊണ്ടു വന്ന് കുഴിയിലൊഴിച്ചു. പുരയിടത്തിൽ നിന്നും ചുള്ളികളും വിറകുകളും ശേഖരിച്ച് കുഴിയിലിട്ടു. വിറകിനു മേലെയും അൽപം പെട്രോളൊഴിച്ചു. ഒരു നീളമുള്ള കമ്പിൽ തുണി ചുറ്റി അതിൽ പെട്രോളൊഴിച്ച് കത്തിച്ച് കുഴിയിലെ വിറകു കൊള്ളിയിൽ തീ പകർന്നു.

നിമിഷങ്ങൾ കൊണ്ട് തീ ആളി പടർന്നു കത്തി. പെട്രോളും ശവവും വിറകുമെല്ലാം സമ്മിശ്രമായി ചേർന്ന് കത്തുന്ന ഗന്ധം അന്തരീക്ഷത്തിൽ വ്യാപിച്ചു. ചിതയ്ക്കരികിൽ നിന്ന് നിശ്ചിത അകലം പാലിച്ചാണ് ഇരുവരും നിന്നതെങ്കിലും അസഹനീയമായ ചൂട് അന്തരീക്ഷത്തിലാകെ വ്യാപിച്ചു കൊണ്ടിരുന്നു. കാശിനാഥും ജിഗീഷും കാറിനകത്ത് പോയിരുന്നു. എല്ലാം കത്തിത്തീർന്ന് അഗ്നി ജ്വാലകൾ ശമിച്ചപ്പോൾ കാറിനകത്ത് മറ്റൊരു കന്നാസിൽ കരുതിയിരുന്ന വെള്ളം എടുത്തു കൊണ്ടുവന്ന് കുഴിയിലേക്ക് ഒഴിച്ചു. ശബ്ദത്തോടുള്ള കറുത്ത പുക അന്തരീക്ഷത്തിൽ വ്യാപിച്ചു. നെഞ്ചിടിപ്പോടെ ജിഗീഷ് എല്ലാം നോക്കി നിന്നു. വീണ്ടും വീണ്ടും വെള്ളമൊഴിച്ച് തീ കെടുത്തിയ ശേഷം കരയ്ക്കു കയറ്റിയ മണ്ണ് വെട്ടി കുഴിയിലിട്ടു. കാശിനാഥ് തളർന്നപ്പോൾ സഹായത്തിന് ജിഗീഷിനെയും വിളിച്ചു. രണ്ടുപേരും ചേർന്ന് കുഴി നികത്തിയ ശേഷം കാശിനാഥ് ദൂരേക്ക് വലിച്ചെറിഞ്ഞ പപ്പരതെ എടുത്തു കൊണ്ടു വന്ന് വീണ്ടും നട്ടു.

എല്ലാം സുരക്ഷിതമായെന്ന് ഉറപ്പു വരുത്തിയ ശേഷം കാശിനാഥ് ജിഗീഷിനെ വിളിച്ച് കാറിൽ കയറ്റി. മടക്ക യാത്രയിൽ രണ്ടുപേരും ഒന്നും സംസാരിച്ചില്ല. വീട്ടിൽ എത്തിക്കഴിഞ്ഞപ്പോൾ ജിഗീഷിനോട് കാശിനാഥ് പറഞ്ഞു.

"ജീവിച്ചിരിക്കുന്ന കസ്തൂരിയെയാ പേടിക്കേണ്ടിയിരുന്നത്. കസ്തൂരി മരിച്ചിരിക്കുന്നു എന്ന് ബോധ്യപ്പെട്ട സ്ഥിതിക്ക് പരിഹരിക്കാവുന്ന പ്രശ്നങ്ങളേ നമുക്ക് മുന്നിലുള്ളൂ..."

കാശിനാഥിന്റെ ധാരണകളെയും സങ്കൽപങ്ങളെയും തിരുത്തിക്കൊണ്ട് ജിഗീഷ് പറഞ്ഞു.

"മരിച്ച കസ്തൂരിയെ ഭയക്കാതിരിക്കാൻ എനിക്ക് കഴിയില്ല. ജീവിച്ചിരുന്നപ്പോൾ ഒരുപാട് ആദർശങ്ങളും സദ് ചിന്തകളുമൊക്കെയുള്ള ഒതുക്കമുള്ള കുട്ടിയായിരുന്ന കസ്തൂരി. മരിച്ച് യക്ഷിയായപ്പോൾ അവൾക്ക് ആ ഗുണങ്ങളൊന്നും ഇല്ല. ഇപ്പോൾ സംഹാരരുദ്രയെ പോലെയാണ് അവൾ. അവൾ നമ്മളെയും ഒപ്പം കൊണ്ടുപോകുമെന്നാ തോന്നുന്നത്."

വിരലുകൾ മുടിയിഴകൾക്കുള്ളിലേക്ക് തിരുകി കയറ്റി അള്ളിപ്പിടിച്ചു കൊണ്ട് കാശിനാഥ് പറഞ്ഞു.

"യക്ഷിയെ പേടിച്ച് ഇതിനകത്ത് അടച്ചു പൂട്ടി ഇരിക്കാനൊന്നും എനിക്ക് പറ്റില്ല. നാളെ ഇടുക്കിയിലെ എസ്റ്റേറ്റിലൊന്നു പോകണം. രണ്ട്മൂന്ന് ദിവസങ്ങൾ കഴിഞ്ഞേ ഇവിടേക്ക് വരാൻ കഴിയൂ. നീ ഇവിടെ ഉണ്ടാകുമല്ലോ അല്ലേ..."

ജിഗീഷിന്റെ മറുപടി പെട്ടെന്നായിരുന്നു.

"അയ്യോ... എനിക്ക് തനിച്ചിവിടെ നിൽക്കാൻ കഴിയില്ല. കിച്ചവേട്ടൻ എവിടെ പോകുന്നോ അവിടെ ഞാനും വരുന്നു."

കാശിനാഥ് ചിന്താഭാവത്തിലിരുന്ന ശേഷം പറഞ്ഞു.

"ഈ സ്ഥലം വിട്ടു കഴിഞ്ഞാൽ കസ്തൂരിയെ കുറിച്ചും യക്ഷിയെ കുറിച്ചും എല്ലാം മറക്കണം. കസ്തൂരിയെ നമുക്ക് അറിയില്ല എന്ന് ചിന്തിക്കണം. അങ്ങനെയെങ്കിൽ നമ്മൾ ഇനി യക്ഷിയെ കാണില്ല..."

കാശിനാഥ് എത്ര നിസ്സംഗതയോടെയാണ് എല്ലാം പറയുന്നതെന്ന് ചിന്തിച്ച് ജിഗീഷിരിക്കുമ്പോൾ അയാൾ പറഞ്ഞു.

"അതെ... അതാ വേണ്ടത്."

ജിഗീഷ് ഗൗരവത്തിൽ പറഞ്ഞു.

"നമ്മൾ ഓർത്തില്ലെന്നു വച്ച് യക്ഷി വരാതിരിക്കും എന്ന വിശ്വാസം എനിക്കില്ല."

പേരറിയാത്ത ഒരുൾഭയം കാശിനാഥിന്റെ ഉള്ളറകളിൽ പ്രകമ്പനം കൊണ്ടെങ്കിലും ഒന്നും പുറത്തു പ്രകടിപ്പിക്കാതെ സാധാരണമട്ടിൽ ജിഗീഷ് സംസാരിച്ചു.

"ജിഗീ... ഏത് പ്രതിസന്ധികളെയും തരണം ചെയ്യുന്നതിന് ഒരു വ്യക്തിക്ക് അത്യാവശ്യം വേണ്ടത് ആത്മ ധൈര്യമാണ്. ആത്മധൈര്യം ഇല്ലാത്തവനെ ഒരു ദിവസം ഒരു യക്ഷിയല്ല... നൂറ് യക്ഷികൾ ഒരുമിച്ച് ആക്രമിക്കും...."

ജിഗീഷ് കാശിനാഥിന്റെ മുന്നിൽ അടിയറവ് പറയുന്നതു പോലെ

സംസാരിച്ചു.

"ഒരു കാര്യത്തിലും എനിക്ക് കിച്ചുവേട്ടന്റെ അത്ര ആത്മധൈര്യമില്ല. കിച്ചുവേട്ടൻ ധൈര്യം പകർന്നു തന്നപ്പോൾ, ഞാൻ ചെയ്തു കൂട്ടിയ കാര്യങ്ങളെ കുറിച്ചോർത്തു തന്നെ ഞാനിപ്പോൾ ഹൃദയം നൊന്ത് പശ്ചാത്തപിക്കുന്നു. നമ്മൾ തമ്മിൽ പരിചയപ്പെടേണ്ടിയിരുന്നില്ല എന്നു പോലും തോന്നിപ്പോകുന്നു."

"ജിഗീ... നമ്മളിങ്ങനെ പരസ്പരം പഴിചാരി വാഗ്വാദം നടത്തിയിട്ട് കാര്യമില്ല. പ്രായോഗികമായതിനെ കുറിച്ച് ചിന്തിക്കാം."

കാശിനാഥ് പറഞ്ഞപ്പോൾ അവർ ആ വിഷയം വിട്ട് പിറ്റേ ദിവസത്തെ യാത്രയെ കുറിച്ച് സംസാരിച്ചു. അടുത്ത ദിവസം വൈകുന്നേരം രണ്ടുപേരും ഇടുക്കിയിൽ പോകാനായി ഇറങ്ങി. തലേ ദിവസം ഉറങ്ങാൻ കഴിഞ്ഞില്ലെന്ന് പറഞ്ഞ്, കാശിനാഥ് കാറിൽ കയറുന്നതിന് മുൻപ് തന്നെ ജിഗീഷ് പിൻ സീറ്റിൽ കയറി ഉറങ്ങാൻ കിടന്നു. കാശിനാഥ് വണ്ടി സ്റ്റാർട്ട് ചെയ്തപ്പോൾ വണ്ടിയിൽ നിന്ന് ഒരവശബ്ദം കേട്ടു. കാശിനാഥ് നോക്കുമ്പോൾ തടിച്ച വാലും മെലിഞ്ഞ ഉടലും ഉള്ള ഒരു ജീവി രൂക്ഷ ഭാവത്തോടെ കാശിനാഥിനെ നോക്കുന്നു. അയാൾ ശ്വാസം അടക്കിയിരുന്ന് ജീവിയെ തന്നെ നോക്കി. ഒന്നനങ്ങുകയോ ശബ്ദിക്കുകയോ ചെയ്താൽ, ആ ജീവി കാശിനാഥിനെ കടിച്ചു കീറുമെന്ന ഭാവമായിരുന്നു അതിന്റെ മുഖത്തിന്.

ഒറ്റക്കുതിപ്പോടെ ജീവി കാശിനാഥിന്റെ പുറത്ത് ചാടി വീണപ്പോൾ കാശിനാഥ് ബഹളം കൂട്ടിക്കൊണ്ട് ഡോർ തുറന്നിറങ്ങിയതും അയാളുടെ കൈപ്പത്തിയിൽ ജീവിയുടെ നഖം കൊണ്ട് പോറി. അവിടെ നിന്നും രക്തം കിനിഞ്ഞു കൊണ്ടിരുന്നു. ഒച്ച കേട്ട് ജിഗീഷ് എണീറ്റ് ഡോർ തുറന്ന് പുറത്തിറങ്ങി. ജിഗീഷ് നോക്കുമ്പോൾ കാറിൽ നിന്നും പുറത്തിറങ്ങിയ ജീവി വന്യഭാവത്തോടെ കാശിനാഥിനെ നോക്കുന്നു. ജിഗീഷ് കല്ലുകൾ പെറുക്കി എറിഞ്ഞപ്പോൾ ജീവി എങ്ങോ പോയി മറഞ്ഞു. കാശിനാഥ്, കൈയിലെ പോറലിൽ ഉരുണ്ടു കൂടിയ രക്ത തുള്ളികൾ തുടച്ചു കൊണ്ട് നിന്നപ്പോൾ ജിഗീഷ് അടുത്തു വന്ന് നോക്കിയിട്ട് പറഞ്ഞു.

"അതൊരു മരപ്പട്ടിയാ... അതിന്റെ കണ്ണുകളിലെ തീക്ഷ്ണതയും മുഖത്തെ ക്രൗര്യ ഭാവവും കിച്ചുവേട്ടൻ ശ്രദ്ധിച്ചിരുന്നോ... നമ്മളെ ശല്യപ്പെടുത്തുന്ന യക്ഷിക്കും ഇതേ മുഖഭാവമാണ്. കിച്ചുവേട്ടാ

നമ്മൾ ഇറങ്ങിയപ്പോൾ തന്നെ ദുശ്ശകുനമല്ലേ. നമുക്ക് രാത്രിയിലെ യാത്ര ഒഴിവാക്കാം. നാളെ രാവിലെയെങ്ങാനും പോകാം. എനിക്ക് വല്ലാത്ത ഭയം തോന്നുന്നു."

ജിഗീഷ് പരിഭ്രമത്തോടെയും പരവേശത്തോടെയും പറഞ്ഞപ്പോൾ, കൈയിൽ നിന്നും വീണ്ടും വീണ്ടും ഊറി വന്ന ചോരത്തുള്ളികൾ കാശിനാഥ് ടവാല കൊണ്ട് തുടയ്ക്കുകയായിരുന്നു. മുറിവിലെ നീറ്റൽ കാരണം അയാൾ വല്ലാതെ അസ്വസ്ഥനായിരുന്നു. കാശിനാഥിനും യാത്ര ചെയ്യാനുള്ള താൽപര്യം കുറഞ്ഞിരുന്നു. യാത്ര മതിയാക്കി രണ്ടുപേരും അകത്ത് കയറി. അകത്ത് കയറിയ ഉടൻ തന്നെ കാശിനാഥ് കിടന്നു. സങ്കീർണ്ണമായ ചിന്തകൾ കാശിനാഥിനെ ദുർബലപ്പെടുത്തുന്നതു പോലെ തോന്നി. ചിന്തിച്ചു കിടന്ന് കാശിനാഥ് ഉറങ്ങുമെന്നായപ്പോൾ ജിഗീഷ് അയാളെ കഴിക്കാൻ പോകാൻ വിളിച്ചു. ജ്യൂസ് മാത്രം മതിയെന്നു പറഞ്ഞ്, ജ്യൂസ് കഴിച്ച് കാശിനാഥ് ഉറങ്ങി. ലഘു ഭക്ഷണം കഴിച്ച ശേഷം ജിഗീഷ് അയാളോടൊപ്പം കിടന്നു. കാശിനാഥ് ഗാഢ നിദ്രയിലായിരുന്നപ്പോൾ ജിഗീഷിന്റെ ഉച്ചത്തിലുള്ള അലർച്ച കേട്ട് കാശിനാഥ് ഞെട്ടി ഉണർന്നു. കാശിനാഥ് നോക്കുമ്പോൾ അരണ്ട വെളിച്ചമുള്ള മുറിക്ക് നടുവിൽ നിന്ന് അലറി വിളിച്ചു കൊണ്ടിരുന്ന ജിഗീഷിനെ കണ്ടു. ജിഗീഷ് വിളിച്ചു പറയുന്നതെന്തെന്ന് കാശിനാഥ് കാതോർത്തു.

"കസ്തൂരീ... ഞാൻ നിന്നെ കൊന്നിട്ടില്ല... എന്റെ മനഃസാക്ഷി അറിയാതെയാ ഞാൻ ചില തെറ്റുകൾ ചെയ്തത്... അതിന്റെ പേരിൽ നീ എന്നെ ഉപദ്രവിക്കരുത്... കസ്തൂരീ പ്ലീസ് മുറിയിൽ നിന്നിറങ്ങി പോ... എനിക്ക്... നിന്നെ ഈ രൂപത്തിൽ കാണുമ്പോൾ പേടിയാ... പോ... ഇവിടുന്ന് ഇറങ്ങി പോ..."

പറഞ്ഞ ശേഷം ജിഗീഷ് കിതച്ചു കൊണ്ടിരുന്നു. കാശിനാഥ് ബെഡ് സ്വിച്ച് ഓൺ ചെയ്തു. അന്നേരം കാശിനാഥിന് കാൽപാദത്തിൽ എന്തോ തണുത്ത സ്പർശം ഏൽക്കുന്നതു പോലെ തോന്നി. അത് എന്താണെന്ന് ചിന്തിക്കുന്നതിനു മുൻപ് നിമിഷാർദ്ധങ്ങൾ കൊണ്ട് കാശിനാഥിന്റെ വയറിനു പുറത്തു കൂടി ഇഴഞ്ഞു കയറുന്ന പാമ്പിനെ കണ്ടു. അനങ്ങിയാൽ പാമ്പ് കടിച്ചേക്കുമെന്ന് ഭയന്ന് ശ്വാസം അടക്കിപ്പിടിച്ച് ശില പോലെ അയാൾ കിടന്നു. ജീവിതത്തിനും മരണത്തിനും ഇടയ്ക്കുള്ള നൂൽപാലത്തിലൂടെ സഞ്ചരിക്കുന്നതു പോലെ തോന്നി. ജിഗീഷ് നോക്കുമ്പോൾ കാശിനാഥിന്റെ പുറത്തു

കൂടി ഇഴഞ്ഞു നീങ്ങുന്ന പാമ്പിനെ കണ്ട് ജിഗീഷ് സ്തബ്ധനായി. പാമ്പ് പുറത്തിഴയുന്നത് കാശിനാഥ് അറിയുന്നുണ്ടോ എന്ന് ജിഗീഷ് നോക്കിയപ്പോൾ കാശിനാഥ് കണ്ണുകൾ മിഴിച്ച് അനങ്ങാതെ കിടക്കുന്നതു കണ്ടു.

ജിഗീഷ് പെട്ടെന്ന് വാതിൽ തുറന്നു. പുറത്തിരുന്ന വല കമ്പുമായി വന്നു. പാമ്പ് താഴെ ഇറങ്ങുമ്പോൾ അടിക്കാമെന്ന ഉദ്ദേശത്തോടെ വല കമ്പും പിടിച്ചു നിന്നു. പാമ്പ് കാശിനാഥിന്റെ പുറത്തു നിന്നിറങ്ങി കട്ടിലിന്റെ കാലിൽ ചുറ്റിയതും ജിഗീഷ് വല കമ്പു കൊണ്ട് അതിനെ ആഞ്ഞടിച്ചു. അടി പാമ്പിന്റെ പുറത്ത് കൊണ്ടതായി തോന്നിയില്ല എങ്കിലും പിന്നെ പാമ്പിനെ ഒരിടത്തും കണ്ടില്ല. വല്ലാത്ത സംഭ്രാന്തിയാൽ കാശിനാഥിന്റെ ഞരമ്പുകൾ വെട്ടി വിറച്ചു. അവേശത്തോടെ അയാൾ ശ്വസോച്ഛ്വാസം ചെയ്തു. അല്പ സമയം കഴിഞ്ഞപ്പോൾ കാശിനാഥ് മെല്ലെ തല പൊക്കി കട്ടിലിൽ ചാരി ഇരുന്നു. കട്ടിലിന്റെ അടിയിലും പരിസരത്തുമെല്ലാം ജിഗീഷ് പാമ്പിനെ നോക്കി. പാമ്പിനെ കാണാഞ്ഞ് ജിഗീഷ് പറഞ്ഞു.

“ഇവിടെയൊന്നും ആ പാമ്പിനെ കാണുന്നില്ല. അത് എവിടെ നിന്ന് വന്നെന്നോ എവിടേക്ക് പോയെന്നോ അറിയാൻ കഴിയുന്നില്ല. കിച്ചുവേട്ടാ ഈ പാമ്പ് വരുന്നതിന് അല്പം മുൻപ് ഞാൻ കസ്തൂരിയെ കണ്ടു. നമ്മളെ ഒപ്പം കൊണ്ടുപോകുന്നതു വരെ അവൾ ഇവിടെ പലരൂപത്തിൽ ഉണ്ടാകുമെന്ന് പറയുന്നു. പാമ്പ് വന്നത്... ഇനി അവളുടെ എന്തെങ്കിലും ലീലാ വിലാസമായിരിക്കുമോ...”

ജിഗീഷിന്റെ വാക്കുകൾ കാശിനാഥിന്റെ കാതുകൾക്കുള്ളിൽ തുളച്ചു കയറുന്നതു പോലെ തോന്നി. അൽപ സമയത്തിനു മുൻപ് നടന്ന സംഭവങ്ങൾ ഓർത്തപ്പോൾ അയാളുടെ ഉള്ള് കിടിലം കൊണ്ടു. ഓർക്കാപ്പുറത്ത് അടിയേറ്റതു പോലെ അയാൾ തളർന്നിരുന്നപ്പോൾ പുറത്ത് ചീവീടുകളുടെയും ചാവാലി പട്ടികളുടെയും ഓരിയിടൽ ശബ്ദം കേട്ടു. എല്ലാം സസൂക്ഷ്മം ശ്രദ്ധിച്ചു കൊണ്ട് ജിഗീഷ് പറഞ്ഞു.

“കിച്ചുവേട്ടാ... പട്ടിയുടെ നീട്ടിയുള്ള ഓരിയിടൽ കേട്ടോ... യക്ഷികൾ സഞ്ചാരത്തിനിറങ്ങുമ്പോഴാണ് പട്ടികൾ ഇങ്ങനെ നീട്ടി ഓരിയിടുന്നതെന്ന് കേട്ടിട്ടുണ്ട്. മനസമാധാനമായിട്ട് ഉറങ്ങീട്ട് എത്ര ദിവസമായി... കിച്ചുവേട്ടാ ചില സമയങ്ങളിൽ എനിക്ക് സൂയിസൈഡ് ചെയ്യണമെന്ന് തോന്നിപ്പോകുന്നു. അതിന് ആരോ എന്നെ പ്രേരിപ്പിക്കുന്നതു പോലെ. എന്റെ ബോധമനസ്സറിയാതെ

ഞാനത് ചെയ്തു പോകുമോ എന്നാ എന്റെ ആശങ്ക..."

വളരെ അധികം നടുക്കത്തോടെയാണ് കാശിനാഥ് അത് കേട്ടത്. അയാളുടെ ശരീരത്തിലൂടെ വിദ്യുത്തരംഗങ്ങൾ പാഞ്ഞു പോകുന്നതു പോലെ തോന്നി. ജിഗീഷ് കാശിനാഥിനെ ഉറ്റു നോക്കി. അയാളുടെ കണ്ണുകളിൽ ആയിരം തിരമാലകൾ ഒരുമിച്ച് ആർത്തിരമ്പുന്നതു പോലെ ജിഗീഷിനു തോന്നി. ഒരക്ഷരം പോലും മിണ്ടാനാവാതെ വാക്കുകൾ തൊണ്ടയിൽ തടഞ്ഞു നിന്നു. തലമുടിയിൽ അള്ളിപ്പിടിച്ചു കൊണ്ട് കാശിനാഥ് തല ഇടത്തോട്ടും വലത്തോട്ടും ചലിപ്പിച്ചു. ജിഗീഷിനോട് ഒന്നും സംസാരിക്കാൻ കഴിയുന്നില്ലെന്ന് തോന്നിയപ്പോൾ അയാൾ കട്ടിലിൽ അള്ളിപ്പിടിച്ചു കിടന്നു. അസ്വാസ്ഥ്യത്തോടെ തിരിഞ്ഞു മറിഞ്ഞും കിടന്ന് നേരം വെളിപ്പിച്ചു.

പിറ്റേ ദിവസവും ഇടുക്കിയിലേക്കുള്ള യാത്ര മാറ്റി വച്ചു. രാവിലെ എണീറ്റ ഉടൻ തന്നെ കാശിനാഥും ജിഗീഷും, തലേ ദിവസം ഉണ്ടായ സംഭവങ്ങളെ കുറിച്ച് ചർച്ച ചെയ്തു. കാശിനാഥിന്റെ സ്വാഭാവികമായ പെരുമാറ്റങ്ങൾക്കും രീതികൾക്കുമൊക്കെ മാറ്റം വന്നു തുടങ്ങി. രാത്രിയിൽ ഉറങ്ങാൻ കിടക്കുമ്പോൾ ലൈറ്റിട്ടു കിടക്കുന്നത് ഇരുവർക്കും ഇഷ്ടമില്ലെങ്കിലും അവർ ലൈറ്റിട്ട് ഉറങ്ങാൻ കിടന്നു. ക്ഷീണം ഏറിയിരുന്നതിനാൽ ഉടൻ തന്നെ രണ്ടുപേരും ഉറങ്ങിപ്പോയി.

അർധ രാത്രിയായപ്പോൾ പുറത്ത് എന്തോ പൊട്ടിത്തെറിക്കുന്ന ശബ്ദം കേട്ട് കാശിനാഥ് ഞെട്ടി ഉണർന്നു. അപ്പോൾ തന്നെ കറണ്ട് പോവുകയും ചെയ്തു. ഇൻവെർട്ടർ പ്രവർത്തിപ്പിക്കാനായി എണീറ്റ് പോകാൻ തന്നെ അയാൾ ഭയന്നു. തന്റെ ഉൾഭയം ജിഗീഷ് അറിയരുതെന്ന് കരുതി കാശിനാഥ് അവനെ ഉണർത്താതെ ശ്വാസം പിടിച്ചു കിടന്നു. ഇരുട്ടിന്റെ ശ്യാമതലങ്ങളിലേക്ക് നോക്കുമ്പോൾ നീല വെളിച്ചം കണ്ണിനു മുന്നിൽ തെളിയുന്നതു പോലെ അയാൾക്കു തോന്നി. വെളിച്ചത്തിനു നടുവിലെ സ്ത്രീ രൂപത്തെ കാശിനാഥ് ഉറ്റു നോക്കി. അത് കസ്തൂരിയാണെന്ന് അയാൾക്കു തോന്നി. അയാളുടെ നാവ് ഉൾവലിഞ്ഞു പോകുന്നതു പോലെ തോന്നി. തീരെ ഉച്ച കുറച്ച് കസ്തൂരി പറയുന്ന വാക്കുകൾക്ക് കാശിനാഥ് കാതോർത്തു.

"വരൂ കിച്ചുവേട്ടാ... നമുക്ക് അന്ന് നഷ്ടപ്പെട്ട ഫസ്റ്റ് നൈറ്റ് ഇന്നാഘോഷിക്കാം... എണീറ്റു വരൂ... ഞാൻ നിങ്ങൾക്കു വേണ്ടി കാത്തു നിൽക്കയല്ലേ... നിങ്ങൾക്കു വേണ്ടി മുല്ലപ്പൂക്കൾ വിരിച്ചു കിടക്ക ഒരുക്കിയിട്ടുണ്ട്... കുങ്കുമം പൂക്കുന്ന സന്ധ്യകളും ഏഴിലം പാല വിരിയുന്ന

രാത്രികളും ഇനി നമുക്കുള്ളതാണ്... കിച്ചുവേട്ടന്റെ കസ്തൂരിയല്ലേ വിളിക്കുന്നത് വരൂ... നമുക്ക് നമ്മുടെ മാത്രം സ്വർഗ്ഗത്തിലേക്ക് പോകാം... കിച്ചുവേട്ടൻ സ്വപ്നം കണ്ടിരുന്ന നമ്മുടെ സ്വർഗ്ഗത്തിൽ... വരൂ... എന്നോടൊപ്പം വരൂ..."

അശരീരി കേട്ടതു പോലെ തോന്നിയപ്പോൾ കാശിനാഥ് വല്ലാത്ത ഭ്രമത്തോടെ ചുറ്റും നോക്കി. യാന്ത്രികമായി എണീറ്റ് കട്ടിലിൽ ഇരുന്നു. പുലമ്പിക്കൊണ്ട് ജിഗീഷിനെ മറികടന്ന് എണീറ്റ് പുറത്തു പോകാൻ ശ്രമിക്കുമ്പോൾ കാശിനാഥിന്റെ കാൽ തട്ടി ജിഗീഷ് ഉണർന്നു.

"കിച്ചുവേട്ടൻ... എന്താ പുലമ്പുന്നത്?"

വല്ലാത്ത പരിഭ്രമത്തോടെയും പരവേശത്തോടെയും പതറിയ സ്വരത്തിൽ കാശിനാഥ് പറഞ്ഞു.

"കസ്തൂരി എന്നെ വിളിക്കുന്നു... അവളോടൊപ്പം ചെല്ലാൻ പറഞ്ഞു."

"കസ്തൂരി എവിടെ കിച്ചുവേട്ടാ?"

കാശിനാഥിന്റെ കണ്ണുകൾ മുറിയുടെ ഓരോ കോണിലും പരതി. കസ്തൂരി അവിടെയൊന്നും ഇല്ലെന്ന് തോന്നിയപ്പോൾ വല്ലാത്ത വിഭ്രാന്തിയോടെ അയാൾ പറഞ്ഞു.

"ദേ ഇപ്പൊ അവളിവിടെ ഉണ്ടായിരുന്നല്ലോ... എന്നിട്ട് അവളെവിടെ പോയി? ഞാൻ... ഞാനവളെയൊന്നു നോക്കീട്ടു വരാം..."

കാശിനാഥ് വാതിൽ തുറന്ന് പുറത്തിറങ്ങാൻ ഭാവിച്ചപ്പോൾ കൈ പൊക്കി കാശിനാഥിനെ തടഞ്ഞു കൊണ്ട് ജീഗീഷ് പറഞ്ഞു.

"കിച്ചുവേട്ടാ... കിച്ചുവേട്ടൻ ഉറക്കത്തിൽ പിച്ചും പേയും പറയുവാണോ... കിച്ചുവേട്ടന്റെ സ്വബോധം നശിച്ചോ?"

ജിഗീഷ് കുറ്റപ്പെടുത്തിക്കൊണ്ട് സംസാരിച്ചപ്പോൾ കാശിനാഥ് ഇരുട്ടിലേക്ക് പകച്ചു നോക്കി. ജിഗീഷ് തപ്പിത്തടഞ്ഞ് എമർജൻസി ലൈറ്റെടുത്ത് ഓണാക്കി വച്ചു. വെള്ളി വെളിച്ചത്തിലേക്ക് കാശിനാഥ് പാളി നോക്കി. ഉമിനീരാകെ വറ്റിവരണ്ട് നാവ് ഉൾവലിഞ്ഞതു പോലെ തോന്നിയപ്പോൾ വെള്ളം വേണമെന്ന് അയാൾ ആംഗ്യം കാണിച്ചു. ജിഗീഷ് ജഗ്ഗിലിരുന്ന വെള്ളം ഗ്ലാസ്സിൽ പകർന്ന് കാശിനാഥിന് കൊടുത്തു. വെള്ളം ചുണ്ടോടടുപ്പിക്കാനായി കൊണ്ടു പോയ കാശിനാഥ് ഒരു അലർച്ചയോടെ ഗ്ലാസ് ദൂരേക്ക് വലിച്ചെറിഞ്ഞു. വല്ലാത്ത കിതപ്പോടെ അയാൾ ചോദിച്ചു.

"ചോരയാണോ നീ എനിക്ക് കുടിക്കാൻ തന്നത്?"

ജിഗീഷ് അസഹനീയതയോടെ കാശിനാഥിന്റെ മുഖത്ത് സൂക്ഷിച്ച നോക്കിക്കൊണ്ട് പറഞ്ഞു.

"കിച്ചവേട്ടനെന്താ വിളിച്ച പറയുന്നത്... ഞാൻ കിച്ചവേട്ടന് കുടിക്കാൻ തന്നത് ചോരയെന്നോ...! ഞാൻ തന്നത് ശുദ്ധമായ വെള്ളം തന്നെയാ..."

ജിഗീഷ് തറപ്പിച്ച പറഞ്ഞപ്പോൾ ഗ്ലാസ് വീണ കിടന്നിടത്ത് സൂക്ഷ്മതയോടെ നോക്കിക്കൊണ്ട് കാശിനാഥ് പറഞ്ഞു.

"ദേ... നീ അവിടേക്ക് നോക്ക്... രക്തം തളം കെട്ടിക്കിടക്കുന്നത് കണ്ടില്ലേ... കൊഴുത്ത ചോര."

ജിഗീഷ് ഒന്നു കൂടി തറയിൽ നോക്കിയ ശേഷം പറഞ്ഞു.

"വെള്ളമല്ലാതെ ഞാനവിടെ ചോര കാണുന്നില്ല. മനസ്സിന്റെ വിഭ്രാന്തി കാരണം കിച്ചവേട്ടന് അങ്ങനെയൊക്കെ തോന്നുന്നതാ..."

ക്ഷമ കെട്ടവനെ പോലെ കാശിനാഥ് പറഞ്ഞു.

"നീ എന്നെ പരിഹസിക്കുന്നതാണോ... ഒരു തുണിയെടുത്ത് ആ ചോരയുടെ പുറത്തിട്ട്. എനിക്ക് വല്ലാത്ത വിമ്മിഷ്ടവും അറപ്പും തോന്നുന്നു."

ജിഗീഷ് ഒരു ബെഡ് ഷീറ്റെടുത്തിട്ട ശേഷം കാശിനാഥിന്റെ അടുത്തു വന്നിരുന്നു. മസ്തിഷ്കത്തെ കീറി മുറിക്കുന്ന സങ്കീർണ്ണമായ ചിന്തകൾ അയാളെ വല്ലാതെ അസ്വസ്ഥനാക്കിക്കൊണ്ടിരുന്നു. മനസ്സിലെ കണക്കു കൂട്ടലുകൾ പിഴച്ച എന്ന് മനസ്സിലാക്കി സ്വയം അടിയറവു പറയുന്നതു പോലെ കാശിനാഥ് പറഞ്ഞു.

"ഞാൻ വിശ്വസിക്കാതെ പരിഹസിച്ച തള്ളിയതൊക്കെ ഇപ്പൊ വിശ്വസിച്ച പോകുന്നു. കസ്തൂരി മരിച്ചിട്ട് അവളുടെ ആത്മാവിന്റെ ശാന്തിക്കു വേണ്ടി നമ്മളൊന്നും ചെയ്തില്ലല്ലോ... അതായിക്കും യക്ഷിയായി വന്ന് നമ്മളെ അവൾ പേടിപ്പിക്കുന്നത്. അവളുടെ ആത്മാവിനെ അടക്കി നിർത്താൻ എന്തെങ്കിലും ചെയ്യണം. എന്റെ അകന്ന ബന്ധത്തിലെ ഒരു കാർമികൻ ഇത്തരം ക്രീയകളൊക്കെ ചെയ്യും. വിഘ്നേശ്വരൻ നമ്പൂതിരി എന്നാ പുള്ളീട പേര്. അദ്ദേഹം ഒര് അത്യാഗ്രഹിയാണ്. റേറ്റ് കൂടുതലാണെങ്കിലും യക്ഷികളെ വരച്ച വരയിൽ നിർത്തുമെന്നാ കേട്ടു കേൾവി. കാശ് നമുക്ക് പ്രശ്നം അല്ലല്ലോ... എത്ര വേണമെങ്കിലും കൊടുക്കാം. ഈ ശല്യമൊന്ന് ഒഴിഞ്ഞു കിട്ട്യാ മതി... പിന്നെ... കസ്തൂരി മരിച്ചതെങ്ങനെയെന്ന്

അദ്ദേഹത്തോട് പറയേണ്ടി വരില്ലേ... അത് അപകടമല്ലേ..."

മനസ്സിൽ ഊറിക്കൂടിയ വിഹ്വല ചിന്തകളെ നിയന്ത്രിച്ചുകൊണ്ട് ശ്രമകരമായ ചിന്തയ്ക്കൊടുവിൽ പരിഹാരം കണ്ടു പിടിച്ച് കാശിനാഥ് പറഞ്ഞു.

"അദ്ദേഹത്തോട് പറയാൻ ഞാനൊരു കഥ മെനഞ്ഞിട്ടുണ്ട്."

ജിഗീഷ് ആകാംക്ഷയോടെ കാശിനാഥിന്റെ മുഖത്തു നോക്കിക്കൊണ്ട് ചോദിച്ചു.

"എന്ത് കഥ?"

മനസ്സിൽ രൂപപ്പെട്ടു വന്ന കഥയെ കുറിച്ച് ഒന്നു കൂടി ചിന്തിച്ച് വിലയിരുത്തിയ ശേഷം കാശിനാഥ് പറഞ്ഞു.

"ഒരു ദിവസം ഞാനും നീയും കൂടി കറുപ്പയ്യയെ അന്വേഷിച്ച് കൂടാരത്തിൽ വന്നപ്പോൾ കറുപ്പയ്യ അവിടെ ഇല്ലായിരുന്നു. നമ്മൾ തിരിഞ്ഞു നടക്കാൻ ഭാവിക്കുമ്പോൾ ഒരു പെണ്ണ് കിടക്കുന്നത് കണ്ടു. ലക്ഷണങ്ങൾ കണ്ടപ്പോൾ അവൾ മരിച്ചു കിടക്കുന്നതായി തോന്നി. എന്റെ എസ്റ്റേറ്റിനുള്ളിൽ കിടന്നതുകൊണ്ട്, പോലീസിൽ അറിയിച്ചാൽ പൊല്ലാപ്പാകുമെന്നു കരുതി അവിടെ ഉണ്ടായിരുന്ന ഒരു കുഴിയ്ക്കകത്തിട്ട് നമ്മൾ അവളെ കത്തിച്ചു. എട്ട് പത്തു ദിവസം കഴിഞ്ഞപ്പോൾ യക്ഷിയായി വന്ന് അവൾ ഞങ്ങളെ ശല്യപ്പെടുത്തിക്കൊണ്ടിരിക്കുന്നു. അതുകൊണ്ട് അവളുടെ ആത്മാവിനെ തളയ്ക്കാൻ വേണ്ടതു ചെയ്തു തരണമെന്ന് പറയാം. ആർത്തിക്കാരനായതു കൊണ്ട് ദുർമന്ത്രവാദം ചെയ്യാനും പോകും. നല്ല കാശ് കൊടുത്താൽ മാത്രം മതി."

കാശിനാഥ് പറഞ്ഞതൊക്കെ ശ്രദ്ധാപൂർവം കേട്ട ശേഷം താൽപര്യത്തോടെ ജിഗീഷ് പറഞ്ഞു.

"ഉടനെ എന്തെങ്കിലും ചെയ്യണം കിച്ചുവേട്ടാ... കർമ്മങ്ങൾ ചെയ്തു കഴിഞ്ഞാൽ നമുക്ക് മനസമാധാനമായിട്ട് സുഖമായി ഉറങ്ങാൻ കഴിയുമല്ലോ. ഉടൻ തന്നെ നമുക്ക് അദ്ദേഹത്തെ കാണാൻ പോകാം..."

കാശിനാഥ് എല്ലാത്തിനും സമ്മതം മൂളി. രാവിലെ തന്നെ രണ്ടുപേരും വിഘ്നേശ്വരൻ നമ്പൂതിരിയെ കാണാൻ പോയി. കാര്യങ്ങളെല്ലാം നമ്പൂതിരിയെ ധരിപ്പിച്ചപ്പോൾ അദ്ദേഹം ചിന്തയിലാണ്ടു നിന്നു. അൽപ സമയം കണ്ണടച്ചിരുന്നു ചിന്തിച്ച ശേഷം അദ്ദേഹം പറഞ്ഞു.

"നിങ്ങൾ കുഴിച്ചു മൂടിയ പെൺകുട്ടിയുടെ ജീവൻ പൂർണ്ണമായി ആ

ശരീരം വിട്ടു പോയിരുന്നില്ല. ഒന്നുകൂടി വ്യക്തമാക്കിക്കഴിഞ്ഞാൽ... ജീവനോടെയാ നിങ്ങൾ അവളെ കുഴിച്ചു മൂടിയത്."

കാശിനാഥ് വല്ലാത്ത വിഭ്രാന്തിയോടെ പറഞ്ഞു.

"ഞങ്ങളവളെ ജീവ..."

കാശിനാഥ് ചോദ്യം ചോദിക്കുന്നതിനു മുൻപ് സംസാരത്തെ തടസ്സപ്പെടുത്തികൊണ്ട് വിഘ്നേശ്വരൻ നമ്പൂതിരി പറഞ്ഞു.

"അവൾ ഇത്രയും ശക്തിയുള്ള യക്ഷിയായതിനു കാരണം അതാ... ഉടനെ അവളെ തളച്ചില്ലെങ്കിൽ നിങ്ങളുടെ ജീവനെ അവൾ അപകടത്തിൽ പെടുത്തും. മറ്റാരെയും അറിയിക്കാൻ പറ്റാത്ത വിഷയം ആയതു കൊണ്ട് കർമ്മങ്ങളെല്ലാം ഞാനൊറ്റയ്ക്ക് തന്നെ ചെയ്യേണ്ടി വരും. വളരെ ചിലവേറിയ കർമ്മമാണ് ചെയ്യേണ്ടിയിരിക്കുന്നത്. വളരെ സുന്ദരി ആയിരുന്നതു കൊണ്ട് രത്നങ്ങൾ പതിച്ച തങ്ക വിഗ്രഹത്തിൽ തന്നെ അവളെ ആവാഹിക്കേണ്ടി വരും. ചന്ദന തൈലവും വില കൂടിയ സുഗന്ധ ദ്രവ്യങ്ങളും കൊണ്ട് അന്തരീക്ഷം സുഗന്ധ പൂരിതമാക്കണം. മനം മയക്കുന്ന ഗന്ധത്തിന്റെ തീക്ഷ്ണതയിൽ അവളെ ലയിപ്പിക്കണം. അതിന് ഏഴു ദിവസത്തെ ശ്രമമെങ്കിലും വേണ്ടി വരും."

നമ്പൂതിരി പറഞ്ഞു കൊണ്ടിരുന്നപ്പോൾ കാശിനാഥ് പറഞ്ഞു.

"കാശ് എത്ര വേണമെന്ന് പറഞ്ഞാൽ മതി. ഞാനെത്തിക്കാം."

നമ്പൂതിരി ആലോചനാ ഭാവത്തിൽ നിന്ന് ചില കണക്കു കൂട്ടലുകളൊക്കെ നടത്തിയ ശേഷം അവ്യക്തമായി പറഞ്ഞു.

"തങ്കവിഗ്രഹം... കുങ്കുമപ്പൂവ്... ചന്ദന തൈലം... പിന്നെ..."

നമ്പൂതിരി വില പിടിപ്പുള്ള വസ്തുക്കളുടെ പേര് പറഞ്ഞു തുടങ്ങിയപ്പോൾ നമ്പൂതിരിയുടെ സംസാരത്തെ തടസ്സപ്പെടുത്തിക്കൊണ്ട് കാശിനാഥ് പറഞ്ഞു.

"എത്ര രൂപയാകുമെന്ന് പറഞ്ഞാൽ... ഉടൻ എത്തിക്കാം..."

നമ്പൂതിരി കാശിനാഥിന്റെ മുഖത്ത് നോക്കാതെ വിദൂരതയിൽ നോക്കിക്കൊണ്ട് പറഞ്ഞു.

"ഒര്... മുപ്പത്... മുപ്പത്തഞ്ചോളം വേണ്ടി വരും... പിന്നെ അല്ലറ ചില്ലറ അഡ്ജസ്റ്റ്മെന്റൊക്കെ ചെയ്താൽ ഇരുപത്തഞ്ചിലും, നിർത്താം..."

കാശിനാഥ് കേട്ട മാത്രയിൽ തന്നെ പറഞ്ഞു.

"ഒന്നിനും കുറവു വരുത്തണ്ട. മുപ്പത്തയ്യായിരത്തിന്... നാൽപ്പതോ

അൻപതോ തരാം... ഇപ്പോൾ വണ്ടിയിൽ അൻപതിനായിരം ഇരിപ്പുണ്ട്. എടുത്തിട്ട് വരാം."

കാശിനാഥ് വണ്ടിയുടെ അടുത്തേക്ക് തിരിഞ്ഞു നടക്കാൻ ഭാവിച്ചപ്പോൾ നമ്പൂതിരി പറഞ്ഞു.

"മുപ്പത്തഞ്ചായിരമല്ല... മുപ്പത്തഞ്ച് ലക്ഷം."

തുക കേട്ടപ്പോൾ കാശിനാഥ് പെട്ടെന്ന് ജിഗീഷിന്റെ മുഖത്തു നോക്കി. ജിഗീഷിന്റെ കണ്ണുകൾ മിഴിഞ്ഞിരിക്കുന്നു. പെട്ടെന്നു തന്നെ കാശിനാഥ് പരിസരബോധം വീണ്ടെടുത്തു കൊണ്ട് പറഞ്ഞു.

"സാരമില്ല തിരുമേനീ... പറയുന്ന കാശ് എത്തിക്കാം. പിന്നെ ഒന്നേ ഉള്ളൂ... ഇനി ആ യക്ഷി ഞങ്ങളുടെ മുന്നിൽ വരാൻ പാടില്ല."

"അത് ഞാൻ ഉറപ്പു തരുന്നു."

"ഓ.കെ. തിരുമേനീ... കാശ് നാളെ തന്നെ കൊണ്ടെത്തിക്കാം. എന്താ വാങ്ങേണ്ടതെന്നു വച്ചാ തിരുമേനി വാങ്ങിയാൽ മതി."

നമ്പൂതിരി വിധേയത്വത്തോടെ കേട്ടു നിന്നു. കാശിനാഥും ജിഗീഷും നമ്പൂതിരിയോട് യാത്ര പറഞ്ഞിറങ്ങി. കാറിൽ കയറിയപ്പോൾ ജിഗീഷ് പറഞ്ഞു.

"മുപ്പത്തഞ്ച് ലക്ഷം രൂപയുടെ മന്ത്രവാദമോ...! കേട്ടപ്പോൾ തന്നെ എന്റെ തലച്ചോറാകെ മരവിച്ചു പോയി."

കാശിനാഥ് ഗിയറിട്ടു കൊണ്ട് പറഞ്ഞു.

"കാശൊണ്ടാക്കുന്നത് സുഖമായി ജീവിക്കാനല്ലേ... ആ വടയക്ഷിയുടെ ശല്യം ഒഴിവാക്കി സുഖമായിട്ടൊറങ്ങാൻ... മുപ്പത്തഞ്ചോ അൻപതോ വേണമെങ്കിൽ കൊടുക്കാം. എല്ലാം ശരിയായി കിട്ടിയാൽ മതിയായിരുന്നു."

"അതു ശരി തന്നെ."

അവർ തിരിച്ച് ബംഗ്ലാവിലെത്തിയപ്പോൾ മുറ്റത്ത് ഒരു പൊയ്കയുടെ ആകൃതിയിൽ ഗുൽമോഹർ പുഷ്പങ്ങൾ നിരന്നു കിടക്കുന്നു. അതൊരു രക്ത തടാകം പോലെ തോന്നിച്ചു. കാശിനാഥ് മുറ്റത്ത് മിഴികളൂന്നിക്കൊണ്ട് പറഞ്ഞു.

"ഇവിടൊന്നും ഗുൽമോഹർ മരം ഇല്ലല്ലോ... ആരാ ഈ പൂക്കൾ ഇവിടെ കൊണ്ടിട്ടത്. ഇതെങ്ങനെ ഇവിടെ വന്നു..."

ജിഗീഷ് അസ്പഷ്ടമായ സ്വരത്തിൽ പറഞ്ഞു.

"അതാണല്ലോ... ഇതെങ്ങനെ ഇവിടെ വന്നു. കുറച്ചു ദിവസങ്ങളായി ഇവിടെ അത്ഭുതങ്ങൾ സംഭവിച്ചു കൊണ്ടിരിക്കയല്ലേ...

അതുപോലെയാകും ഇതും..."

കാശിനാഥ് ഉൾകിടലത്തോടെയാണ് വാതിൽ തുറന്നത്. അകത്തേക്ക് കാലെടുത്തു വച്ച കാശിനാഥ് നിശ്ചല ശിൽപം പോലെ നിന്നു. അയാളുടെ കണ്ണുകൾ മുറിയിലെ കാഴ്ചകൾ മനസ്സിലെ കാൻവാസിലേക്ക് പകർത്തിക്കൊണ്ടിരുന്നു. കാശിനാഥിന്റെ ബെഡിലും തറയിലും ചിതറിക്കിടക്കുന്ന തലയോട്ടുകളും അസ്ഥികഷ്ണങ്ങളും ശ്മശാനത്തെ ഓർമിപ്പിച്ചു. ഏതാനും നിമിഷത്തെ നിശ്ചലാവസ്ഥയ്ക്കു ശേഷം ഒരു കുതിപ്പോടെ കാശിനാഥ് പുറത്തിറങ്ങി. കാശിനാഥിന്റെ പിന്നാലെ അകത്ത് കയറാൻ നിന്ന ജിഗീഷ് ചോദിച്ചു.

"എന്താ കിച്ചുവേട്ടാ?"

കാശിനാഥ് വല്ലാത്ത മാനസികാവസ്ഥയിൽ ആയിരുന്നതിനാൽ എന്തെങ്കിലും സംസാരിക്കാൻ ശബ്ദം പുറത്തു വന്നില്ല. അകത്തേക്ക് കൈ ചൂണ്ടി കാണിച്ച ശേഷം തളർന്നവശനായി സോഫയിൽ ഇരുന്നു. ജിഗീഷ് അകത്തേക്ക് നോക്കിയ ശേഷം ഞെട്ടലോടെ തിരികെ വന്നിട്ടു പറ

ഞ്ഞു.

"നമ്മൾ പോയപ്പോൾ മുറിയെല്ലാം ലോക്ക് ചെയ്തിട്ടാണല്ലോ പോയത്... ഒരിടത്തു കൂടിയും ആരും അകത്തു കടന്ന ലക്ഷണവുമില്ല. അദൃശ്യ ശക്തിക്കല്ലാതെ ഇതൊന്നും സാധ്യമല്ല. അവളെ തളയ്ക്കാൻ നമ്മൾ പോയത് അവൾ അറിഞ്ഞിരിക്കുന്നു. നമ്മളെ അങ്ങനെ വെറുതെ വിടില്ലെന്ന് വരുത്തിത്തീർക്കാനായിരിക്കും ഈ അടയാളങ്ങൾ കാണിച്ചു തന്നത്."

ജിഗീഷ് ഒറ്റ ശ്വാസത്തിൽ പറഞ്ഞു നിർത്തിയപ്പോൾ കാശിനാഥിന്റെ മനസ്സ് വല്ലാതെ പ്രകമ്പിക്കുകയായിരുന്നു. അയാളുടെ ശബ്ദത്തിൽ കിതപ്പു കലർന്നു. വല്ലാത്ത പരവേശത്തോടെ കാശിനാഥ് പറഞ്ഞു.

"ഇന്നു തന്നെ തിരുമേനിക്ക് കാശെത്തിച്ചു കൊടുത്തിട്ട് നമുക്ക് ഇവിടെ നിന്ന് പോകണം. കർമങ്ങളെല്ലാം ചെയ്ത് അവളെ തളച്ചിട്ടു മതി ഇനി ഇങ്ങോട്ടുള്ള തിരിച്ചു വരവ്. കൊണ്ടു പോകാനുള്ളതെല്ലാം ഒരുക്കി വയ്ക്ക്."

"കിച്ചുവേട്ടാ... ഈ മുറിയിൽ ഇതൊക്കെ ഇങ്ങനെ ഇട്ടിട്ട്... ഒന്നും വൃത്തിയാക്കിയില്ലല്ലോ..."

കാശിനാഥ് ഒരു നിമിഷം ആലോചിച്ച ശേഷം പറഞ്ഞു.

"ജോലിക്കാരെ വിളിച്ച് മുറിയൊക്കെ വൃത്തിയാക്കാൻ പറയാൻ പറ്റില്ല. അതിനകത്ത് കയറിയപ്പോൾ എനിക്ക് ഭ്രാന്തിളകുന്നു. ഞാൻ വല്ലാതെ അസ്വസ്ഥനാ ജിഗീ... എനിക്ക് ഒന്നിനും സാധിക്കുന്നില്ല..."

"എന്റെ അവസ്ഥയും അങ്ങനെ തന്നെ... എങ്കിലും... മുറി വൃത്തിയാക്കാതെ എങ്ങനെ? എങ്ങനെയെങ്കിലും വൃത്തിയാക്കാൻ നോക്കാം...."

ജിഗീഷ് മുറിയിൽ കയറി അറപ്പോടെയും ഭയത്തോടെയും മുറി വൃത്തിയാക്കാൻ തുടങ്ങി. മുറിയിൽ നിന്ന് ശേഖരിച്ച വസ്തുക്കളെല്ലാം കുഴിയിലിട്ട് മൂടി. മുറ്റത്തു കിടന്ന ഗുൽമോഹറിനെയും നീക്കം ചെയ്ത ശേഷം ചോദിച്ചു.

"കിച്ചുവേട്ടന്റെ ഡ്രസ്സൊന്നും എടുക്കുന്നില്ലേ..."

കാശിനാഥിന്റെ മറുപടി പെട്ടെന്നായിരുന്നു.

"ഇല്ല... ഞാൻ ഇവിടുന്ന് ഒന്നും കൊണ്ടു പോകുന്നില്ല. എനിക്കാവശ്യമുള്ളതൊക്കെ അവിടെ ഉണ്ട്. ഇനി എന്തെങ്കിലും വേണമെങ്കിൽ അവിടുന്ന് വാങ്ങാം. ഈ അവസ്ഥയിൽ ഡ്രൈവിംഗിൽ എനിക്ക് ശ്രദ്ധിക്കാൻ കഴിയില്ല. ഡ്രൈവറെ വിളിക്കാം."

"അതെ. അതാ നല്ലത്."

കാശിനാഥ് ഫോണെടുത്ത് ഡ്രൈവറെ വിളിച്ചിട്ട് ഉടൻ എത്താൻ പറഞ്ഞു. ഡ്രൈവർ വന്ന ഉടൻ തന്നെ ജിഗീഷും കാശിനാഥും കാറിൽ കയറി. വഴിക്കിറങ്ങി വിഘ്നേശ്വരൻ നമ്പൂതിരിക്ക് കാശെത്തിച്ചു. എസ്റ്റേറ്റിൽ എത്തുന്നതു വരെ കാശിനാഥ് ബാക്ക് സീറ്റിൽ കിടന്നുറങ്ങി. എസ്റ്റേറ്റിലെ കൈലാസം എന്ന മനോഹരമായ വീട്ടിലെത്തുമ്പോൾ ജിഗീഷ് ഏറെ ഉത്സാഹവാനായിരുന്നു. പുതിയ സ്ഥലവും പ്രകൃതിയും അവനെ പുതിയൊരു ലോകത്തേക്ക് കൂട്ടിക്കൊണ്ടു പോയി. വല്ലാത്ത അനുഭൂതിയോടെയും ആവേശത്തോടെയും എല്ലാം നോക്കിക്കണ്ടു.

കാശിനാഥ് ജിഗീഷിനെയും കൂട്ടി വീടിനു പുറത്തിറങ്ങി. ജിഗീഷ് തേയ്‌ല തോട്ടത്തിലേക്ക് കണ്ണുകൾ പായിച്ചു. തണുത്ത അന്തരീക്ഷത്തിൽ ലയിച്ച മരതക തിരമാലകളെ കണ്ണുകളിലേക്ക് ആവാഹിച്ചു. നിതാന്തവും ഹരിതാഭവും ശീതളവുമായ പ്രകൃതി മനസ്സിലും ശരീരത്തിലും കുളിര് പടർത്തുന്നത് അവൻ ആസ്വദിച്ചറിഞ്ഞു. കൂടുതൽ കാഴ്ചകൾ കാണാൻ കാശിനാഥ് അവനെ ടെറസിന്റെ മുകളിലേക്ക് കൂട്ടിക്കൊണ്ടു പോയി. കൂടുതൽ വിസ്തൃതിയിൽ കാഴ്ചകൾ കണ്ടപ്പോൾ അവൻ പുതിയ ഏതോ ലോകത്ത് എത്തപ്പെട്ടതു പോലെ തോന്നി.

ജിഗീഷ് പെട്ടെന്ന തന്നെ വിദൂര സ്മൃതികളിൽ വഴുതി വീണു. സ്വപ്നാടകനെ പോലെ അവൻ സംസാരിച്ചു.

"കിച്ചുവേട്ടാ... പ്രകൃതിയുടെ ഇത്തരം ഹൃദ്യമായ ദൃശ്യങ്ങളാണ് കസ്തൂരിയെ ഒരു പരിസ്ഥിതി പ്രവർത്തകയും പ്രകൃതി സ്നേഹിയും ആക്കിയത്. എന്തെങ്കിലും ആവശ്യത്തിന് ഞാനും അവളും കൂടി ഇത്തരം ലൊക്കേഷനിൽ വന്നാൽ എത്ര വിളിച്ചാലും അവൾ മടങ്ങി വരില്ലായിരുന്നു."

ജിഗീഷ് കസ്തൂരിയെ കുറിച്ച് പറഞ്ഞപ്പോൾ, ഒരുവിധം മനസ്സിനെ നിയന്ത്രിച്ച വച്ചിരുന്ന കാശിനാഥിന്റെ ഉള്ളിൽ ദേവീ വിഗ്രഹം പോലുള്ള കസ്തൂരിയുടെ നിറരൂപം ദൃശ്യമായി. അയാളുടെ ഉള്ള് വല്ലാതെ അസ്വസ്ഥമാകുന്നതു പോലെ തോന്നി. കാശിനാഥ് ജിഗീഷിന്റെ മുഖത്ത് നോക്കിയപ്പോൾ ജിഗീഷിന്റെ മുഖത്ത് വല്ലാത്ത ഭാവ വ്യത്യാസം ഉള്ളതു പോലെ തോന്നി. ജിഗീഷ് രൂക്ഷ ഭാവത്തിൽ കാശിനാഥിനെ നോക്കിയപ്പോൾ അയാൾ ചോദിച്ചു.

"എന്താ ജിഗീ... എന്തു പറ്റി നിനക്ക്....?"

പെട്ടെന്ന തന്നെ ജിഗീഷിന്റെ മുഖം വന്യമായി. അവന്റെ കണ്ണുകൾ ത്രസിച്ച് തുറിച്ച് നിന്നു. മുഖത്ത് രോഷാഗ്നി പടർന്നു. മൂർച്ചയേറിയ സ്വരത്തിൽ ജിഗീഷ് പറഞ്ഞു.

"എനിക്ക് പറ്റിയത് എന്താണെന്ന് നിങ്ങൾക്കറിയില്ലേ... നിങ്ങൾ എവിടെ പോയൊളിച്ചാലും എന്നിൽ നിന്ന് എങ്ങനെ രക്ഷപ്പെടാൻ നോക്കിയാലും ഞാൻ നിങ്ങളെ വിടില്ല... ഞാൻ കൊണ്ടു പോകും... നിങ്ങളെ എന്റെ ഒപ്പം കൊണ്ടു പോകും. കസ്തൂരിയാ ഈ പറയുന്നത്..."

ഓർക്കാപ്പുറത്ത് അടിയേറ്റതു പോലെ കാശിനാഥ് തരിച്ചു നിന്നു. മരം കോച്ചുന്ന തണുപ്പിലും ചൂളയ്ക്കുള്ളിൽ നിന്നിറങ്ങി വന്നതു പോലെ അയാൾ വിയർത്തു. കിതപ്പോടെ ശ്വസിച്ചു. ആത്മാവിൽ നിന്ന് അടർത്തിയെടുത്ത വാക്കുകൾ ഉരുവിടുന്നതു പോലെ അയാൾ പറഞ്ഞു.

"ജിഗീ നീ... നീയിപ്പോ എന്താ പറഞ്ഞത്...?"

ഉറക്കത്തിൽ നിന്ന് ഞെട്ടി ഉണർന്നതു പോലെ ജിഗീഷ് പതർച്ചയോടെ തപ്പിത്തടഞ്ഞ് സംസാരിച്ചു.

"അത്... ഞാനീ പ്രകൃതിയെ കുറിച്ചാണല്ലോ പറഞ്ഞു കൊണ്ടിരുന്നത്... അതെ... പെട്ടെന്ന് എന്ത് മാറ്റമാ എനിക്ക് സംഭവിച്ചത്... കിച്ചുവേട്ടാ... എന്റെ തല മരവിക്കുന്നതു പോലെ തോന്നുന്നു..."

ജിഗീഷിന്റെ സംസാരം കാശിനാഥിനെ വീർപ്പുമുട്ടിച്ചു. നെഞ്ചിന്

വല്ലാത്ത ഭാരം തോന്നി. അത് അയാളുടെ മുഖത്ത് പ്രതിഫലിച്ച പ്പോൾ ജിഗീഷ് ചോദിച്ചു.

"ഇവിടെ വന്നപ്പോൾ കിച്ചുവേട്ടൻ ഹാപ്പി മൂഡിലായിരുന്നല്ലോ... പെട്ടെന്നെന്തു പറ്റി...?"

ജിഗീഷ് അല്പം മുൻപ് പറഞ്ഞ വാക്കുകൾ കാശിനാഥിന്റെ ഹൃദ യഭിത്തികളിൽ തട്ടി പ്രതിഫലിച്ചു കൊണ്ടിരുന്നു. പറഞ്ഞതൊന്നും ജിഗീഷിന് ഓർമയില്ലെന്ന് തോന്നിയതു കൊണ്ട്, കാശിനാഥും അതിനെ കുറിച്ചൊന്നും അവനോടു പറഞ്ഞില്ല. ഇനി ജിഗീഷിനോ ടൊപ്പം ചിലവഴിക്കുന്ന സന്ദർഭങ്ങൾ കരുതലോടെ വേണം എന്നു ചിന്തിച്ചപ്പോൾ ടെറസിൽ നിന്ന് താഴെ ഇറങ്ങുന്നതാണ് സുരക്ഷിത മെന്ന് കാശിനാഥ് ചിന്തിച്ചു. ഉടൻ തന്നെ അയാൾ പറഞ്ഞു.

"ജിഗീ... നമുക്ക് റൂമിൽ പോകാം..."

ജിഗീഷ് തെല്ല് പരിഭവത്തോടെ പറഞ്ഞു.

"ഇത്ര പെട്ടെന്നോ കിച്ചുവേട്ടാ... ഈ ദൃശ്യഭംഗി ആസ്വദിച്ച് മതിവരുന്നില്ല. മഞ്ഞിന്റെ മൂടുപടത്തിനു താഴെ പച്ചപ്പുതപ്പിനുള്ളിൽ അനുഭൂതിയോടെ മയങ്ങിക്കിടക്കുന്ന ഭൂമീ ദേവി... എല്ലാം അന്തരാ ത്മാവിനെ കുളിരണിയിപ്പിക്കുന്നു. എന്റെ ഉള്ളിൽ കവിത വിരിയുന്നു."

ജിഗീഷിന്റെ ഊഷ്മളമായ വാക്കുകൾ കാശിനാഥിന്റെ ഹൃദയ ത്തിൽ തൊട്ടു. കാശിനാഥ് മൗനമായി ചിന്തിച്ചു.'കസ്തൂരി കവയിത്രി ആണല്ലോ അവളായിരിക്കുമോ അവന്റെ ഉള്ളിലിരുന്ന് അവനെ കൊണ്ട് ഇതൊക്കെ പറയിക്കുന്നത്.'ഉള്ളിൽ നാമ്പിട്ട സംശയം മറച്ചു വച്ചു കൊണ്ട് കാശിനാഥ് ചോദിച്ചു.

"നിന്റെ മനസ്സിൽ രൂപപ്പെട്ട കവിത എന്താ?"

ജിഗീഷിന്റെ മുഖം വിടർന്നു വികസിച്ചു. കാശിനാഥിന്റെ കണ്ണുക ളിലേക്ക് മിഴികളൂന്നിക്കൊണ്ട് അവൻ പറഞ്ഞു തുടങ്ങി.

"പൊൻവെയിൽകിരണങ്ങൾപുൽകിയുണർത്തും
ചാരുശീതളഹരിതാഭകേദാരം
നീഹാരകുളിരിൽതളിരിട്ടപല്ലവം
നീളെനീളെവർണ്ണവസന്തമൊരുക്കി
ഭൂമിയെപുതപ്പിച്ചമരതകപട്ടിൻ
മാസ്മരമഞ്ജിമമിഴികളെയുഴിയുമ്പോൾ
അകതാരിൽനിറഞ്ഞുമണ്ണിലെസ്വർഗ്ഗം
അനുഭൂതിപടർത്തിയന്തരംഗത്തിലും

ളുമതിയാകുംസന്ധ്യാബരത്തെനോക്കി
ളുക്കൾനെയ്യുകുളിരുംകിനാവുകൾ
ഹൃദയപൊയ്കയിൽവിരിഞ്ഞമോഹങ്ങൾ
പുളകമായ്പെയ്യുഉള്ളിലുംപുറത്തും
ഭൂമീമാതാവിൻഹർഷനിശ്വാസധാര
പുകമഞ്ഞായിന്നുമൂട്ടുപടമണിഞ്ഞു
കോൾമയിൽകൊള്ളിച്ചമനോജ്ഞദൃശ്യം
വിസ്മരിക്കില്ലമനമൊരിക്കൽപോലും

ജിഗീഷ് അനർഗളമായി കവിത ഉരുവിട്ടു കൊണ്ടിരുന്നപ്പോൾ നിമിഷാർദ്ധം കൊണ്ട് കാശിനാഥ് ഉരുകിയൊലിച്ചു. നാവ് നീട്ടി വരണ്ട ചുണ്ടുകൾ നനച്ചു. വല്ലാത്ത അന്തഃസംഘർഷത്താൽ അയാൾ നിശ്ചലനായി നിന്നു. കാശിനാഥ് പകച്ചു നിൽക്കുന്നത് കണ്ടപ്പോൾ ജിഗീഷ് ചോദിച്ചു.

"കിച്ചുവേട്ടനെന്താ ആലോചിക്കുന്നത്."

കാശിനാഥ് ചിന്തയിൽ നിന്നുണർന്ന് ജിഗീഷിന്റെ മുഖത്ത് തറപ്പിച്ചു നോക്കിയപ്പോൾ ജിഗീഷ് ചോദിച്ചു.

"കിച്ചുവേട്ടനെന്താ എന്നെ ഇങ്ങനെ നോക്കുന്നത്..."

കാശിനാഥ് വാക്കുകൾക്ക് വേണ്ടി തപ്പിത്തടഞ്ഞു. ഉദ്വേഗം നിറഞ്ഞ സ്വരത്തിൽ അയാൾ ചോദിച്ചു.

"മുൻപ് നീ കവിത എഴുതിയിട്ടുള്ളതായിട്ടോ ചോല്ലിയിട്ടുള്ളതായിട്ടോ എനിക്കറിയില്ല. അങ്ങനെയിരിക്കെ, ഇവിടുത്തെ കാഴ്ചകൾ കണ്ട നിമിഷത്തിൽ തന്നെ നിന്റെ മനസ്സിൽ ഇത്തരമൊരു കവിത രൂപപ്പെട്ടു എന്നുവച്ചാ... ഒന്നും എനിക്ക് ഉൾക്കൊള്ളാൻ കഴിയുന്നില്ല..."

കാശിനാഥിന്റെ മുഖത്തു തന്നെ സൂക്ഷിച്ചു നോക്കിക്കൊണ്ട് ജിഗീഷ് പറഞ്ഞു.

"കിച്ചുവേട്ടന് എന്തു പറ്റി? ഞാൻ... ഞാനിപ്പോ... കവിത ചൊല്ലിയെന്നോ... ഒരു കവിത എഴുതാൻ കഴിഞ്ഞിരുന്നെങ്കിലെന്ന് മനസ്സ് ആഗ്രഹിക്കുന്നു. ആഗ്രഹം മാത്രം പോരല്ലോ... സർഗവൈഭവം വേണ്ടേ... ശരിക്ക് ഉറക്കം കിട്ടാത്തതു കൊണ്ട് കിച്ചുവേട്ടനെന്തെങ്കിലും പ്രശ്നം... ഐ മീൻ... എന്തെങ്കിലും മെന്റൽ പ്രോബ്ലം..."

ജിഗീഷ് ചോദിച്ചപ്പോൾ കാശിനാഥിന്റെ ഓരോ രോമകൂപങ്ങളും ത്രസിച്ചു നിന്നു. നാവ് ചലിപ്പിക്കാനാവാത്ത വിധം നാവിൽ ആരോ ചങ്ങല കെട്ടി വലിക്കുന്നതു പോലെ തോന്നി. ജിഗീഷിന്റെ

സാമിപ്യം അയാളിൽ ഭയമുണ്ടാക്കി. കുറച്ച് സമയം നിശ്ശബ്ദനായി നിന്ന ശേഷം, കാശിനാഥ് ജിഗീഷിനെയും കൂട്ടി മുറിയിൽ വന്നിട്ട് പറഞ്ഞു.

"ജിഗീ... ഞാൻ വല്ലാത്ത മാനസികാവസ്ഥയിലാ... എനിക്ക് അൽപം പ്രൈവസി വേണമെന്ന് തോന്നുന്നു. ഞാൻ നിനക്ക് മറ്റൊരു മുറി തരട്ടെ..."

വല്ലാത്ത ഭയ വിഹ്വലതകൾ പ്രകടിപ്പിച്ചു കൊണ്ട് ജിഗീഷ് പറഞ്ഞു.

"അയ്യോ... എന്നെ തനിച്ചാക്കരുത്. എനിക്ക് പേടിയാ. കസ്തൂരി വന്ന് എന്നെ കടിച്ചു കീറും. പ്ലീസ് കിച്ചുവേട്ടാ... ഞാനും ഇവിടെ..."

കാശിനാഥ് വല്ലാത്ത ധർമ സങ്കടത്തിലായി. മൂഡ് മാറ്റാനായി ജഗ്ഗിൽ നിന്ന് തണുത്ത ഗ്രീൻ ടീ ഗ്ലാസിൽ പകർന്നു കൊണ്ട് ജിഗീഷിനോട് പറഞ്ഞു.

"വെയിലും തണുപ്പും ഒരു പോലെ ലഭിക്കുന്ന ഇവിടുത്തെ പ്ലാന്റേഷനിൽ നിന്ന് കളക്റ്റ് ചെയ്ത ഗ്രീൻ ടീയാ. ഇഷ്ടമെങ്കിൽ ഒന്ന് ടേസ്റ്റ് ചെയ്തു നോക്കൂ."

ജിഗീഷ് ഒരു ഗ്ലാസെടുത്ത് മേശപ്പുറത്തു വച്ചപ്പോൾ കാശിനാഥ് ടീ ഗ്ലാസിൽ പകർന്നു. ജിഗീഷ് ഒരിറുക്ക് കുടിച്ച ശേഷം പറഞ്ഞു.

"ഇതിൽ മധുരം ഇല്ലല്ലോ കിച്ചുവേട്ടാ..."

"ഇതിൽ മധുരം ചേർത്താൽ ഇതിന്റെ ഗുണം കുറയും. ആന്റി ഓക്സിഡന്റിന്റെ കലവറയാണ് ഗ്രീൻ ടീ. മിതമായ ഉപയോഗം ഷുഗറിനും കൊളസ്ട്രോളിനുമൊക്കെ നല്ലതാണ്."

എല്ലാം സമ്മതിക്കുന്നു എന്നു വരുത്തിക്കൊണ്ട് ജിഗീഷ് തല ചലിപ്പിച്ചു കൊണ്ടിരുന്നു. ഇഷ്ടമല്ലാത്ത ദ്രാവകം കുടിക്കുന്നതു പോലെ വേഗത്തിൽ കുടിച്ച ശേഷം ഗ്ലാസ് കഴുകി വച്ചു. കസേരയിൽ ചാഞ്ഞിരുന്നു കൊണ്ട് അവൻ പറഞ്ഞു.

"ഇന്ന് അൽപം നേരത്തെ ഉറങ്ങണം. നല്ല ക്ഷീണം ഉണ്ട്."

കാശിനാഥ് പൊയ്മുഖം കാട്ടി ജിഗീഷിന്റെ ആവശ്യം അംഗീകരിച്ചെങ്കിലും അന്നേ ദിവസം കാശിനാഥിന് ഉറങ്ങാൻ കഴിഞ്ഞില്ല. ഓരോ നിമിഷവും ജിഗീഷിന്റെ ബാഹ്യരൂപം കടമെടുത്തെത്തുന്ന കസ്തൂരിയെ പ്രതീക്ഷിച്ചു കിടന്നു. അന്നത്തെ രാത്രിയിൽ കാശിനാഥ് പ്രതീക്ഷിച്ചതൊന്നും സംഭവിച്ചില്ല. രാവിലെ എണീറ്റ ഉടൻ തന്നെ വിഘ്നേശ്വരൻ നമ്പൂതിരിയെ വിളിച്ച് സംസാരിച്ചു.

വളരെ അത്യാവശ്യമെന്നു പറഞ്ഞപ്പോൾ അടുത്ത ദിവസം തന്നെ എത്താമെന്ന് നമ്പൂതിരി പറഞ്ഞു. രാവിലെ തന്നെ കാശിനാഥി നോടും ജിഗീഷിനോടും ബംഗ്ലാവിൽ എത്താൻ പറഞ്ഞു. ഫോൺ ഓഫാക്കിയ ശേഷം കാശിനാഥ് ജിഗീഷിനോടു പറഞ്ഞു.

"ജിഗീ... ഇന്നു തന്നെ നമുക്ക് തിരിച്ചു പോകണം. നാളെ രാവിലെ തന്നെ പൂജ തുടങ്ങാമെന്നാ തിരുമേനി പറഞ്ഞിരിക്കുന്നത്."

"ശരി കിച്ചുവേട്ടാ... എല്ലാം കഴിഞ്ഞതിനു ശേഷം വീണ്ടും നമു ക്കിവിടെ വരണം. ഇവിടുത്തെ പ്രകൃതി ഭംഗി കണ്ട് മതിയായില്ല."

ജിഗീഷ് സ്വന്തം ആഗ്രഹം അറിയിച്ചപ്പോൾ കാശിനാഥിന് അസഹനീയതയോടെ പറഞ്ഞു.

"ആ യക്ഷിയെ തളച്ചോട്ടെ. എന്നിട്ട് എവിടെ വേണമെങ്കിലും പോകാം."

കാശിനാഥും ജിഗീഷും മടക്ക യാത്രയ്ക്കൊരുങ്ങി. ഉടൻ തന്നെ യാത്ര തിരിച്ചു. അവർ സ്ഥലത്തെത്തുമ്പോൾ അന്തരീക്ഷത്തിൽ ഇരുട്ട് വ്യാപിച്ചു തുടങ്ങിയിരുന്നു. അവർ വന്ന കാർ എസ്റ്റേറ്റിന്റെ പ്രധാന കവാടം പിന്നിട്ടപ്പോൾ കാപ്പിത്തോട്ടത്തിൽ നിന്ന് പുറത്തെ കവാടത്തിലേക്ക് ഒരു സ്ത്രീ കടന്നു പോകുന്നതു പോലെ കാശിനാഥിന് തോന്നി. അത് യക്ഷിയാണെന്ന് കാശിനാഥിന്റെ മനസ്സ് ഉറപ്പിച്ചതി നാൽ ഡ്രൈവറോട് വണ്ടി നിർത്താൻ കാശിനാഥ് പറഞ്ഞില്ല. ഇനി ഒരു ദിവസത്തെ കാര്യം തന്നല്ലോ എന്ന് സമാധാനിച്ച് അയാൾ ശ്വാസം അടക്കിപ്പിടിച്ചിരുന്നു. കാർ ബംഗ്ലാവിലെത്തി, കൂലിയും വാങ്ങി ഡ്രൈവർ പോയ ശേഷം കാശിനാഥ് പറഞ്ഞു.

"നമ്മൾ മെയിൻ ഗേറ്റ് കടന്ന് അകത്ത് പ്രവേശിച്ചപ്പോൾ കാപ്പി ത്തോട്ടത്തിനുള്ളിൽ നിന്നും മെയിൻ ഗേറ്റിന്റെ ഓരത്തു കൂടി നടന്നു പോയ സ്ത്രീയെ നീ കണ്ടിരുന്നോ..."

ജിഗീഷ് വല്ലാത്ത ആവേശത്തോടെ പറഞ്ഞു.

"അതു ഞാൻ കണ്ടില്ല... പക്ഷേ... ഡ്രൈവർ ഇവിടെ കാർ നിർ ത്തുന്നതിന് തൊട്ടു മുൻപ് കസ്തൂരി നമ്മുടെ കാറിനു മുന്നിൽ നിന്നു. ഡ്രൈവർ ഉണ്ടായിരുന്നതു കൊണ്ടാ ഞാൻ ഒന്നും മിണ്ടാതിരുന്നത്."

കാശിനാഥ് കൃഷ്ണമണികൾ മേൽപ്പോട്ടുയർത്തി ഏതാനും നിമിഷം ചിന്തിച്ച ശേഷം പറഞ്ഞു.

"അപ്പൊ ഞാൻ കണ്ടതും അവളെ തന്നെ. ഇന്നും ലൈറ്റെല്ലാം ഓൺ ചെയ്ത് ഉറക്കമിളച്ചിരിക്കണം. എത്രയോ ദിവസമായി

രാത്രിയൊന്നുറങ്ങിയിട്ട്. പകലെപ്പോഴെങ്കിലും ഒന്ന് കണ്ണടയ്ക്കുന്നത് തന്നെ. ഭ്രാന്തിളകുന്ന അവസ്ഥയോളമെത്തി. ഏതു നേരത്താ എനിക്കവളെ തട്ടിക്കൊണ്ടു വരാൻ തോന്നിയത്."

കാശിനാഥ് സ്വയം പഴിച്ചു കൊണ്ട് സംസാരിച്ചപ്പോൾ എല്ലാം ശരി വച്ചു കൊണ്ട് ജിഗീഷ് പറഞ്ഞു.

"അതിനെ കുറിച്ച് ഇനി എന്തിനു പറയുന്നു... എന്റെ കഷ്ടകാലത്തിനാ എല്ലാറ്റിനും കൂട്ടു നിൽക്കാൻ തോന്നിയത്."

ജിഗീഷിന്റെ വാക്കുകൾ കാശിനാഥിന്റെ ഉള്ളിൽ തറയ്ക്കുന്നതു പോലെ തോന്നി. ജിഗീഷിനെ ഒഴിവാക്കുക എന്ന ഉദ്ദേശത്തോടെ കാശിനാഥ് പറഞ്ഞു.

"ശരീരമാകെ വിയർത്തിരിക്കുന്നു. ഞാനൊന്ന് കുളിച്ചിട്ടു വരാം."

ജിഗീഷ് തല ചലിപ്പിച്ച് അനുവാദം കൊടുത്തു. അന്നേ ദിവസം വീട്ടു ജോലിക്കാരെ കൊണ്ട് വീടും പരിസരവുമൊക്കെ വൃത്തിയാക്കിച്ച ശേഷം മറ്റുള്ള ഒരുക്കങ്ങളും പൂർത്തിയാക്കി. വെളുപ്പിന് അഞ്ച് മണിക്കു തന്നെ പൂജ തുടങ്ങണമെന്ന് വിഘ്നേശ്വരൻ നമ്പൂതിരി പറഞ്ഞതിനാൽ, നമ്പൂതിരിയെ കൊണ്ടു വരാൻ മൂന്നു മണിക്കു തന്നെ കാശിനാഥ് റെഡിയായി. വീട്ടിലെ കാര്യങ്ങൾ നോക്കാൻ ജിഗീഷിനോട് പറഞ്ഞ ശേഷം ഒരു ജോലിക്കാരനെയും കൂട്ടി കാശിനാഥ് പുറപ്പെട്ടു. ഒരുക്കി വച്ചിരുന്ന പൂജാ സാധനങ്ങളുമെടുത്ത് നമ്പൂതിരിയെയും കൂട്ടി ബംഗ്ലാവിലേക്കു വരുമ്പോൾ, എസ്റ്റേറ്റിൽ പ്രവേശിച്ച് കുറച്ചു ദൂരം പിന്നിട്ടപ്പോൾ കാപ്പി മരത്തിന്റെ ചില്ല ഒടിഞ്ഞ് കാറിനു പുറത്തു വീണു. ഒരു മുരൾച്ചയോടെ ടയർ ഉരഞ്ഞ് കാർ നിന്നു. ചില്ല കാറിനു മുകളിൽ കിടന്നതിനാൽ കാറിന്റെ ഡോർ തുറക്കാൻ കഴിഞ്ഞില്ല. കാശിനാഥ് വല്ലാതെ പരിഭ്രമിച്ചപ്പോൾ നമ്പൂതിരി പറഞ്ഞു.

"നീ പേടിക്കണ്ട. ഞാനിതൊക്കെ പ്രതീക്ഷിച്ചിരുന്നു. നമ്മളെ രണ്ടുപേരെയും ഒരുമിച്ച് തീർക്കുക എന്നതായിരുന്നു ലക്ഷ്യം. കണ്ണിലു വന്നതിനെ ഞാൻ പുറികത്താക്കി. അത്ര തന്നെ."

കാശിനാഥ് ഗദ്ഗദ സ്വരത്തിൽ പറഞ്ഞു.

"ആരുടേയും ജീവന് അപകടം പറ്റീല്ലല്ലോ... അതു തന്നെ ഭാഗ്യം. പുറത്തിറങ്ങി മരച്ചില്ല മാറ്റിയാലല്ലേ നമുക്ക് പോകാൻ സാധിക്കൂ. ഡോർ തുറക്കാനും സാധിക്കുന്നില്ലല്ലോ."

നമ്പൂതിരി ധൃതി കൂട്ടിക്കൊണ്ട് പറഞ്ഞു.

"എങ്ങനെയെങ്കിലും ഡോർ തുറക്ക്. നമുക്ക് മൂന്നു പേർക്കും കൂടി അതൊക്കെ ഒതുക്കാം. സമയം തെറ്റിയാൽ പറ്റില്ല."

വളരെ ആയാസപ്പെട്ട് ഡോർ തുറന്ന് കാശിനാഥ് പുറത്തിറങ്ങി. ശിഖരങ്ങൾ തള്ളി മാറ്റിയ ശേഷം ബാക്ക് ഡോർ തുറന്നു. കാറിൽ നിന്നും നമ്പൂതിരിയും ജോലിക്കാരനും ഇറങ്ങി വന്നു. മൂന്നുപേരും ചേർന്ന് മരകൊമ്പ് മാറ്റി വഴി സജ്ജമാക്കിയ ശേഷം കാറിൽ കയറി. എല്ലാപേരും വണ്ടിയിൽ കയറി കാർ സ്റ്റാർട്ട് ചെയ്തപ്പോൾ അൽപം അകലെ മറ്റൊരു മരക്കൊമ്പ് വീഴുന്ന ഒച്ച കേട്ട് നമ്പൂതിരി പറഞ്ഞു.

"അതൊന്നും കാര്യമാക്കണ്ട... നീ വണ്ടി വിട്."

വണ്ടി സ്റ്റാർട്ട് ചെയ്യാൻ ആദ്യം ബുദ്ധിമുട്ട് അനുഭവപ്പെട്ടെങ്കിലും അൽപ സമയം കഴിഞ്ഞപ്പോൾ വണ്ടി സ്റ്റാർട്ടായി. അവർ ബംഗ്ലാവിൽ എത്തിയ ഉടൻ തന്നെ നമ്പൂതിരി പൂജാ മുറിയിൽ കയറി പൂജയ്ക്കു വേണ്ട ഒരുക്കങ്ങൾ ആരംഭിച്ചു. ഒരുക്കങ്ങൾ പൂർത്തിയായ ശേഷം കാശിനാഥിനെയും ഇരുത്തി പൂജാവിധികൾ ആരംഭിച്ചു.

ചന്ദനത്തിന്റെയും കുന്തിരിക്കത്തിന്റെയും പലതരം പൂക്കളുടെയും ഉന്മത്ത ഗന്ധം മുറിയിൽ നിറഞ്ഞു. നമ്പൂതിരി മന്ത്രോച്ചാരണം ആരംഭിച്ചു. പല ഘട്ടങ്ങളിലെ പൂജകൾക്ക് ശേഷം ഏഴാം ദിവസം യക്ഷിയെ ആവാഹിക്കുന്ന ചടങ്ങിലേക്ക് പ്രവേശിച്ചു. കാശിനാഥിനെയും ജിഗീഷിനെയും ഹോമകുണ്ഡത്തിനരുകിലിരുത്തി മന്ത്രങ്ങൾ പറഞ്ഞു തുടങ്ങി. ഞൊടിയിടയിൽ ജിഗീഷിന്റെ മുഖത്ത് ഭാവ വ്യതിയാനങ്ങൾ കണ്ടു തുടങ്ങി. അവന്റെ മുഖം വന്യമായി. കണ്ണുകൾ ചുവന്നു. അമിതാവേശത്തോടെയും രോക്ഷത്തോടെയും അവൻ പറഞ്ഞു.

"നിങ്ങൾക്കെന്നെ തളയ്ക്കാൻ കഴിയില്ല... എന്നെ കൊന്നത് ഇവനാ... ഇവനെ എനിക്ക് വേണം... ഞാൻ... ഇവനെയും ഒപ്പം കൊണ്ടു പോകും. ഇവനും കൂട്ടാളിയും ചേർന്ന് എന്നെ കുഴിച്ചു മൂടി... എന്നെ തളയ്ക്കാൻ വിഫല ശ്രമങ്ങൾ നടത്തണ്ട... പോകു... ഇവിടുന്ന് പോകു... എണീറ്റു പോകു..."

പറഞ്ഞു കൊണ്ട് ജിഗീഷ് ചാടി എണീറ്റ് കാശിനാഥിന് നേരെ തിരിഞ്ഞു. നമ്പൂതിരി ജാഗരൂകനായി. ജിഗീഷ് കാശിനാഥിന്റെ കഴുത്തിൽ പിടിക്കാൻ ഒരുമ്പെട്ടപ്പോൾ നമ്പൂതിരി അവന്റെ മുഖത്ത് ഭസ്മം എറിഞ്ഞു. ജിഗീഷ് തല വെട്ടിച്ചു കൊണ്ട് വീണ്ടും കാശിനാഥിന് നേരെ തിരിഞ്ഞു. ചൂരൽ വടി കൊണ്ട് നമ്പൂതിരി

ജിഗീഷിനെ തല്ലി. സംഘർഷ ഭരിതമായ നിമിഷങ്ങൾക്കൊടുവിൽ ജിഗീഷ് ബോധമറ്റു വീണു. അന്തരീക്ഷം ശാന്തമായപ്പോൾ നമ്പൂതിരി കാശിനാഥിന് നേരെ തിരിഞ്ഞു. അദ്ദേഹം അയാളെ രൂക്ഷമായി നോക്കി. ഈയം ഉരുക്കാൻ വേണ്ട ഊഷ്മാവ് അദ്ദേഹത്തിന്റെ നോട്ടത്തിനുണ്ടെന്ന് കാശിനാഥിനു തോന്നി. മൂർച്ചയേറിയ സ്വരത്തിൽ നമ്പൂതിരി ചോദിച്ചു.

"അല്പം മുൻപ് അവൻ പറഞ്ഞ കാര്യങ്ങൾ സത്യമാണോ?"

കാശിനാഥിന്റെ നാവ് ഉൾവലിയുന്നതു പോലെയും ചോരയാകെ ഒലിച്ചു പോകുന്നതു പോലെയും തോന്നി. അയാൾ അസ്തപ്രജ്ഞനായി നിന്നു. ആത്മാവിനെ ഉലയ്ക്കുന്ന നമ്പൂതിരിയുടെ നോട്ടത്തിൽ നിന്ന് പിൻവലിയാനായി അയാൾ തല കുനിച്ചു നിന്നു. കാശിനാഥിന്റെ ഭാഗത്തു നിന്ന് ഒരു ഏറ്റുപറച്ചിൽ ഉണ്ടാകാത്തതിനാൽ നമ്പൂതിരി വീണ്ടും ചോദ്യം ആവർത്തിച്ചു. പതറിയ പതിഞ്ഞ സ്വരത്തിൽ കാശിനാഥ് പറഞ്ഞു.

"എല്ലാം സത്യമാണ്... ഞാനാ... കസ്തൂരിയെ കൊന്നത്..."

നീരസത്തോടെ നമ്പൂതിരി ചോദിച്ചു.

"സത്യം എന്നിൽ നിന്ന് മറച്ചു വച്ചതെന്തിനാ?"

കാശിനാഥ് അറപ്പോടെയും ഭയത്തോടെയും പറഞ്ഞു.

"അത്... ഞാൻ ചെയ്ത കൊലപാതകം ആണെന്ന്... തിരുമേനി അറിഞ്ഞാലുള്ള ഭവിഷത്ത്... അതോർത്തപ്പോ..."

നമ്പൂതിരിയുടെ മേദസ്സുള്ള മുഖം വലിഞ്ഞു മുറുകി. നാസിക വിറച്ചു. കവിളുകൾ തുടുത്ത് ത്രസിച്ചു നിന്നു. നമ്പൂതിരി ഒറ്റ ശ്വാസത്തിൽ പറഞ്ഞു.

"ഇപ്പൊ എല്ലാം എനിക്ക് മനസ്സിലായി."

ഏറ് കണ്ണുകൊണ്ട് നമ്പൂതിരി കാശിനാഥിനെ ഒന്നു കൂടി നോക്കിയ ശേഷം ജിഗീഷിനു നേരെ തിരിഞ്ഞു. നമ്പൂതിരി ജിഗീഷിന്റെ മുഖത്ത് വെള്ളം തളിച്ചപ്പോൾ, ജിഗീഷ് കണ്ണ് തുറന്ന് പതർച്ചയോടെ ചുറ്റും നോക്കി. അപ്പോഴും നമ്പൂതിരിയുടെ മുഖം ഘനഗംഭീരമായിരുന്നു. ഒന്നും സംസാരിക്കാതെ നമ്പൂതിരി കർമങ്ങൾ ചെയ്യാൻ തുടങ്ങി. അർദ്ധ രാത്രിയിൽ എല്ലാം അവസാനിപ്പിച്ച് നമ്പൂതിരി പോകാനൊരുങ്ങി. കാശിനാഥ് നമ്പൂതിരിയെ വീട്ടിൽ കൊണ്ടു വിട്ട് മടങ്ങി വന്ന ശേഷം പറഞ്ഞു.

"ആ ശല്യം അങ്ങനെ അവസാനിച്ചു."

ജിഗീഷ് ദീർഘമായി നിശ്വസിച്ച കൊണ്ട് പറഞ്ഞു.

"അതെ. ഇനിയെങ്കിലും മനഃസമാധാനമായിട്ട് ഉറങ്ങാമല്ലോ. ഞാൻ ബാംഗ്ലൂരിൽ ട്രൈനിംഗിൽ ആണെന്നാണല്ലോ അമ്മയോട് പറഞ്ഞിരിക്കുന്നത്. രണ്ടു ദിവസം കഴിഞ്ഞ് ഞാൻ തിരിച്ച പോകും."

പെട്ടെന്നു തന്നെ കാശിനാഥ് ഉദ്വേഗഭരിതനായി. പരിഭവത്തോടെ കാശിനാഥ് പറഞ്ഞു.

"ജിഗീ... ഇതിനിടയിൽ സത്യങ്ങളെല്ലാം നീ ആ തിരുമേനിയോട് വിളിച്ച പറഞ്ഞു. ഞാനാണ് കസ്തൂരിയെ കൊന്നതെന്നും നമ്മൾ രണ്ടുപേരും ചേർന്നാണ് അവളെ കുഴിച്ച മൂടിയതെന്നും ഉള്ള വിവരങ്ങളെല്ലാം... ഇനി ആ തിരുമേനി ഇതാരോടെങ്കിലും പറയുമോന്നാ പേടി."

ജിഗീഷ് തന്റെ നിരപരാധിത്വം വ്യക്തമാക്കിക്കൊണ്ട് പറഞ്ഞു.

"കിച്ചവേട്ടനെന്താ ഈ പറയുന്നത്. ഞാനയാളോട് ഒന്നും പറഞ്ഞിട്ടില്ല. അതൊക്കെ വിളിച്ച പറയുന്നത് എനിക്കും ദോഷം ഉണ്ടാക്കുന്ന കാര്യമല്ലേ..."

നടന്ന സംഭവങ്ങൾ ജിഗീഷിന് മനസ്സിലാകത്തക്ക രീതിയിൽ കാശിനാഥ് പറഞ്ഞു.

"നിന്റെ ബോധമനസ്സറിയാതെ നിന്റെ ഉള്ളിൽ പ്രവേശിച്ച കസ്തൂരിയാ എല്ലാം വിളിച്ച പറഞ്ഞത്. ആ യക്ഷിയാ എല്ലാം നശിപ്പിച്ച് നാമാ വിശേഷമാക്കിയത്."

ജിഗീഷ് വല്ലാത്ത അമ്പരപ്പോടെ പറഞ്ഞു.

"കസ്തൂരി എന്റെ ശരീരത്തിൽ പ്രവേശിച്ച് എല്ലാം പറഞ്ഞുവെന്നോ... ഒന്നും... വിശ്വസിക്കാൻ കഴിയുന്നില്ല. എനിക്കൊന്നും ഓർമയില്ല കിച്ചവേട്ടാ...."

"തൽക്കാലം അതിനെ കുറിച്ച് ആലോചിച്ച് തല പുണ്ണാക്കണ്ട. നിനക്ക് വിശക്കുന്നില്ലേ... എന്തെങ്കിലും കഴിക്കാം."

വല്ലാത്ത പരവേശത്തോടെ ജിഗീഷ് പറഞ്ഞു.

"കഴിക്കണം... അതിലും പ്രധാനം ഒന്നുറങ്ങണം."

"എന്നാ വാ...."

രണ്ടുപേരും ഡൈനിംഗ് റൂമിലേക്ക് പോയി. എന്തൊക്കെയോ കഴിച്ചെന്നു വരുത്തിയ ശേഷം അവർ ബെഡ്റൂമിലേക്ക് പോയി. ബെഡ്റൂമിലെ കട്ടിലിൽ ഇരുന്ന ശേഷം കാശിനാഥ് പറഞ്ഞു.

"പേടിയൊക്കെ തീർന്നല്ലോ. ഇനി നിനക്ക് സെപ്പറേറ്റ് റൂം

തരട്ടേ."

ജിഗീഷ് വൈമനസ്യം പ്രകടമാക്കിക്കൊണ്ട് പറഞ്ഞു.

"ഇനി ഞാനിവിടെ... കൂടിയാൽ രണ്ടു ദിവസം. അതുവരെ ഞാൻ കിച്ചുവേട്ടന്റെ അടുത്ത് കിടന്നോളാം. കിച്ചുവേട്ടനെന്തെങ്കിലും ബുദ്ധി മുട്ട്..."

"അതല്ലെടോ... നീ പെട്ടെന്ന് പോകുന്നെന്നു പറയുമ്പോൾ വല്ലാത്തൊരു ശൂന്യതാബോധം തോന്നുന്നു."

"കിച്ചുവേട്ടൻ പഴയതു പോലെ എൻഗേജ്ഡ് ആകുമ്പോൾ അതൊക്കെ മാറിക്കിട്ടും."

രണ്ടുപേരും ഒരു ബെഡിൽ തന്നെ ഉറങ്ങാൻ കിടന്നു. രണ്ടു ദിവസം അവർ സുഖമായി ഉറങ്ങി. രണ്ടു ദിവസം കൂടി കഴിഞ്ഞിട്ടു പോയാൽ മതിയെന്ന് കാശിനാഥ് പറഞ്ഞപ്പോൾ ജിഗീഷ് അനുസരിച്ചു. കുറച്ചു സമയം ഭാവി പരിപാടികളെ കുറിച്ച് സംസാരിച്ച ശേഷം അവർ ഉറങ്ങാൻ കിടന്നു.

രണ്ട് മണി കഴിഞ്ഞ സമയം ഒരു മരകഷ്ണം കാശിനാഥിന്റെ കഴുത്തിൽ മുറുകി. കഴുത്തിലമർന്ന വിറകു കഷ്ണത്തെ തള്ളി മാറ്റിക്കൊണ്ട് അയാൾ അലറി വിളിക്കാൻ ശ്രമിച്ചെങ്കിലും ശബ്ദം പുറത്തു വരാത്തതു പോലെ തോന്നി. ബെഡ് സ്വിച്ച് ഓൺ ചെയ്തെങ്കിലും ലൈറ്റ് തെളിഞ്ഞില്ല. ജിഗീഷിനെ വിളിച്ചപ്പോൾ അവനിൽ നിന്ന് പ്രതികരണമൊന്നും ഉണ്ടായില്ല. വ്യാകുല ചിന്തയാൽ വിഭ്രാന്തിയോടെ കിടക്കുമ്പോൾ കസ്തൂരിയുടെ മൂർച്ചയേറിയ സ്വരം കാശിനാഥിന്റെ കാതിൽ പതിച്ചു.

"എന്നെ തളച്ച ശേഷം സുഖമായി ജീവിക്കാമെന്ന് നീ കരുതിയോ...? സ്ത്രീ ശക്തിയാണ്... സൃഷ്ടിയുടെ മാതാവാണ്... വിഘ്നേശ്വരൻ നമ്പൂതിരിയല്ല ആരു വിചാരിച്ചാലും എന്നെ തളയ്ക്കാൻ സാധിക്കില്ല. എനിക്കാവശ്യം നിന്നെ. വാ... എന്നോടൊപ്പം വാ.... എനിക്ക് നിന്നെ വേണം... ഇപ്പൊ... നിനക്ക് എന്നെ ആവശ്യമില്ലേ... നമുക്ക് ജീവിക്കണ്ടേ... നിന്നെ ഞാനെന്റെ സ്വർഗ്ഗത്തിലേക്ക് കൂട്ടിക്കൊണ്ടു പോകാം... അവിടെ നമുക്ക് സ്വൈര വിഹാരം നടത്താം."

കാശിനാഥ് ഭയന്നു വിറച്ചു കിടക്കുമ്പോൾ ആരോ അയാളുടെ കാലിൽ പിടിച്ച് വലിക്കുന്നതു പോലെ തോന്നി. ബെഡിൽ നിന്ന് എണീക്കണമെന്ന് അയാൾക്ക് തോന്നിയെങ്കിലും അനങ്ങാൻ പോലും കഴിഞ്ഞില്ല. വല്ലാത്ത ഭയത്തോടെ കാശിനാഥ് അലറി

വിളിച്ചപ്പോൾ ജിഗീഷ് ഉണർന്നു. ഇരുട്ടിൽ തപ്പിക്കൊണ്ട് ചോദിച്ചു.

"എന്താ കിച്ചുവേട്ടാ..."

കാശിനാഥ് ശക്തിയായി കിതച്ചു കൊണ്ടിരുന്നു. ജിഗീഷ് ചോദ്യം ആവർത്തിച്ചു കൊണ്ടിരുന്നെങ്കിലും കാശിനാഥ് ഉത്തരമൊന്നും പറഞ്ഞില്ല. അവർ സംസാരിച്ചു കൊണ്ടിരുന്നപ്പോൾ ലൈറ്റ് കത്തി. ജിഗീഷ് കാശിനാഥിന്റെ മുഖത്ത് നോക്കിയപ്പോൾ അയാളുടെ കണ്ണുകൾ ചുവന്ന്, മുഖത്താകെ വിയർപ്പു കണങ്ങൾ പറ്റിയിരിക്കുന്നു. കാശിനാഥ് ശാന്തനാകുന്നതു വരെ കാത്ത ശേഷം ജിഗീഷ് ചോദിച്ചു.

"കിച്ചുവേട്ടൻ എന്തെങ്കിലും സ്വപ്നം കണ്ട് പേടിച്ചോ....?"

കാശിനാഥ് തല ചലിപ്പിച്ച് ഇല്ലെന്നു പറഞ്ഞപ്പോൾ ജിഗീഷ് വീണ്ടും ചോദിച്ചു.

"പിന്നെ..."

കാശിനാഥിന്റെ കുഴഞ്ഞ നാവ് മെല്ലെ മന്ത്രിച്ചു.

"ആ യക്ഷി വീണ്ടും വന്നു."

ജിഗീഷ് വിഭ്രാന്തിയോടെയും ആവേശത്തോടെയും ചോദിച്ചു.

"കസ്തൂരിയോ..."

"അതെ. അവള് തന്നെ."

ജിഗീഷ് മിഴിഞ്ഞ കണ്ണുകളോടെ കാശിനാഥിനെ നോക്കിയപ്പോൾ കാശിനാഥ് പറഞ്ഞു.

"അവളെന്നെ കൊല്ലാൻ നോക്കി. എന്നെ വെല്ലുവിളിച്ച് സംസാരിച്ചു. അവളെന്നെ പ്രണയ പൂർവം വിളിച്ചപ്പോൾ എനിക്ക് അവളോടൊപ്പം പോകണമെന്ന് തോന്നിയെങ്കിലും, ബെഡിൽ നിന്ന് എണീക്കാൻ കഴിയാത്തതു കൊണ്ടാണ് ഞാനവളോടൊപ്പം പോകാത്തത്. തിരുമേനി ചെയ്ത കർമങ്ങളൊന്നും ഫലിച്ചില്ലേ..."

"ഞാനൊന്നും അറിഞ്ഞില്ല കിച്ചുവേട്ടാ..."

ജിഗീഷ് പ്രശ്നത്തിന്റെ സങ്കീർണതകളെ കുറിച്ച് ചിന്തിച്ചിരുന്നപ്പോൾ കാശിനാഥ് വല്ലാതെ അസ്വസ്ഥനായിരുന്നു. അയാളെ ആരോ ബന്ധനസ്ഥനാക്കിയതു പോലെ തോന്നി. ഏതാനും നിമിഷത്തെ നിശ്ശബ്ദതയ്ക്കു ശേഷം കാശിനാഥ് പറഞ്ഞു.

"ഏതായാലും നീ നാളെ പോകണ്ട. ഇവിടെ എനിക്ക് പേടിയാ."

ഭീതിയോടെ ചുറ്റും കണ്ണോടിച്ചു കൊണ്ട് ജിഗീഷ് പറഞ്ഞു.

"ഇന്നവൾ കിച്ചുവേട്ടന്റെ അടുത്ത് വന്ന സ്ഥിതിക്ക് എന്റെ അടുത്തും വരാതിരിക്കില്ല... അവൾ എന്നെ തേടിയും വരും."

ആത്മരോക്ഷം പ്രകടമാക്കിക്കൊണ്ട് മൂർച്ച ഏറിയ സ്വരത്തിൽ കാശിനാഥ് പറഞ്ഞു.

"പൂലർന്നോട്ടെ. ആ തിരുമേനിയോട് ചോദിക്കണം."

കാശിനാഥിനെ അനുകൂലിച്ചു കൊണ്ട് ജിഗീഷ് പറഞ്ഞു.

"എത്ര ലക്ഷങ്ങളാ അയാൾ കൊണ്ടു പോയത്. എന്നിട്ട് ഒരു ഫലവും ഇല്ലാന്നു വച്ചാ...."

വെളുപ്പിന് ആറ് മണി ആയപ്പോൾ തന്നെ ജിഗീഷിനെയും കൂട്ടി കാശിനാഥ് വിഘ്നേശ്വരൻ നമ്പൂതിരിയുടെ ഇല്ലത്ത് എത്തി. തുളസി തറയിൽ വെള്ളം ഒഴിക്കുകയായിരുന്ന നമ്പൂതിരി സംശയ ദൃഷ്ടിയോടെ രണ്ടുപേരെയും നോക്കി. സംസാരിക്കാതെ പുരികം ഉയർത്തി മുഖത്ത് ഭാവ ചലനങ്ങൾ വരുത്തിക്കൊണ്ട് എന്താണെന്നു ചോദിച്ചു. വല്ലാത്ത പരിഭവത്തോടും ഈർഷ്യയോടെയും കാശിനാഥ് പറഞ്ഞു.

"ഞാൻ മുടക്കിയ കാശിന്റെ കണക്ക് പറയുന്നതല്ല... കാശ് എനിക്കൊരു വിഷയവുമല്ല. തിരുമേനി പറഞ്ഞതൊക്കെ ചെയ്തിട്ടും തിരുമേനി നടത്തിയ കർമങ്ങൾക്ക് ഒരു ഫലവും ലഭിച്ചില്ലാന്നു വച്ചാ..."

നമ്പൂതിരി കാശിനാഥിന്റെ മുഖത്ത് സൂക്ഷ്മതയോടെ നോക്കി. പറഞ്ഞു വന്നത് കാശിനാഥ് വീണ്ടും തുടർന്നു.

"ഇന്നലെ യക്ഷി വീണ്ടും വന്നു. എന്റെ കഴുത്ത് ഞെരിച്ചു. അട്ട ഹസിച്ച് എന്നെ വെല്ലുവിളിച്ച് സംസാരിച്ചിട്ട് പോയി. നിഷ്ഫലമായ താന്ത്രിക വിധികളാണോ തിരുമേനി പ്രയോഗിച്ചത്."

കവിളിന്റെ ഒരറ്റത്ത് ഒതുക്കിയിരുന്ന മുറുക്കാൻ നീട്ടി തുപ്പിയ ശേഷം നമ്പൂതിരി പറഞ്ഞു.

"എന്റെ പ്രാപ്തിക്കുറവുകൊണ്ട് ഉണ്ടായ പോരായ്മ അല്ല. ആ യക്ഷിയെ സംബന്ധിക്കുന്ന വിവരങ്ങൾ എനിക്ക് പറഞ്ഞു തന്ന തൊക്കെ കള്ളമായിരുന്നില്ലേ. നീ അവളെ റേപ്പ് ചെയ്ത് കൊന്നിട്ട്, എന്നോടു പറഞ്ഞു ആരോ കൊന്ന് തോട്ടത്തിൽ കൊണ്ടിട്ടെന്ന്. അതുകൊണ്ട് ഞാൻ ചെയ്ത കർമങ്ങളും മാറി പോയി. ശരിയായ കാരണം വ്യക്തമാകാതെ ഞാൻ ചെയ്ത താന്ത്രിക വിധികളെ അതി ജീവിച്ച യക്ഷി, കൂടുതൽ ശക്തി പ്രാപിച്ചിരിക്കുന്നു. ഇനി അവൾ എന്തൊക്കെയാണ് ചെയ്യുന്നതെന്ന് പറയാൻ കഴിയില്ല. ഇനി എനിക്കൊന്നും ചെയ്യാനും കഴിയില്ല. മറ്റാർക്കെങ്കിലും എന്തെങ്കിലും

ചെയ്യാൻ പറ്റുമോന്നും അറിയില്ല. എനിക്ക് ഇതിൽ കവിഞ്ഞൊന്നും പറയാനില്ല."

ശേഷം കാശിനാഥിന് പറയാനുള്ളത് കേൾക്കാൻ നിൽക്കാതെ നമ്പൂതിരി അകത്തേക്ക് പോയി. പ്രജ്ഞ നശിച്ചവനെ പോലെ കാശിനാഥ് വിറങ്ങലിച്ച് നിന്നു. ജിഗീഷ് ദയനീയമായി കാശിനാഥിന്റെ മുഖത്തു നോക്കി. ഏതാനും നിമിഷങ്ങൾക്ക് ശേഷം ജിഗീഷ് പറഞ്ഞു.

"കിച്ചുവേട്ടാ... നമുക്ക് പോകാം..."

ആ തറയിൽ നിന്ന് കാലുകൾ പിൻവലിക്കാൻ കാശിനാഥിന് ബുദ്ധിമുട്ടുള്ളതു പോലെ തോന്നി. അയാൾ വേച്ച് വേച്ച് നടക്കുമ്പോൾ കാലുകൾക്ക് ഇരുമ്പ് തൂണിന്റെയത്ര ഭാരം ഉള്ളതു പോലെ തോന്നി. ജിഗീഷും അയാൾക്കൊപ്പം മെല്ലെ നടന്നു. കാറിൽ കയറിയപ്പോൾ കാശിനാഥ് പറഞ്ഞു.

"വീട്ടിൽ പോകാൻ അധിക ദൂരമില്ലല്ലോ... നീ കാറോടിക്ക്. ഞാൻ വല്ലാതെ റ്റയേഡാ."

"ശരി."

വീട്ടിൽ എത്തുന്നതു വരെ അവർ ഒന്നും സംസാരിച്ചില്ല. റൂമിൽ കയറി കട്ടിലിലേക്ക് ചാഞ്ഞിരുന്നു കൊണ്ട് കാശിനാഥ് പറഞ്ഞു.

"എന്റെ അമ്മാവും അപ്പാവും മരിച്ചപ്പോൾ പോലും ഞാൻ ജീവിതത്തിന്റെ മുന്നിൽ പകച്ചു നിന്നിട്ടില്ല. ആവശ്യത്തിലധികം പണം ഉണ്ടായിരുന്നതു കൊണ്ട് ബന്ധത്തിനും ബന്ധുത്വത്തിനും വില കൽപിച്ചിരുന്നുമില്ല. ഞാൻ എല്ലാറ്റിനും മേലെയാണെന്നുള്ള അഹങ്കാരം ആയിരുന്നു. എന്റെ മാതാപിതാക്കൾക്കു വേണ്ടി ബലി തർപ്പണം നടത്താൻ ഞാൻ കൂട്ടാക്കിയിട്ടില്ല. അന്ധവിശ്വാസമെന്നു പറഞ്ഞ് ദൈവങ്ങളെയും വിശ്വാസങ്ങളെയും തള്ളിപ്പറഞ്ഞു. ഭൂമിയിലുള്ളതെല്ലാം പണത്തിന് അടിമപ്പെട്ടതാണെന്ന് ചിന്തിച്ച് എല്ലാം വിലയ്ക്കു വാങ്ങാൻ ശ്രമിച്ചു. പക്ഷേ.... ഇന്ന് എന്റെ പണം കൊണ്ട് ഒന്നും ചെയ്യാൻ കഴിയാത്ത അവസ്ഥയിലാ. ഞാനിപ്പോ തീരെ നിസ്സാരനായി പോകുന്നതു പോലെ..."

നെടുതായി നിശ്വസിച്ച ശേഷം കാശിനാഥ് വീണ്ടും സംസാരിച്ചു.

"മനസമാധാനമായിട്ട് ഒന്ന് ഉറങ്ങീട്ട് എത്ര ദിവസമായി. സ്വസ്ഥമായിട്ട് ഉറങ്ങാൻ പോലും കഴിഞ്ഞില്ലെങ്കിൽ, പിന്നെ ഈ പണം കൊണ്ട് എന്താ ഉപയോഗം? പണമെല്ലാം വെറും പേപ്പർ

 തുണ്ടുകളാണെന്നു തോന്നിപ്പോകുന്നു. ഇനി ഇതിൽ നിന്ന് രക്ഷ നേടാൻ ഞാനെന്തു ചെയ്യും? മറ്റേതെങ്കിലും താന്ത്രികനെ ചെന്നു കാണുകാന്നു വച്ചാ... കൊലപാതകം നടത്തിയ കാര്യമൊക്കെ അയാളോടു പറയേണ്ടി വരും. വിഘ്നേശ്വരൻ നമ്പൂതിരിയെ പോലെ എല്ലാ ബ്രാഹ്മണരും കൊല്ലിനും കൊലയ്ക്കും കൂട്ടു നിൽക്കുന്നവരല്ല. അതുമല്ല... ഇനി ആർക്കും ഒന്നും ചെയ്യാനാവില്ലെന്ന് വിഘ്നേശ്വരൻ നമ്പൂതിരി പറഞ്ഞിരുന്നു... അങ്ങനെയെങ്കിൽ... ഇനിയെന്ത്...?

സംസാരത്തിനൊടുവിൽ രൂപം കൊണ്ട ചോദ്യചിഹ്നം കാശിനാഥിനെ വേട്ടയാടുന്നതു പോലെ തോന്നി. ചോദ്യത്തിന് ഉത്തരം കണ്ടെത്താൻ അയാൾ പല വിധത്തിൽ ചിന്തിച്ചെങ്കിലും ഉചിതമായൊരുത്തരം അയാളുടെ പ്രജ്ഞയിൽ തെളിഞ്ഞില്ല. അജ്ഞാതമായ തുരുത്തിൽ ഒറ്റപ്പെട്ടു പോയ കുട്ടിയുടെ മാനസിക വിഹ്വലതയോടെ അയാൾ പതറി. തലയ്ക്ക് ഭ്രാന്തിളകുന്ന അവസ്ഥ തോന്നിയപ്പോൾ തുരു തുരെ മുടിയിഴകളിൽ അള്ളിപ്പിടിച്ചു. രണ്ടു കൈകളും ഉയർത്തി മേശമേൽ ശക്തിയായി ഇടിച്ചു. എല്ലാം നോക്കിക്കണ്ട് വല്ലാത്ത അവസ്ഥയിലായ ജിഗീഷ് അമ്പരപ്പോടെ ചോദിച്ചു.

"കിച്ചുവേട്ടന് എന്ത് പറ്റി? എന്താ ഇങ്ങനെയൊക്കെ കാണിക്കുന്നത്?"

കാശിനാഥ് നിന്ദാഗർഭമായി പുഞ്ചിരിച്ച് സ്വയം നിയന്ത്രിക്കാനാവാത്ത വ്യക്തിയെ പോലെ സംസാരിച്ചു.

"ഇനി എന്ത് പറ്റണം...? നീ പറയ്... ഇനി എന്ത് പറ്റണമെന്ന്... ഞാൻ മരിക്കണോ...? അതാണോ എനിക്കിനി പറ്റേണ്ടത്...?

കാശിനാഥിന്റെ ശബ്ദത്തിലും നോട്ടത്തിലും ക്രോധം നിറഞ്ഞു. അയാളുടെ കണ്ണുകൾ അഗ്നികുണ്ഡങ്ങളാകുന്ന പോലെയും അതിൽ നിന്ന് ശക്തിയായി തീ പാറുന്ന പോലെയും ജിഗീഷിനു തോന്നി. കാശിനാഥിനോട് എന്ത് പറയണമെന്നറിയാതെ ജിഗീഷ് അയാളുടെ മുഖത്തു തന്നെ നോക്കിയപ്പോൾ എന്തിനെയോ വെല്ലു വിളിക്കുന്ന ഒരു പരിഹാസ ചിരി ചിരിച്ചു കൊണ്ട് കാശിനാഥ് ചോദിച്ചു.

"നീ എന്തിനാ എന്നെ ഇങ്ങനെ സൂക്ഷിച്ചു നോക്കുന്നത്... നീ.... അവളാണോ... ആ കസ്തൂരി. ഇപ്പൊ നിന്റെ ഉള്ളിൽ അവളിരിപ്പുണ്ടോ? നിന്റെ ഉള്ളിൽ ഇരിക്കുന്ന അവളാണോ എന്നെ ഇങ്ങനെ നോക്കുന്നത്. നീ വാ... വന്ന് എന്നെ കൊന്നിട്ട് പോ... കൊന്ന് രക്തം കുടിച്ചോ... അങ്ങനെയെങ്കിലും എനിക്കൊരാശ്വാസം കിട്ടട്ടെ..."

കാശിനാഥിന്റെ ജല്പനം കേട്ട് ജിഗീഷ് തരിച്ചിരുന്നു. കാശിനാഥിന്റെ നോട്ടത്തിലും ചലനത്തിലും എന്തോ അപാകത ഉള്ളതായി ജിഗീഷിനു തോന്നി. കാശിനാഥിന്റെ മനസ്സൊന്ന് ശാന്തമാകട്ടെയെന്നു ചിന്തിച്ച് ജിഗീഷ് പുറത്തെ ചാരുബെഞ്ചിൽ ചെന്നിരുന്നു.

രണ്ട് മണിക്കൂർ കഴിഞ്ഞപ്പോൾ കാശിനാഥ് പുറത്തിറങ്ങി ജിഗീഷിന്റെ അടുത്തു വന്നു. അപ്പോൾ അയാളുടെ മുഖം ശാന്തമായിരുന്നെങ്കിലും ഉള്ളിലുള്ള വിഭ്രാന്തി പൂർണമായും മാറിയിരുന്നില്ല. കാശിനാഥ് ജിഗീഷിന് അഭിമുഖമായി നിന്ന ശേഷം പറഞ്ഞു.

"ജിഗീഷ്... കസ്തൂരി എപ്പോഴും എന്നോടൊപ്പം ഉള്ളതു പോലെ തോന്നുന്നു... അവൾക്ക് എന്നോടുണ്ടായിരുന്ന അവഗണനയും വെറുപ്പും കാരണം, എങ്ങനെയെങ്കിലും അവളെ തട്ടിക്കൊണ്ടു വന്ന് ഒരു പാഠം പഠിപ്പിക്കണമെന്നും ഒരു ദിവസമെങ്കിലും അവളെ അനുഭവിക്കണമെന്നും ചിന്തിച്ചു. അവളോടുള്ള പ്രണയത്തിലും ഉപരി അവളെ എന്റെ കാൽ ചുവട്ടിൽ കൊണ്ടു വരിക എന്ന ഗൂഢോദ്ദേശവും ഉണ്ടായിരുന്നു. അവളുമായി സംസാരിച്ചും ഇടപഴകിയും വന്നപ്പോൾ എന്റെ പഴയ തീരുമാനത്തിന് മാറ്റം വന്നു. എന്നായാലും ഒരു ഭാര്യ വേണം... ഭാര്യയുടെ സ്ഥാനത്ത് ബുദ്ധിയും വിവരവും സൗന്ദര്യവും പ്രശസ്തിയും ഒക്കെയുള്ള ഒരു പെണ്ണ്... അതായിരുന്നു പിന്നത്തെ ആഗ്രഹം. പണമുള്ളതു കൊണ്ട് എല്ലാം നിസ്സാരമാണെന്നും ചിന്തിച്ചു. വിവാഹ ദിവസം അവളെന്നെ കബളിപ്പിച്ച് ഇറങ്ങി ഓടുന്നതിനു മുൻപ് വരെ എന്റെ ആഗ്രഹങ്ങൾക്കനുസരിച്ച് തന്നെ കാര്യങ്ങൾ ചെന്നെത്തുമെന്ന പ്രതീക്ഷ ഉണ്ടായിരുന്നു. അവളിറങ്ങി ഓടിയ ശേഷമാ അവളുടെ മറ്റൊരു മുഖത്തെക്കുറിച്ച് ഞാൻ മനസ്സിലാക്കിയത്. അന്നേ ദിവസം തന്നെ അവളെ കീഴ്പ്പെടുത്തി അവളെ വെപ്പാട്ടിയാക്കണമെന്ന് ഞാൻ കണക്കു കൂട്ടിയെങ്കിലും, എന്റെ പ്രതീക്ഷകളെയെല്ലാം തെറ്റിച്ചു കൊണ്ട് അവൾ മരിച്ചു..."

കാശിനാഥ് നെടുതായി നിശ്വസിച്ച് അൽപ സമയം മൗനമായിരുന്ന ശേഷം പറഞ്ഞു.

"ഇപ്പോൾ അവൾ യക്ഷിയാണെങ്കിലും എനിക്കവളോട് ശരിക്കും പരിശുദ്ധമായ പ്രണയം തോന്നുന്നു. ജീവിച്ചിരുന്നപ്പോൾ ആരാധന അർഹിക്കുന്ന ഒരു സ്ത്രീ രത്നമായിരുന്നു അവൾ. പക്ഷേ... അന്ന് ഞാനവളെ തിരിച്ചറിഞ്ഞില്ല. എന്റെ ആജ്ഞകളൊക്കെ അനുസരിക്കേണ്ടവളാണ് അവളെന്ന് കണക്കു കൂട്ടി. ഇന്ദിരാഗാന്ധിയുടെ

നിശ്ചയദാർഢ്യവും മദർ തെരേസയുടെ അനുകമ്പയും ഉണ്ണിയാർച്ചയുടെ വിപദി ധൈര്യവും ഒത്തു ചേർന്ന പെണ്ണ്. അവൾ ഈ രാജ്യത്തെ സ്ത്രീകളുടെ ശക്തിയാണ്... പ്രതിനിധിയാണ്... ആ വ്യക്തിത്വത്തിനു മുന്നിൽ വണങ്ങേണ്ടതായിരുന്നു. പക്ഷേ... എന്നന്നേക്കുമായി ഞാനവളെ ഇല്ലായ്മ ചെയ്തു. ആ പാപത്തിന്റെ ഫലമാ ഞാനിപ്പൊ അനുഭവിച്ചു കൊണ്ടിരിക്കുന്നത്..."

കാശിനാഥ് വല്ലാത്ത ഭാവത്തോടെ പ്രണയ പരവശതയോടെ പറഞ്ഞു.

"ജിഗീഷ്... എനിക്ക് മുൻപ് അവളോടു തോന്നാതിരുന്ന പ്രണയത്തിന്റെ അലകൾ എന്റെ സിരകളിൽ നുരഞ്ഞു പൊന്തുന്നു. അവളോടുള്ള പ്രണയ പാരവശ്യം എന്നെ മത്തുപിടിപ്പിക്കുന്നു. പെണ്ണിനെ ഭോഗ വസ്തുവായി മാത്രം കണ്ടിരുന്ന എനിക്ക് യക്ഷിയോട് വല്ലാത്ത അഭിനിവേശം തോന്നുന്നു. ഈ യക്ഷികളെ പ്രണയിച്ചാൽ അതവർക്ക് മനസ്സിലാകുമോ... അവളെന്നെ കൊണ്ടു പോയി കൊന്നാലും വേണ്ടില്ല... എനിക്കവളെ വേണം... ജിഗീഷ് എനിക്കവളെ സ്നേഹിക്കണം... അവളെ എനിക്കു വേണം..."

വിതുമ്പുന്ന സ്വരത്തിൽ കാശിനാഥ് പറഞ്ഞപ്പോൾ ജിഗീഷ് ജാഗരൂകനായി. കുറ്റബോധത്തിന്റെയോ ക്ഷമാപണത്തിന്റെയോ തുറന്ന വെളിപ്പെടുത്തലായിരിക്കും കാശിനാഥിന്റെ വാക്കുകളിലെന്ന് ജിഗീഷ് ചിന്തിച്ചു നിൽക്കുമ്പോൾ കാശിനാഥ് മണികിലുങ്ങുന്ന ശബ്ദത്തിൽ പൊട്ടിച്ചിരിച്ചു. ജിഗീഷ് ചിന്തയിൽ നിന്നുണർന്ന് കാശിനാഥിന്റെ മുഖത്തു നോക്കിയപ്പോൾ അയാൾ പറഞ്ഞു.

"ജിഗീ... നീയിപ്പൊ കസ്തൂരിയെ കാണുന്നില്ലേ... നീ ആ ചെമ്പകത്തിന്റെ ചുവട്ടിൽ നോക്ക്... ദേ അവളവിടെ ഉണ്ട്."

കാശിനാഥിനോട് എന്ത് പറയണമെന്നറിയാതെ ജിഗീഷ് അമ്പരന്നു നിന്നു. ജിഗീഷ് ഒന്നും മിണ്ടാതെ നിൽക്കുന്നത് കണ്ട് ക്ഷമകെട്ടവനെ പോലെ കാശിനാഥ് ചോദിച്ചു.

"നീയെന്താ ഒന്നും മിണ്ടാതെ നിൽക്കുന്നത്..."

ജിഗീഷ് ധൈര്യം സംഭരിച്ചു കൊണ്ട് പറഞ്ഞു.

"എനിക്ക് യക്ഷികളെ പേടിയാണ്. കിച്ചുവേട്ടൻ യക്ഷിയെ പ്രണയിക്കാൻ പോകുന്ന സ്ഥിതിക്ക് ഇനി എനിക്കിവിടെ തങ്ങാൻ പേടിയാ... ഞാൻ പോകുന്നു."

പെട്ടെന്ന് കാശിനാഥ് ജിഗീഷിനെ കടന്നു പിടിച്ചു കൊണ്ട്

പറഞ്ഞു.

“അത്... ഈ പകൽ വെളിച്ചത്തിൽ ഇങ്ങനെയൊക്കെ പറയുമെങ്കിലും രാത്രിയായാൽ എനിക്ക് പേടിയാ... രാത്രി ഞാനും ഭയക്കും. നീ കൂടെയില്ലാതെ എനിക്കു പറ്റില്ല. മറ്റാരെയും എനിക്കൊപ്പം കൂട്ടാനും പറ്റില്ല. നീ പോകണ്ട. നിനക്കിവിടെ പേടിയാണെങ്കിൽ നമുക്ക് മറ്റെവിടേക്കെങ്കിലും താമസം മാറ്റാം.”

“യക്ഷിയെ പേടിച്ച് താമസം മാറ്റിയാൽ, എവിടെയാണെങ്കിലും യക്ഷി വരുമല്ലോ. പിന്നെ എവിടെ പോയാലെന്താ?”

ഗഗനമായ ചിന്തയ്ക്കൊടുവിൽ അസ്പഷ്ടമായ സ്വരത്തിൽ കാശിനാഥ് പറഞ്ഞു.

“അതും ശരിയാണല്ലോ... നീ നിന്റെ നാട്ടിലായിരുന്നപ്പോഴും യക്ഷി അവിടെ വന്ന് ശല്യം ചെയ്തല്ലോ.... അപ്പൊപ്പിന്നെ ഒരിടത്തും രക്ഷയില്ല. ചെകുത്താനോ കടലോ വിഴുങ്ങുന്നെങ്കിൽ വിഴുങ്ങട്ടെ... എന്നു പറഞ്ഞ് ജീവിക്കാനേ സാധിക്കൂ...”

കുറച്ചു സമയം രണ്ടുപേരും സംസാരിച്ചിരുന്ന ശേഷം ദൈനംദിന ജോലികളിൽ മുഴുകി. അന്നേ ദിവസം രാത്രിയിൽ ജിഗീഷിന്റെ അമ്മയ്ക്ക് സുഖമില്ലെന്നു പറഞ്ഞ് ഫോൺ വന്നു. പിറ്റേ ദിവസം രാവിലെ തന്നെ ജിഗീഷ് നാട്ടിലേക്ക് തിരിച്ചു. ജിഗീഷ് പോയ ദിവസം രാത്രിയിലും പേടിപ്പെടുത്തുന്ന അനുഭവങ്ങൾ കാശിനാഥിനുണ്ടായി. നിരന്തരം പേടിപ്പെടുത്തുന്ന അനുഭവങ്ങൾ ഉണ്ടായപ്പോൾ കാശിനാഥിന്റെ സമനില തെറ്റിത്തുടങ്ങി. ഏകാന്തതയുടെ ഭീകരതയിൽ കുരുക്കുകൾ അയാളെ വരിഞ്ഞു മുറുക്കുന്നതു പോലെ തോന്നി. ദിവസങ്ങൾ കഴിയുന്തോറും ഊർജസ്വലതയൊക്കെ നഷ്ടപ്പെട്ട് മാനസികവും ശാരീരികവുമായ പ്രസരിപ്പൊക്കെ നഷ്ടപ്പെട്ടുകൊണ്ടിരുന്നു. ബോധമനസ്സിന് അയാളുടെ ചിന്തകളെയും പ്രവർത്തികളെയും നിയന്ത്രിക്കാൻ കഴിഞ്ഞില്ല.

ഒരു ദിവസം രാവിലെ കാശിനാഥ് ഡ്രൈവറെ വിളിച്ചു വരുത്തി, കുറച്ച് ക്ഷേത്രങ്ങളുടെ പേര് പറഞ്ഞ ശേഷം അവിടേക്ക് പോകണമെന്ന് പറഞ്ഞു. ഡ്രൈവർ അയാൾ പറഞ്ഞ സ്ഥലങ്ങളിലെല്ലാം കൊണ്ടു പോയ ശേഷം തിരിച്ചു വരുന്ന വഴി പോലീസ്സ്റ്റേഷനു നടയിൽ വണ്ടി നിർത്താൻ കാശിനാഥ് ആവശ്യപ്പെട്ടു. ഡ്രൈവർ വണ്ടിയിലിരുന്നപ്പോൾ കാശിനാഥ് പോലീസ് സ്റ്റേഷനകത്തേക്ക് കയറി. സ്റ്റേഷനിൽ എസ്.ഐ.രാകേഷ് മാത്രമേ ഉണ്ടായിരുന്നുള്ളൂ.

മുഖവുരയോ ക്ലസലോ കൂടാതെ കസ്തൂരിയുടെ കൊലപാതകവുമായി ബന്ധപ്പെട്ട കാര്യങ്ങളെല്ലാം അയാൾ എസ്.ഐ.രാകേഷിന്റെ മുന്നിൽ അവതരിപ്പിച്ചു. എല്ലാം കേട്ടു കഴിഞ്ഞ രാകേഷ് കാശിനാഥിനെയും വിളിച്ച് പുറത്തിറങ്ങി. പുറത്തിറങ്ങിയ ശേഷം ചുറ്റുപാടിൽ ഒന്ന് കണ്ണോടിച്ച് ആരും ഇല്ലെന്ന് ഉറപ്പു വരുത്തിയ ശേഷം എസ്.ഐ. അടക്കിയ സ്വരത്തിൽ പറഞ്ഞു.

"മിസ്റ്റർ കാശിനാഥ്... താൻ ഒരു ബിസിനസ്സ് സാമ്രാജ്യത്തിന്റെ ചക്രവർത്തിയല്ലേ... ചെയ്യതൊക്കെ ഏറ്റു പറഞ്ഞ് ഒരു ജീവപര്യന്തമോ തൂക്കുകയറോ ഏറ്റു വാങ്ങി ജീവിതം ഹോമിക്കാനാണോ പോകുന്നത്... കോടീശ്വരനായ തന്റെ ജീവിതം നശിപ്പിക്കണോന്ന്, താൻ തല തുറന്നൊന്ന് ചിന്തിക്ക്... ഏതു നേരത്താ തന്റെ ഉള്ളിൽ ഈ കുബുദ്ധി ഉദിച്ചത്..."

കാശിനാഥ് പോലീസ്സ്റ്റേഷനു നേരെയും കാക്കി യൂണിഫോം ധരിച്ച എസ്.ഐ.യെയും സൂക്ഷ്മതയോടെ നോക്കി, അയാൾ നിൽക്കുന്നത് പോലീസ്സ്റ്റേഷനിൽ തന്നെയാണെന്ന് ഉറപ്പു വരുത്തി. കാശിനാഥ് മറുപടിയൊന്നും പറയാതെ എസ്.ഐ.യെ തന്നെ മിഴിച്ചു നോക്കി നിന്നപ്പോൾ, എസ്.ഐ. അല്പം കൂടി ഒച്ച കുറച്ച് കാശിനാഥിന്റെ കാതിനടുത്തു വന്ന് പറഞ്ഞു.

"ഇതിപ്പോ... ഞാൻ മാത്രമേ അറിഞ്ഞിട്ടുള്ളൂ. ഇതു വരെ ഇത് മൂടി വച്ചിരുന്നതു പോലെ... ഇനിയും നമുക്കിത് മൂടി വയ്ക്കാം. ഞാനും ഇത്തിരി പ്രാരാബ്ധക്കാരനാ... ഭാര്യേട പ്രോപ്പർട്ടി വിറ്റാ ഒരു വീട് വച്ചത്. എന്നിട്ടും കുറച്ചു ലോൺ ബാക്കിയാ. എനിക്കൊര്... അമ്പത് തന്നാ... തന്നെ ഞാൻ വേണ്ട വിധത്തിൽ സഹായിക്കാം..."

കാശിനാഥിന്റെ മിഴികൾ എസ്.ഐ.യുടെ മിഴികളെ ഉറ്റുനോക്കിയപ്പോൾ എസ്.ഐ. ഒന്നുകൂടി വിശദീകരിച്ചു കൊണ്ട് പറഞ്ഞു.

"അമ്പതെന്നു പറഞ്ഞത്... അമ്പത് ലക്ഷം. കാശിനാഥിന് അത് അമ്പത് രൂപയുടെ വിലയേ ഉള്ളൂ... പക്ഷേ എനിക്കത് ഒരു പുരുഷായുസ്സിന്റെ സമ്പാദ്യമാണ്. കോൺസ്റ്റബിൾമാരൊക്കെ കാപ്പി കുടിക്കാൻ പോയിരിക്കയാ... സമ്മതിച്ചെങ്കിൽ എനിക്കൊരുറപ്പ് തന്നിട്ട് വേഗം പൊയ്ക്കോ..."

കാശിനാഥ് ഇമ വെട്ടാതെ എ.സ്.ഐ.യുടെ മുഖത്തു തന്നെ നോക്കി. അയാളോട് എന്തെങ്കിലും മറുപടി പറയാനുള്ള മനശക്തി അയാൾക്കുണ്ടായിരുന്നില്ല. കാശിനാഥ് മൗനം അവലംബിച്ച്

നിന്നപ്പോൾ, എസ്.ഐ. അയാളെ സ്റ്റേഷനു വെളിയിൽ കൊണ്ടു വന്ന് കാറിൽ കയറ്റിയിട്ടു പറഞ്ഞു.

"എന്നാ ശരി. എല്ലാം പറഞ്ഞതു പോലെ. ഞാനങ്ങു വരാം..."

കാറിൽ കയറിയപ്പോൾ, മദ്യപിച്ച് ലക്ക് കെട്ടവനെ പോലെ കാശിനാഥ് സീറ്റിലേക്ക് ചാഞ്ഞു കിടന്നു. ഡ്രൈവർ കാർ വീട്ടിനു മുന്നിൽ നിർത്തിയിട്ടും അയാൾ അറിഞ്ഞില്ല. ഡ്രൈവർ കാറിൽ നിന്നിറങ്ങിയിട്ടു പറഞ്ഞു.

"സാർ... വീടെത്തി..."

പകുതി അടഞ്ഞ കൺപോളകൾ ആയാസപ്പെട്ട് വലിച്ചു തുറന്ന് തിരിഞ്ഞും മറിഞ്ഞും ചടഞ്ഞു കൂടി ഇരുന്നപ്പോൾ ഡ്രൈവർ വീണ്ടും ചോദിച്ചു.

"സാർ... ഇറങ്ങുന്നില്ലേ..."

"ഉം..."

അലസമായി മൂളിക്കൊണ്ട് കാശിനാഥ് കാറിൽ നിന്നിറങ്ങി. പോക്കറ്റിൽ നിന്ന് പെഴ്സെടുത്ത് ഡ്രൈവർക്കു നേരെ നീട്ടിയ ശേഷം അയാൾ പറഞ്ഞു.

"നിനക്ക് എത്രയാ വേണ്ടതെന്നു വച്ചാ എടുത്തിട്ട് പെഴ്സ് താ."

ഡ്രൈവർ വിനയത്തോടെ പറഞ്ഞു.

"സാറ് തന്നാൽ മതി."

"അതൊന്നും സാരമില്ലെടോ... എടുത്തിട്ട് ബാക്കിയുണ്ടെങ്കിൽ തന്നിട്ട് പൊയ്ക്കോ... എനിക്കൊന്നുറങ്ങണം."

ഡ്രൈവർ അയാളുടെ കാശ് എടുത്ത് പോയപ്പോൾ കാശിനാഥ് വീട്ടിനുള്ളിൽ കയറാതെ സോഫയിൽ തന്നെ ഇരുന്നു. അല്പ സമയ ത്തിനു ശേഷം സോഫയിലേക്ക് ചാഞ്ഞു. തെല്ല് മയങ്ങിയപ്പോൾ തോട്ടക്കാരൻ വേലു വന്ന് അയാളെ വിളിച്ചു. അർദ്ധ മയക്കത്തിൽ നിന്ന് ബദ്ധപ്പെട്ട് കണ്ണുകൾ തുറന്ന് പറഞ്ഞു.

"നീ പൊയ്ക്കോ... ഞാനിന്ന് ഇവിടെ കിടന്നോളാം. ഞാൻ ഒറ്റയ്ക്കല്ല. എന്നോടൊപ്പം കസ്തൂരിയും ഉണ്ടാകും. അവൾ എന്നും എന്നെത്തേടി വരും. എനിക്കവളെ മറക്കാൻ കഴിയില്ല. നീ ഇവിടെ ഇരുന്നാൽ നിനക്ക് ഞാനവളെ കാണിച്ചു തരാം... അല്ല... നിനക്ക വളെ അറിയാമായിരിക്കുമല്ലോ. ഞാൻ വിവാഹം കഴിക്കാനിരുന്ന പെണ്ണ്... വിവാഹ ദിവസം എന്നെ ഇഷ്ടമല്ലെന്ന് പറഞ്ഞ് അവൾ ഓടി രക്ഷപ്പെടാൻ നോക്കി. എനിക്കത് സഹിക്കാൻ പറ്റാതായപ്പോൾ

ഞാനവളെ കൊന്ന് കുഴിച്ചു മൂടി. കുറച്ചു ദിവസങ്ങൾക്കു ശേഷം ഞാനവളെ കത്തിച്ച് ചാമ്പലാക്കി. ഇപ്പൊ അവൾക്ക് എന്നോട് പ്രണയമാ... വല്ലാത്ത പ്രണയം... നിനക്കറിയോ... അവളിപ്പോ യക്ഷിയാ... എന്നെ പ്രണയിക്കുന്ന യക്ഷി..."

കാശിനാഥ് പറഞ്ഞതൊക്കെ നടുക്കത്തോടെയാണ് വേലു കേട്ടു നിന്നത്. കാശിനാഥിന്റെ മാനസിക നില മോശമാണെന്ന് മനസ്സിലാക്കിയ വേലു തെല്ലറപ്പോടെ പറഞ്ഞു.

"സാർ... സാറിവിട കെടക്കുമ്പ... ഞാനെങ്ങന പോവും... സാറ് അകത്ത് പെയ് കെടന്നാ... ഞാൻ പോവാം..."

"നീ എന്റ കാര്യം നോക്കണ്ട. നീ പൊയ്ക്കോ. അവൾ വരുമ്പോൾ എന്നെ കണ്ടില്ലെങ്കിൽ വിഷമിക്കില്ലേ."

വേലു തല ചൊറിഞ്ഞു കൊണ്ട് പറഞ്ഞു.

"സാറ് അകത്ത് പെയ് കെടന്നില്ലെങ്കി... ഞാനീ തിണ്ണേൽ കെടന്നോളാം..."

കാശിനാഥ് തല ചലിപ്പിച്ച് അസ്വസ്ഥത പ്രകടിപ്പിച്ചു കൊണ്ട് പറഞ്ഞു.

"നിന്റെയൊരു കാര്യം... ഞാൻ അകത്തു പോയി കിടക്കാം. നീ പൊയ്ക്കോ."

കാശിനാഥ് വേച്ച് വേച്ച് നടന്ന് അകത്തേക്ക് പോകുന്നത് കണ്ടപ്പോൾ വേലു പോയി. ബെഡ് റൂമിൽ കയറി വേഷമൊന്നും മാറാതെ തന്നെ കട്ടിലിലേക്ക് വീണു. കിടന്ന ഉടൻ തന്നെ ഉറങ്ങി. എപ്പോഴോ മുറിയിൽ എന്തോ പൊട്ടിത്തെറിക്കുന്ന ശബ്ദം കേട്ട് കാശിനാഥ് ഞെട്ടി ഉണർന്നു. പതർച്ചയോടെ ചുറ്റും നോക്കി. എണീറ്റ് നോക്കണമെന്ന് മനസ്സ് ആഗ്രഹിച്ചെങ്കിലും പേടി കാരണം എണീറ്റില്ല. അയാൾ കട്ടിലിൽ കിടന്ന് തിരിഞ്ഞു മറിഞ്ഞപ്പോൾ കട്ടിലിൽ നിന്ന് താഴെ വീണ് കാൽ ഉളുക്കി. പിറ്റേ ദിവസം ഒൻപത് മണിയായിട്ടും അയാൾ വാതിൽ തുറക്കാതിരുന്നപ്പോൾ വേലു കോളിംങ് ബെല്ലടിച്ചു. നിരന്തരം ബെല്ലടിച്ചപ്പോൾ കാശിനാഥ് ബുദ്ധിമുട്ടി എണീറ്റ് വന്ന് വാതിൽ തുറന്നു. കാശിനാഥിന്റെ അവസ്ഥ കണ്ട് പരിഭ്രാന്തിയോടെ വേലു ചോദിച്ചു.

"അയ്യോ... സാറിനെന്ത് പറ്റി?"

അസഹനീയമായ വേദന സഹിക്കുന്ന മുഖ ഭാവത്തോടെ കാശിനാഥ് പറഞ്ഞു.

"കട്ടിലിൽ നിന്ന് വീണുളുക്കി."

"ആശുത്രീ പോവാൻ ഞാൻ ഡ്രൈവറ വിളിച്ചോണ്ടു വരട്ടാ..."

"വേണ്ട... മുറിവെണ്ണ കൊണ്ടു വന്ന് അതിട്ട് ഒന്നു തിരുമ്മി താ."

"ശരി സാർ... ഞാനിപ്പ വരാം..."

വേലു മുറിവെണ്ണയുമായി വന്നു. അയാൾ മുറിവെണ്ണയിട്ട് തിരുമ്മിക്കൊണ്ടിരുന്നപ്പോൾ എസ്.ഐ.രാകേഷ് വന്നു. വേലുവിനെയും കാശിനാഥിനെയും മാറി മാറി നോക്കിക്കൊണ്ട് എസ്.ഐ.ചോദിച്ചു.

"എന്തു പറ്റി?"

കാശിനാഥ് മുഖത്ത് ചുളിവുകൾ വരുത്തികൊണ്ട് പറഞ്ഞു.

"കട്ടിലിൽ നിന്ന് വീണ് കാലൊന്നുളുക്കി... മുറിവെണ്ണ പുരട്ടി മസാജ് ചെയ്യുന്നതാ."

പറഞ്ഞ ശേഷം വേലുവിനെ നോക്കി പറഞ്ഞു.

"മതി. നീ പൊയ്ക്കോ."

എണ്ണക്കിണ്ണവും എടുത്ത് വേലു പോയപ്പോൾ കാശിനാഥ് പറഞ്ഞു.

"സാറിരിക്കു."

എസ്.ഐ.കൈയിലിരുന്ന ഫോണിലെ മെസേജ് ഓപ്പൺ ചെയ്ത് വായിച്ച ശേഷം ഫോൺ പോക്കറ്റിൽ നിക്ഷേപിച്ചു. കാശിനാഥിന്റെ ഓരോ ചലനങ്ങളും ശ്രദ്ധയോടെ വീക്ഷിച്ച് അയാൾക്കഭിമുഖമായി ഇരുന്നുകൊണ്ട് എസ്.ഐ. ചോദിച്ചു.

"ഞാനിന്നലെ കാശിനാഥിനോട് ചിലത് പറഞ്ഞിരുന്നു. അതേ കുറിച്ച് ആലോചിച്ചോ."

കാശിനാഥിന്റെ മനസ്സിൽ ഊറി വന്ന ചിന്തകൾക്ക് വിരാമമിട്ടു കൊണ്ട് അയാൾ എസ്.ഐ.യുടെ മുഖത്ത് ശ്രദ്ധ കേന്ദ്രീകരിച്ചു. മുഖത്തെ ബുൾഗാനിൻ താടിയിൽ അലസമായി വിരലോടിച്ച്, രാകേഷിന്റെ പൗരുഷം നിറഞ്ഞ മുഖത്ത് സൂക്ഷിച്ചു നോക്കിക്കൊണ്ട് പറഞ്ഞു.

"സത്യം പറഞ്ഞാൽ ഇന്നലെ ഞാനൊന്നും ആലോചിച്ചില്ല. സാറിപ്പോൾ ഇവിടെ വന്നപ്പോഴാണ് ഇന്നലെ നമ്മൾ എന്തൊക്കെയോ സംസാരിച്ചതായി തോന്നുന്നത്."

കാശിനാഥ് ഉദാസീനനായി പറഞ്ഞപ്പോൾ രാകേഷ് അനുനയത്തോടെ തലേ ദിവസം രാത്രിയിൽ ഉണ്ടായ കാര്യങ്ങളൊക്കെ പറഞ്ഞു കേൾപ്പിച്ചു. എല്ലാം കേട്ടു കഴിഞ്ഞപ്പോൾ കാശിനാഥിന്റെ

ഞരമ്പുകൾ ക്രമാതീതം തുടിച്ചു നിന്നു. വ്യാകുല ചിത്തതയോടെ അയാൾ മൗനം അവലംബിച്ചിരുന്നപ്പോൾ എസ്.ഐ.രാകേഷ് പറഞ്ഞു.

"കാശിനാഥ് എനിക്ക് അമ്പത് ലക്ഷം തരുന്നു. ഞാൻ തനിക്ക് വേണ്ട പ്രൊട്ടക്ഷൻ തരുന്നു."

ചതുരംഗ പലകയിലെ കരുക്കൾ നീക്കുന്ന കരുതലോടെ എസ്.ഐ. കാര്യങ്ങൾ അവതരിപ്പിച്ചു. കാശിനാഥ് വല്ലാത്ത ആശയ ക്കുഴപ്പത്തിലായി. അയഥാർഥവും വിരൂപവുമായ അധർമത്തേക്കാൾ യഥാർഥവും തെളിമയുള്ളതുമായ ധർമത്തോടൊപ്പം നിൽക്കാനാണ് കാശിനാഥിന് തോന്നിയത്. ഗാഢമായ ചിന്തകൾക്കൊടുവിൽ കാശിനാഥ് പറഞ്ഞു.

"കുറച്ചു നാളുകൾക്ക് മുൻപ് വരെ കാമ ക്രോധ മോഹാദികളിൽ അഭിരമിച്ച് ജീവിച്ച ആളാ ഞാൻ. ആഗ്രഹിച്ചതെന്തും കാൽച്ചുവട്ടിൽ കൊണ്ടു വന്നു. അതു പോലെയാ കസ്തൂരിയെയും എന്റെ കാൽചുവട്ടിൽ കൊണ്ടുവന്നത്. പക്ഷേ... ഇപ്പൊ അവൾ എന്റെ കാൽചുവട്ടിലെ മണ്ണ് ഇളക്കിക്കൊണ്ടിരിക്കുന്നു. ചെയ്തു കൂട്ടിയ തെറ്റുകളെ കുറിച്ചോർത്ത് ഇപ്പൊ എന്റെ മനസ്സ് വീർപ്പുമുട്ടുകയും പശ്ചാത്തപിക്കുകയും ചെയ്യുന്നു. പശ്ചാത്താപത്തിലൂടെ മനസ്സിനെ ശുദ്ധീകരിക്കുകയും അതിലൂടെ പൂർണ്ണത കൈവരിക്കുകയും ചെയ്യണമെന്ന് തോന്നിയാൽ ആ സദ് ഉദ്ദേശം വേണ്ടെന്ന് വയ്ക്കണോ?"

കാശിനാഥിന്റെ ചോദ്യത്തിനു മുന്നിൽ എസ്.ഐ. ചൂളിപ്പോയി. ഉള്ളിലുള്ള വിഭ്രാന്തി മറച്ചു വച്ച് വാക്കുകൾക്ക് വേണ്ടതിലധികം പ്രാധാന്യം കൊടുത്തു കൊണ്ട് പറഞ്ഞു.

"കാശിനാഥിന് ഇപ്പൊ തോന്നുന്നത്... ചില ദുർബല നിമിഷ ത്തിൽ തോന്നുന്ന ബാലിശമായ ചിന്തകളാ... ഇത്രേം ദിവസം സുഖ ലോലുപനായി ജീവിച്ചിട്ട് ജയിലഴികൾ എണ്ണുകാന്ന് വച്ചാ ഒത്തിരി ബുദ്ധിമുട്ടുള്ള കാര്യാ... അന്നേരം ഈ ചിന്തകളും ധാരണകളുമൊക്കെ മാറും. ഒരാവേശത്തിന് എടുത്തു ചാടിയിട്ട് പിന്നെ അതിൽ നിന്ന് കരകേറാൻ നോക്കിയാൽ ഒരു കച്ചിത്തുരുമ്പു പോലും കിട്ടില്ല. ചത്ത വളങ്ങ് പോയി. ജീവിച്ചിരിക്കുന്ന താൻ അന്തസ്സായിട്ട് ജീവിക്കാൻ നോക്ക്."

ശരിയുടെയും തെറ്റിന്റെയും നൂൽപ്പാലത്തിലാണ് താൻ നിൽക്കുന്നതെന്ന് കാശിനാഥിന് തോന്നി. എവിടേക്കാണ്

ചുവട് വയ്ക്കേണ്ടതെന്ന് ചിന്തിച്ച് ആശയക്കുഴപ്പത്തിലായി. കാശിനാഥിനെ പാളി നോക്കിക്കൊണ്ട് എസ്.ഐ.പറഞ്ഞു.

"എനിക്ക് ഡ്യൂട്ടിയിൽ കയറാനുള്ളതാ. കാശിനാഥിന്റെ തീരുമാനം പറഞ്ഞാ..."

എസ്.ഐ. ധൃതി കൂട്ടിക്കൊണ്ടിരുന്നപ്പോൾ തലേ ദിവസം രാത്രിയിലുണ്ടായ സംഭവങ്ങളെ കുറിച്ച് കാശിനാഥ് ചിന്തിച്ചു. മുന്നിലിരിക്കുന്ന നിയമ പാലകനോട് ഈർഷ്യയും വെറുപ്പും തോന്നി. ഉള്ളിൽ മുളച്ചു പൊന്തിയ വാക്കുകളെ നിയന്ത്രിക്കാൻ അയാൾക്ക് കഴിഞ്ഞില്ല. എസ്.ഐ.യെ നിന്ദയോടെ നോക്കിക്കൊണ്ട് പറഞ്ഞു.

"കുറ്റം ചെയ്യുന്ന വ്യക്തികളെ തേടി കണ്ടുപിടിച്ച് നിയമത്തിന്റെ കീഴിൽ കൊണ്ടുവരിക എന്നതാണല്ലോ പോലീസ് ഡിപ്പാർട്ട്മെന്റിന്റെ ധർമം എന്നത്. ആ കടമ നിർവഹിക്കാൻ ഓരോ പോലീസുകാരനും കർമ നിരതനായിരിക്കണം. ഇതിപ്പോ... കുറ്റവാളി നേരിട്ട് വന്ന് കുറ്റം ഏറ്റുപറഞ്ഞ് ശിക്ഷ വാങ്ങാൻ തയ്യാറായപ്പോൾ കൈക്കൂലി ചോദിച്ച് കൊലപാതകിയോട് രക്ഷപ്പെടാൻ പറയുന്നത് നിയമത്തോട് കാണിക്കുന്ന അനീതിയല്ലേ... അതിലുപരി കസ്തൂരിയെന്ന പെൺകുട്ടിയുടെ ജീവനും അഭിമാനത്തിനും വിലകൽപ്പിക്കാതെ, അവളുടെ ജീവന്റെ വില കൈക്കൂലിയുടെ രൂപത്തിൽ വാങ്ങാനല്ലേ നിങ്ങൾ ശ്രമിക്കുന്നത്. നിങ്ങളെ പോലുള്ള പോലീസുകാരാണ് ഇവിടെ സാമൂഹിക അരാചകത്വം സൃഷ്ടിക്കുന്നത്. ജനങ്ങൾ നൽകുന്ന നികുതിയുടെ വിഹിതം ശമ്പളമായി പറ്റുന്ന നിങ്ങൾ അവരുടെ ക്ഷേമത്തിനു വേണ്ടിയാണ് ജോലി ചെയ്യേണ്ടത്. എന്റെ കൈയിൽ നിന്ന് കൈക്കൂലി വാങ്ങിയിട്ട് നിങ്ങൾ എന്നെ രക്ഷപ്പെടുത്തിയാൽ ഞാൻ വീണ്ടും ഇതുപോലുള്ള തെറ്റുകൾ ആവർത്തിക്കും. നിരപരാധികളായ ജനങ്ങളുടെ ജീവൻ പൊലിയും. ജീവന് സംരക്ഷണം നൽകാത്ത പോലീസുകാരൻ ഡിപ്പാർട്ട്മെന്റിൽ തുടരുന്നത് ഹിതകരമല്ല. നിങ്ങൾ രാജിവച്ചിട്ട് വല്ല കള്ളക്കടത്തുകാരനും ആകുന്നതാ നല്ലത്."

ഓർക്കാപ്പുറത്ത് പ്രഹരമേറ്റതു പോലെ എസ്.ഐ. സ്തംഭിച്ചു തരിച്ചു നിന്നു. ചുണ്ടുകൾ തമ്മിൽ കൂട്ടി തയ്ച്ചിരിക്കുന്നതു പോലെ അയാൾക്ക് തോന്നി. സമനില വീണ്ടെടുത്ത ശേഷം എസ്.ഐ. പറഞ്ഞു.

"ഒരബദ്ധം പറ്റി. ഒരു ചെറുപ്പക്കാരൻ രക്ഷപ്പെടുന്നെങ്കിൽ രക്ഷപ്പെട്ടോട്ടെ എന്നു കരുതിയാ ഞാൻ വന്നത്. അതിന് നീ നൽകിയ

വ്യാഖ്യാനങ്ങൾ കൊള്ളാം. നിന്റെ ജയിൽവാസം നിന്റെ ജാതകത്തിൽ തന്നെ കുറിച്ചിട്ടുള്ളതായിരിക്കും. എന്നാ ശരി..."

ഒരഗ്നിഗോളം എസ്.ഐ.യുടെ മുഖത്ത് ജ്വലിക്കുന്നത് കാശിനാഥ് കണ്ടു. പടിക്കെട്ടിൽ നിന്ന് ഷൂവിട്ടുമ്പോൾ എസ്.ഐ. മൂർച്ചയേറിയ സ്വരത്തിൽ പറഞ്ഞു.

"നീ പാമ്പിനെയാണ് നോവിച്ച് വിടുന്നതെന്ന ഓർമ്മ വേണം."

എസ്.ഐ. ഷൂ ചവുട്ടി ഒച്ചയുണ്ടാക്കിക്കൊണ്ട് ഇറങ്ങിപ്പോയി. കാശിനാഥ് ഫോണെടുത്ത് ജിഗീഷിനെ വിളിച്ചപ്പോൾ, പതിവു പോലെ പരിധിക്കു പുറത്തെന്നുള്ള അറിയിപ്പു വന്നു. കാലിന്റെ വേദന കാരണം പുറത്തിറങ്ങാൻ പോലും പറ്റാത്ത അവസ്ഥയിലായിരുന്നു അയാൾ. വിശ്രമിക്കാമെന്ന് ചിന്തിച്ച് കട്ടിലിൽ കിടന്നു. അതിയായ ക്ഷീണം കാരണം ഉറങ്ങിപ്പോയി. തെല്ല് മയങ്ങിയപ്പോൾ കാളിംങ് ബെല്ലിന്റെ ഒച്ചകേട്ട് ഞെട്ടി ഉണർന്നു. വേച്ച് വേച്ച് വന്ന് വാതിൽ തുറക്കുമ്പോൾ എസ്.ഐ.രാകേഷും സംഘവും നിൽക്കുന്നു. കാശിനാഥ് എസ്.ഐ.രാകേഷിനെ സൂക്ഷിച്ച് നോക്കിയപ്പോൾ അയാൾ പറഞ്ഞു.

"കസ്തൂരിയെന്ന പെൺകുട്ടിയെ തട്ടിക്കൊണ്ടു പോയി ഒളിവിൽ താമസിപ്പിച്ച് പീഡിപ്പിച്ചു കൊന്നു എന്ന കേസിൽ നിങ്ങളെ അറസ്റ്റു ചെയ്യാനാ വന്നത്. ജിഗീഷെന്ന കൂട്ടുപ്രതി സ്റ്റേഷനിലുണ്ട്. ഇവനെ പിടിച്ച് വണ്ടിയിൽ കയറ്റ്."

അടുത്തു നിന്ന കോൺസ്റ്റബിളിന് നേരെ എസ്.ഐ. കണ്ണുകൊണ്ട് ആംഗ്യം കാണിച്ചപ്പോൾ അയാളും മറ്റൊരു പോലീസുകാരനും കൂടി അകത്തേക്ക് പാഞ്ഞ് കയറി കാശിനാഥിന്റെ ഇരു തോളിലും ആഞ്ഞിടിച്ച് അയാളെ പുറത്തേക്ക് തള്ളി. കാലിന്റെ വേദനയും ശരീരാസ്വാസ്ഥ്യവും കഠിനമായതിനാൽ ബാലൻസില്ലാതെ കാശിനാഥ് നിലത്തു വീണു. ഊക്കോടെ ഷർട്ടിന്റെ കോളറിൽ പിടിച്ച് പൊക്കിക്കൊണ്ട് എസ്.ഐ. പറഞ്ഞു.

"നീ അവശത അഭിനയിക്കുകയാണോടാ റാസ്കൽ. ഡ്രാക്കുള രാകേഷിനെ നിനക്കറിയില്ല. എണീക്കെടാ പട്ടീട മോനെ... എണീറ്റ് വന്ന് വണ്ടീ കേറെടാ പട്ടീ..."

കാശിനാഥ് എണീക്കാൻ ബുദ്ധിമുട്ടുന്നതു കണ്ടപ്പോൾ എസ്സ്.ഐ. പോലീസുകാരനെ നോക്കി പറഞ്ഞു.

"ഇവനെ വണ്ടിയിൽ കയറ്റ്..."

എസ്സ്.ഐ.യുടെ ആജ്ഞ കേട്ട ഉടൻ തന്നെ പോലീസുകാരൻ കാശിനാഥിനെ വലിച്ചിഴച്ച് വണ്ടിയിൽ തള്ളിക്കയറ്റി. തുളയ്ക്കുന്ന വേദന കാരണം അയാൾ വല്ലാതെ പുളഞ്ഞു. വണ്ടി സ്റ്റേഷനിൽ നിർത്തി, കാശിനാഥിനെ പിടിച്ചിറക്കി കൊണ്ടുവന്ന് സെല്ലിൽ അടച്ചു. തൊട്ടടുത്ത സെല്ലിൽ ജിഗീഷും ഉണ്ടായിരുന്നു. വഴി തെറ്റി വന്ന അഭയാർഥിയെ പോലെ കാശിനാഥ് സെല്ലിനകത്ത് ചുരുണ്ടു കൂടി. സെല്ലിനു പുറത്തു നിന്ന് എസ്സ്.ഐ.പറഞ്ഞു.

“സ്വർണ്ണ കട്ടിലിൽ പട്ടു മെത്തയിൽ കിടക്കേണ്ടവൻ പാറ്റയും പഴുതാരയുമൊക്കെ ഇഴയുന്ന വൃത്തികെട്ട സെല്ലിൽ... നീ ചെയ്ത ഈ കൊലപാതകം ഞാൻ തെളിയിക്കുമ്പോൾ എനിക്ക് അഭിനന്ദനങ്ങളുടെ പ്രവാഹമായിരിക്കും. പ്രൊമോഷനും ട്രോഫിയുമൊക്കെ കിട്ടിയേക്കും... പാടത്തു നിന്ന് കിട്ടാത്തത് പഞ്ചായത്തിൽ നിന്നെങ്കിലും എടുക്കാമല്ലോ. നമ്മൾ സംസാരിച്ചത് എനിക്കും നിനക്കും മാത്രമേ അറിയൂ.... അത് സെയ്ഫായിട്ടിരിക്കാൻ വേണ്ടിയാ ഒരിക്കലും പോലും ഞാൻ നിന്നെ ഫോണിൽ വിളിച്ച് സംസാരിക്കാതിരുന്നത്... അതാ ഈ ഡ്രാക്കുള രാകേഷ്....”

എസ്സ്.ഐ. പറഞ്ഞതൊന്നും കാശിനാഥ് കേട്ടില്ല. നേരിയ ഞരക്കത്തോടെ അയാൾ ഞെരിപിരി കൊണ്ടു. കാശിനാഥിന്റെ അവസ്ഥ മനസ്സിലാക്കിയ എസ്സ്.ഐ. കോൺസ്റ്റബിളിനോട് പറഞ്ഞു.

“കാശിനാഥിന് നല്ല ക്ഷീണവും തളർച്ചയുമൊക്കെ ഉണ്ട്. കാലിലെന്തോ ഉളുക്ക് പറ്റിയെന്നാ പറയുന്നത്. നീ അവന് ആഹാരവും വെള്ളവുമൊക്കെ എത്തിച്ചു കൊടുക്ക്. പിന്നെ എന്തെങ്കിലും എണ്ണ പുരട്ടി കാല് തിരുമ്മിക്കൊടുക്കണം. കസ്റ്റഡിയിലിരിക്കുന്ന കക്ഷിയുടെ ശരീരത്തിൽ ക്ഷതങ്ങളൊന്നും ഉണ്ടാവാൻ പാടില്ലല്ലോ.”

“ശരി സാർ.”

പോലീസുകാരൻ പോയി കഴിഞ്ഞപ്പോൾ കസ്തൂരിയുടെ കൊലപാതകം തെളിയിക്കേണ്ട രീതികളൊക്കെ എസ്സ്.ഐ. മനസിൽ ആസൂത്രണം ചെയ്തു. കാശിനാഥിനെ കൊണ്ട് അയാൾ സമയാസമയം ആഹാരം കഴിപ്പിച്ചു. കാശിനാഥിന് എഴുന്നേൽറ്റു നിൽക്കാൻ കഴിയുമെന്നായപ്പോൾ എസ്സ്.ഐ. സെല്ലിനടുത്തു വന്നിട്ടു പറഞ്ഞു.

“ഏതായാലും നീ കുറ്റം സമ്മതിക്കാൻ പോവുകയാണല്ലോ...

കസ്തൂരിയുടെ കൊലപാതകിയെ കണ്ടുപിടിച്ചത് ഞാനാണെന്ന് നീയങ്ങ് സമ്മതിച്ചേക്കണം. എനിക്കു വേണ്ടി ചെയ്യുന്ന ചേതമില്ലാത്ത ഒരുപകാരം. അതല്ല മറിച്ചെന്തെങ്കിലും പറയുകയാണെങ്കിൽ ഇതുവരെ തെളിയിക്കാൻ കഴിയാത്ത രണ്ടുമൂന്ന് പീഡന കേസുകൾ കൂടി നീ താങ്ങേണ്ടി വരും. പിന്നെ രണ്ടുമൂന്നു ജീവപര്യന്തമോ തൂക്കു മരമോ നിനക്കു വേണ്ടി കാത്തിരിക്കും. അതുകൊണ്ട് കോടതിയിൽ ഞാൻ പറയുന്നതൊക്കെ ശരിയാണെന്ന് സമ്മതിച്ചാൽ നീ ചെയ്ത കുറ്റത്തിനു മാത്രം ശിക്ഷ അനുഭവിച്ച് ശേഷം കാലം കഴിക്കാം... ഓ.കെ...."

എസ്സ്.ഐ. യുടെ വാക്കുകൾ കാശിനാഥിന്റെ കാതുകളെ തുളയ്ക്കുന്നതു പോലെ തോന്നി. ആത്മാവിനെ എരിക്കുന്ന തീ ഗോളങ്ങൾ ഉള്ളിൽ പുകഞ്ഞുകൊണ്ടിരുന്നു. മുൻപ് അയാളും ഇത്തരത്തിലുള്ള ഒരു മനുഷ്യനായിരുന്നെന്ന് ഓർത്തപ്പോൾ സ്വയം പുച്ഛം തോന്നി. സ്വന്തം തെറ്റുകൾ ഓർത്തെടുത്തു കൊണ്ട് ചിന്തിച്ചു നിന്നു. 'ഇനി എനിക്ക് ഒരിക്കലും പഴയ കാശിനാഥാകാൻ കഴിയില്ല. ഞാൻ മനസ്സു കൊണ്ട് എന്റെ രക്തവും മാംസവും മനസ്സുമെല്ലാം ശുദ്ധീകരിച്ചു. ഉപേക്ഷിച്ച വഴിയിലൂടെ ഞാനിനി സഞ്ചരിക്കില്ല. ഞാനിനി സത്യത്തിന്റെയും ധർമത്തിന്റെയും നീതിയുടെയും കാവൽക്കാരനായി ജീവിക്കും. ഇനി എനിക്ക് അതിനേ സാധിക്കൂ...'

കാശിനാഥിനെയും ജിഗീഷിനെയും കോടതിയിൽ ഹാജരാക്കി. കേസന്വേഷണത്തിന്റെ ഭാഗമായി കോടതി കാശിനാഥിനെ പതിനാലു ദിവസത്തേക്ക് റിമാന്റ് ചെയ്തു. കേസിനെ സംബന്ധിക്കുന്ന വാദപ്രതിവാദങ്ങൾ ആരംഭിച്ചു. എസ്സ്.ഐ.രാകേഷ് നിരത്തിയ പ്രസ്ഥാവനകളെ എതിർത്തുകൊണ്ട്, നടന്ന സംഭവങ്ങൾ കാശിനാഥ് കോടതിയിൽ അവതരിപ്പിച്ചു. എസ്സ്.ഐ.രാകേഷ് കാശിനാഥിനു നേരെ തെറ്റായ ആരോപണങ്ങൾ ഉന്നയിച്ചു. രാകേഷ് പറഞ്ഞതെല്ലാം കാശിനാഥ് നിഷേധിച്ചു. കാശിനാഥിന്റെ വീട്ടിൽ വച്ച് നടന്ന സംഭവങ്ങളെല്ലാം അയാളുടെ സി.സി.ടി.വി. യിൽ ഉണ്ടെന്നും അത് തെളിവായി സ്വീകരിക്കണമെന്നും കാശിനാഥ് കോടതിയോട് അപേക്ഷിച്ചതിനെ തുടർന്ന് സി.സി.ടി.വി. ദൃശ്യങ്ങൾ പരിശോധിക്കാൻ കോടതി ഉത്തരവിട്ടു.

സി.സി.ടി.വി. ദൃശ്യങ്ങൾ പരിശോധിച്ചപ്പോൾ എസ്സ്.ഐ .യുടെ യഥാർഥ മുഖമെന്തെന്ന് കോടതിക്ക് ബോധ്യപ്പെട്ടു.

രാകേഷിനെതിരെ നിയമ നടപടികളുണ്ടാകുകയും അയാളെ സസ്പെന്റ് ചെയ്യുകയും ചെയ്തു. പ്രതിയും കൂട്ടുപ്രതിയും കുറ്റങ്ങൾ സമ്മതിച്ചതു കൊണ്ട് വൈകാതെ തന്നെ നിയമ നടപടികൾ പൂർത്തിയായി. വിധി പ്രഖ്യാപന ദിവസമെത്തി. കേസ് വായിച്ച് ജഡ്ജി വിധിപ്രഖ്യാപനത്തിലേക്ക് കടക്കുമ്പോൾ, ഹരിത വർണ്ണത്തിലുള്ള സാരി ഉടുത്ത പെൺകുട്ടി കോടതിയെ വണങ്ങിയ ശേഷം ജഡ്ജിയോട് സംസാരിക്കാനുള്ള അനുവാദം ചോദിച്ചു. ജഡ്ജി അനുവാദം കൊടുത്തപ്പോൾ പെൺകുട്ടി സംസാരിക്കാൻ ആരംഭിച്ചു. അപ്പോഴാണ് കാശിനാഥ് പെൺകുട്ടിയെ ശ്രദ്ധിച്ചത്. പെൺകുട്ടിയെ കണ്ട മാത്രയിൽ പരിസരം മറന്ന് കാശിനാഥ് വിളിച്ചു പറഞ്ഞു.

"കസ്തൂരി.... യക്ഷി... ഇവിടെയും വന്നു. വീണ്ടും അവളെന്നെ ഭയപ്പെടുത്താനാണു വന്നിരിക്കുന്നത്..."

കാശിനാഥ് പെൺകുട്ടിക്ക് നേരെ നോക്കിക്കൊണ്ട് പറഞ്ഞു.

"കസ്തൂരീ... ഞാൻ നിന്നോടു ചെയ്ത തെറ്റുകളെല്ലാം ഏറ്റു പറഞ്ഞ് ശിക്ഷ ഏറ്റുവാങ്ങാനാണ് ഇവിടെ നിൽക്കുന്നത്. ഇനിയുള്ള ജീവിതത്തിൽ ഞാനാരോടും ഒരു തെറ്റും ചെയ്യില്ല. എന്റെ സമനില തെറ്റിക്കാതെ നീ ഇപ്പൊ പോ... പോ..."

കാശിനാഥിന്റെ ജല്പനങ്ങൾ നിർത്താൻ ജഡ്ജി മേശയിൽ തട്ടി ഒച്ചയുണ്ടാക്കി. കാശിനാഥിന്റെ അടുത്തുണ്ടായിരുന്ന പോലീസുകാർ കാശിനാഥിനെ നിയന്ത്രിച്ചു. കോടതിയിൽ നിന്നവരുടെയെല്ലാം കണ്ണുകൾ കാശിനാഥിന് നേരെയായി. എല്ലാം കേട്ടു നിന്ന ജിഗീഷ് വല്ലാത്ത കുറ്റബോധത്തോടെ കുമ്പിട്ടു നിന്നു. വലിയൊരൊച്ചപ്പാടിനു ശേഷം സൂചി വീണാൽ അറിയുന്ന നിശ്ശബ്ദത പടർന്നു. ജഡ്ജി പെൺകുട്ടിയുടെ മുഖത്തു നോക്കിക്കൊണ്ട് തുടരാൻ പറഞ്ഞു. പെൺകുട്ടി വളരെ ശാന്തമായ സ്വരത്തിൽ പറഞ്ഞു.

"ഞാൻ കസ്തൂരി ശ്രീധർ... കാണാതാവുകയും അതേ തുടർന്ന് കാശിനാഥ് പീഡിപ്പിച്ചു കൊന്നെന്നു പറഞ്ഞ് വിധിയെഴുതുകയും ചെയ്ത കസ്തൂരി. പെൺകുട്ടി വെളിപ്പെടുത്തിയപ്പോൾ,ഇന്ദ്രിയസ്തംഭനാവസ്ഥയിൽ കാശിനാഥിന്റെ സർവാംഗം നിശ്ചലമായി. പഞ്ചാഗ്നി മദ്ധ്യേ നിൽക്കുന്ന പ്രതീതിയിലായിരുന്നു അയാളെങ്കിലും, കസ്തൂരി പറയുന്നതു കേൾക്കാൻ അയാളുടെ ശ്രവണ പഥങ്ങൾ ജാഗരൂകമായി. കസ്തൂരിയെ വിചാരണ ചെയ്യാൻ ജഡ്ജി വക്കീലിനോട് പറഞ്ഞു. പ്രതിഭാഗം അഭിഭാഷകനായ അഡ്വക്കേറ്റ് സ്വാമിനാഥൻ

കസ്തൂരിക്ക് നേരെ നോക്കിക്കൊണ്ട് ചോദിച്ചു.

"ഈ കേസിലെ ഒന്നാം പ്രതിയായ കാശിനാഥിനെ നിങ്ങൾക്ക് എന്നുമുതലറിയാം?"

കസ്തൂരി ഒരു നിമിഷം ചിന്തിച്ച ശേഷം പറഞ്ഞു.

"കലാ സാംസ്കാരിക പ്രവർത്തനങ്ങളുമായി ബന്ധപ്പെട്ട് പ്രവർത്തിക്കുമ്പോൾ തന്നെ എനിക്കറിയാം. സാമൂഹ്യവിരുദ്ധ പ്രവർത്തനങ്ങളിൽ ഏർപ്പെട്ടിരുന്നതു കൊണ്ട് കാശിനാഥിനെ പ്രത്യേകം ശ്രദ്ധിച്ചിരുന്നു."

"നിങ്ങൾ തമ്മിൽ പരിചയപ്പെട്ടതും വ്യക്തിബന്ധം തുടങ്ങിയതും എന്നുമുതൽക്കാണ്?

രണ്ടായിരത്തി പതിനഞ്ച് ചിങ്ങം ഒന്നാം തീയതി, മലയാള മാസ ദിനാചരണത്തിന്റെ ഭാഗമായി ഗാന്ധിപാർക്കിൽ നടത്തിയ സെമിനാറിൽ ഞാൻ മുഖ്യ പ്രഭാഷകയായിരുന്നു. സെമിനാർ കഴിഞ്ഞപ്പോൾ കാശിനാഥ് എന്റെ അടുത്തു വന്ന് സ്വയം പരിചയപ്പെടുത്തുകയും ചങ്ങാത്തം കൂടാൻ ശ്രമിക്കുകയും ചെയ്തിരുന്നു. അപ്പോഴെല്ലാം ഞാൻ അയാളിൽ നിന്ന് ഒഴിഞ്ഞു മാറാൻ ശ്രമിച്ചു."

അഡ്വക്കേറ്റ് കസ്തൂരിയുടെ മുഖത്ത് സൂക്ഷിച്ചു നോക്കിക്കൊണ്ട് ചോദിച്ചു.

"പിന്നെ നിങ്ങൾ തമ്മിൽ എപ്പോഴാ അടുത്തറിയുന്നത്?"

അഡ്വക്കേറ്റ് ചോദിച്ചപ്പോൾ കാശിനാഥ് കസ്തൂരിയെ ശല്യപ്പെടുത്തിയിരുന്നതും ജിഗീഷുമായി കാശിനാഥ് ബന്ധം സ്ഥാപിച്ച് ചതിയിലൂടെ കസ്തൂരിയെ തട്ടിക്കൊണ്ടു പോയതും ദിവസങ്ങൾക്ക് ശേഷം നിശ്ചയിച്ചിരുന്ന വിവാഹ ദിവസമുണ്ടായ പീഡന ശ്രമത്തിൽ കസ്തൂരി മരിച്ചെന്നു കരുതി കാശിനാഥും ജിഗീഷും ചേർന്ന് അവളെ കുഴിച്ചു മൂടിയതു വരെയുള്ള കാര്യങ്ങൾ കസ്തൂരി വിശദീകരിച്ചു. എല്ലാം സമ്മതിക്കുന്ന മുഖഭാവത്തോടെ കാശിനാഥ് നിന്നു. അഡ്വക്കേറ്റ് വീണ്ടും കസ്തൂരിയോടു ചോദിച്ചു.

"കാശിനാഥും ജിഗീഷും ചേർന്ന് നിങ്ങളെ കുഴിച്ചു മൂടിയതായിരുന്നല്ലോ... പിന്നെ എങ്ങനെയാ നിങ്ങൾ അവിടെ നിന്നും രക്ഷപ്പെട്ടത്?"

കസ്തൂരി ദീർഘമായി നിശ്വസിച്ച ശേഷം സാരിത്തലപ്പു കൊണ്ട് മുഖത്തു പറ്റിയിരുന്ന സ്വേദകണങ്ങൾ തുടച്ചു മാറ്റി. കാശിനാഥ് അടക്കമുള്ളവരുടെ കണ്ണും കാതും അവൾക്കു നേരെയായി. കസ്തൂരി

ഒരു നിമിഷം കണ്ണടച്ച് എന്തോ ഓർത്തെടുത്തു കൊണ്ട് പറഞ്ഞു.

"കാശിനാഥും ഞാനും തമ്മിലുണ്ടായ മൽപ്പിടുത്തത്തിൽ കാശിനാഥ് എന്റെ കഴുത്തിൽ ചുറ്റിപ്പിടിച്ചപ്പോൾ എന്റെ ബോധം പോയിരുന്നു. അബോധാവസ്ഥയിൽ കിടന്ന എന്റെ മുഖത്ത് വെള്ളം വീണപ്പോൾ എന്റെ അബോധാവസ്ഥ മാറിയിരുന്നു. എന്നാൽ അപ്പോഴും ബോധം പോയതു പോലെ തന്നെ ഞാൻ കിടന്നു. എന്റെ ഉള്ളിൽ ജീവന്റെ കണിക ഉണ്ടെന്നറിഞ്ഞാൽ കാശിനാഥ് എന്നെ ബാക്കിവെക്കില്ലെന്ന് എനിക്കുറപ്പായിരുന്നു. മണ്ണെണ്ണ വിളക്കിന്റെ നേരിയ വെളിച്ചത്തിൽ, കാശിനാഥിന് എന്റെ അപ്പോഴത്തെ അവസ്ഥ മനസ്സിലാക്കാൻ കഴിഞ്ഞില്ല. പ്രാണായാമം പോലുള്ള യോഗാസന്ന വിധികൾ അഭ്യസിച്ചിട്ടുള്ളതു കൊണ്ട് അത്യാവശ്യ ഘട്ടങ്ങളിൽ ശ്വാസം അടക്കിപ്പിടിച്ച് കിടക്കാൻ എനിക്കും സാധിച്ചു. ഞാൻ മരിച്ചെന്ന് കാശിനാഥും ജിഗീഷും ഉറപ്പുവരുത്തുന്നതു വരെ ഞാൻ അഡ്ജസ്റ്റ് ചെയ്തുകിടന്നു. രണ്ടുപേരും ചേർന്ന് എന്റെ മരണം സ്ഥിരീകരിച്ച ശേഷം മണ്ണെണ്ണ വിളക്ക് മേശമേൽ വച്ചിട്ട് എന്നെ കുഴിച്ചു മൂടാനുള്ള കുഴിയെടുക്കാനായി പുറത്തിറങ്ങി.

ആ നിമിഷം മുതൽ എങ്ങനെ കുഴിക്കകത്തു നിന്ന് രക്ഷപ്പെടാമെന്ന ചിന്തയിലായിരുന്നു ഞാൻ. എന്റെ മനസ്സ് പല പദ്ധതികളും ആസൂത്രണം ചെയ്തു. മുൻപ് ഞാൻ കാശിനാഥിന്റെ മുറിയിൽ കയറിയപ്പോൾ എന്റെ ഫോൺ കാശിനാഥിന്റെ മുറിയിലിരിക്കുന്നതു കണ്ടു. അന്നേ ദിവസം റ്റാലിയാകാത്ത ഒരു കണക്കിന്റെ കാര്യം കാശിനാഥ് എന്നോടു പറഞ്ഞിരുന്നു. അത് ഞാൻ നോക്കാമെന്നു പറഞ്ഞ് കമ്പ്യൂട്ടറിന് മുന്നിലിരിക്കുമ്പോൾ, കാശിനാഥ് ലാപ്പ്ടോപ്പിൽ ഏതോ വീഡിയോ ഗയിം കളിക്കുകയായിരുന്നു. എന്റെ കണ്ണുകൾ അവിടുത്തെ ട്രേകളിൽ പരതിയപ്പോൾ, ഒന്നിൽ കുറെ മൊബൈൽ ചാർജറുകൾ കിടക്കുന്നതു കണ്ടു. എന്റെ മൊബൈലിന് ഇണങ്ങുന്ന ഒരു ചാർജർ സെലക്ട് ചെയ്ത് കമ്പ്യൂട്ടറിന്റെ സി.പി.യു.വിൽ ഫോൺ ചാർജ് ചെയ്യാനിട്ടു. കാശിനാഥ് കളിയുടെ ത്രില്ലിലായതിനാൽ ഒന്നും ശ്രദ്ധിച്ചില്ല. ഫോൺ ഫുൾ ചാർജാകുന്നതു വരെ ഞാൻ കമ്പ്യൂട്ടറിനു മുന്നിലിരുന്നു. ഫോൺ ചാർജായി കഴിഞ്ഞപ്പോൾ ഫോൺ സ്വിച്ചോഫ് ചെയ്ത് ടേബിളിൽ പഴയ സ്ഥാനത്തു വച്ചു. വിവാഹ ദിവസം കാശിനാഥിന്റെ മുറിയിൽ നിന്ന് സാരിയുടുത്തപ്പോൾ ഫോണിനെ ഒരു പീസ് തുണിയിൽ കെട്ടി സെയ്ഫായ

സ്ഥലത്ത് പിൻ ചെയ്ത് വച്ചിരുന്നു.

രക്ഷപ്പെടാനുള്ള മാർഗം കണ്ടെത്താൻ ഞാൻ മുറിയിലാകെ വീക്ഷിച്ചപ്പോൾ കൂടാരത്തിന്റെ ഒരു മൂലയിൽ ആക്രി സാധനങ്ങൾ വാരിക്കൂട്ടിയിരിക്കുന്നതു കണ്ടു. അതിൽ നിന്നും മൺകോരുവയുടെ ആകൃതിയിലുള്ള ഒരു പ്ലാസ്റ്റിക്കും ഏകദേശം ഒരടി നീളമുള്ള ഒരു പി.വി.സി. പൈപ്പും എടുത്തു. കട്ടിലിനെ ആവരണം ചെയ്തിരുന്ന കൊതുക വലയിൽ നിന്ന് കുറച്ച് മുറിച്ചെടുത്ത് പൈപ്പിന്റെ ഒരു ഭാഗത്ത് മൂടിക്കെട്ടി. ഞാനെടുത്ത വസ്തുക്കൾ അരയിൽ തിരുകി ഉറപ്പിച്ചു വച്ച് സാരികൊണ്ട് മൂടി. എന്റെ പദ്ധതി വിജയിക്കുമെങ്കിൽ വിജയിക്കട്ടെ അല്ലെങ്കിൽ മരിക്കുന്നെങ്കിൽ മരിക്കട്ടെ എന്ന ചിന്തയിൽ ഞാൻ കിടന്നു. എന്നെ കൊണ്ടുപോകാൻ കാശിനാഥും ജിഗീഷും വന്നു.

പ്ലാസ്റ്റിക് വരിഞ്ഞ കട്ടിലല്ലേ വെയ്റ്റില്ല എന്നു പറഞ്ഞു കൊണ്ട് കട്ടിലോടെ തന്നെ അവരെന്നെ പൊക്കിക്കൊണ്ടു പോയി. കുഴിക്ക് അരികിലായി കട്ടിലിട്ട ശേഷം എന്നെ പൊക്കിയെടുത്ത് കുഴിയിൽ കിടത്തി. എങ്ങനെയെങ്കിലും കുഴി മൂടിയിട്ട് പോവുക എന്നതായിരുന്നു, ക്ഷീണിച്ചവശരായ രണ്ടു പേരുടെയും ആവശ്യം. അവർ കുഴിയിൽ മണ്ണിടുന്ന ജോലിയിൽ മുഴുകിയപ്പോൾ കണ്ണിൽ മണ്ണ് വീഴാതിരിക്കാൻ ഞാൻ സാരിതുമ്പു കൊണ്ട് മൂടി. ഒളിപ്പിച്ചു വച്ചിരുന്ന പി.വി.സി. പൈപ്പെടുത്തു. എനിക്ക് ശ്വസിക്കാൻ പറ്റാത്ത വിധം മണ്ണ് വീണപ്പോൾ പി.വി.സി. പൈപ്പിന്റെ നെറ്റ് മൂടികെട്ടാത്ത ഭാഗം വായിലേക്ക് തിരുകി. പിന്നെ പൈപ്പിലൂടെ വായിൽ കൂടി ശ്വസിച്ചു തുടങ്ങി. മണ്ണ് കൂടുന്നതിനനുസരിച്ച് പൈപ്പിനെ പുറത്തേക്ക് തള്ളുന്നതോടൊപ്പം രണ്ട് കാൽമുട്ടുകളും ഉയർത്തിക്കൊണ്ടിരുന്നു. കുറച്ചു സമയം കഴിഞ്ഞപ്പോൾ മണ്ണ് വീഴുന്ന പ്രഷർ ഇല്ലാതായി. അവർ പോയെന്ന് എന്റെ മനസ്സ് പറഞ്ഞെങ്കിലും കുറച്ചു സമയം കൂടി വെയ്റ്റ് ചെയ്തു. ശേഷം മുകളിലോട്ടു മടക്കി വച്ചിരുന്ന മുട്ട് ചലിപ്പിച്ച് മണ്ണിളക്കി. അരയ്ക്കു താഴെയുള്ള മണ്ണ് പൂർണമായിളകിയപ്പോൾ കാൽപാദം കൊണ്ട് ശക്തിയിൽ മണ്ണ് തെറിപ്പിച്ചു. കാലുകൾ സ്വതന്ത്രമായപ്പോൾ കാല് നിലത്തുറപ്പിച്ച് ഊന്നിക്കൊണ്ട് ബോഡി ഉയർത്തി. അത് ആവർത്തിച്ചു കൊണ്ടിരുന്നപ്പോൾ പുറത്തെ മണ്ണും ഇളകി. കൈകൾ ചലിപ്പിക്കാമെന്ന അവസ്ഥ വന്നപ്പോൾ നന്നായി കൈയും ചലിപ്പിച്ചു കൊണ്ട് കുഴിയിൽ നിന്ന് എണീറ്റു. എണീറ്റിരുന്ന്

വിശ്രമിച്ച ശേഷം കൂടാരത്തിനുള്ളിൽ കയറി വെള്ളം കുടിച്ചു. തളർച്ച മാറ്റിയ ശേഷം മൊബൈൽ ഓണാക്കി അമ്മയുടെ ഇളയമ്മയുടെ മകൻ വിഷ്ണു അങ്കിളിനെ വിളിച്ചു.

സംഭവിച്ച കാര്യങ്ങളെല്ലാം അങ്കിളിനോട് പറഞ്ഞു. സിനിമയിൽ വില്ലൻ വേഷങ്ങൾ ചെയ്യുന്ന നടനാണ് അങ്കിൾ. ഉടൻ തന്നെ അങ്കിൾ കാറുമായി വന്നു. അങ്കിൾ വന്ന് വീണ്ടും കുഴി മൂടിയ ശേഷം എന്നെയും കൂട്ടി എസ്റ്റേറ്റിന്റെ പുറത്തുള്ള റോഡിൽ വന്നു. മെയിൻ റോഡിൽ പ്രവേശിച്ചപ്പോൾ ഇനി എന്തു വേണമെന്ന് അങ്കിൾ ചോദിച്ചു. കുറച്ചു കാലത്തെ കാശിനാഥിനോടൊപ്പമുള്ള ജീവിതം കൊണ്ട് എനിക്കയാളെ ശരിക്കും മനസ്സിലാക്കാൻ കഴിഞ്ഞിരുന്നു.

എന്റെ മനസ്സിൽ പ്ലാൻ ചെയ്ത പദ്ധതികൾ നടപ്പാക്കിക്കഴിയുമ്പോൾ കാശിനാഥിന്റെ ഉള്ളിൽ പല തരത്തിലുള്ള സംശയങ്ങൾ ഉടലെടുക്കുമെന്ന് എനിക്കറിയാമായിരുന്നു. അതിന്റെ ഭാഗമായി എന്നെ കുഴിച്ചു മൂടിയ കുഴി തോണ്ടി പരിശോധിക്കാൻ അയാൾ തയ്യാറാകുമെന്നും ഞാൻ കണക്കു കൂട്ടി. അതുകൊണ്ട് സിനിമയിൽ സെറ്റൊരുക്കുന്ന ആർട്ട് ഡയറക്ടറുടെയും മേക്കപ്പ്മാന്റെയും സഹായത്തിൽ ഒരു അസ്ഥികൂടത്തിന്റെ മോഡൽ നിർമ്മിച്ച് ഞാനുടുത്തിരുന്ന സാരിയുടുപ്പിച്ച് കുഴിയിൽ കിടത്തിയ ശേഷം ആട്ടിറച്ചിയുടെ സ്ലയ്ഡുകൾ ഒട്ടിച്ച് പിടിപ്പിച്ചു. അതിനു ശേഷം വീണ്ടും കുഴി മണ്ണിട്ട് മൂടി.

ഞാൻ വിഷ്ണു അങ്കിളിന്റെ വീട്ടിൽ ഒളിവിൽ താമസിച്ചു. അത്യാവശ്യ ഘട്ടങ്ങളിൽ പുറത്തിറങ്ങേണ്ടി വരുമ്പോൾ പർദ അണിഞ്ഞിരുന്നു. യക്ഷിയായി വന്ന് കാശിനാഥിനെ ഭയപ്പെടുത്തിയതെല്ലാം ആർട്ട് ഡയറക്ടറുടെ സഹായത്തോടെ ആയിരുന്നു. കാണാമറയത്തിരുന്ന് കാശിനാഥിന്റെയും ജിഗീഷിന്റെയും നീക്കങ്ങൾ ശ്രദ്ധിച്ചുകൊണ്ടിരുന്നു.

എന്നെ കുഴിച്ചു മൂടിയതിന്റെ അടുത്ത ദിവസം തന്നെ ജിഗീഷ് കാശിനാഥിന്റെ അടുക്കൽ നിന്ന് സ്വന്തം വീട്ടിലേക്ക് വന്നു. ഒരാഴ്ച കഴിഞ്ഞപ്പോൾ ജിഗീഷ് പുറത്തിറങ്ങി തുടങ്ങി. ജിഗീഷ് ചതിയിൽ എന്നെ കാശിനാഥിന്റെ കാറിൽ കയറ്റിയതുപോലെ, ജിഗീഷിന്റെ അടുത്ത ഫ്രണ്ടിന്റെ സഹായത്താൽ ജിഗീഷിനെ അങ്കിളിന്റെ കാറിൽ കയറ്റി വീട്ടിൽ കൊണ്ടു വന്നു. ജിഗീഷിനെ ഭീഷണിപ്പെടുത്തി നടന്നതെല്ലാം പറയിച്ചു റിക്കോർഡ് ചെയ്തു. ഇനിയുള്ള

നീക്കങ്ങളിൽ ഞങ്ങൾ പറയുന്നതു പോലെ അനുസരിച്ചില്ലെങ്കിൽ എന്നെ കുഴിച്ചു മൂടിയതു പോലെ ജീവനോടെ ജിഗീഷിനെ കുഴിച്ചു മൂടുമെന്നു പറഞ്ഞു. കാശിനാഥിനെ കുരുക്കിലാക്കാൻ എന്ത് വേണമെങ്കിലും ചെയ്യാമെന്നും, അന്ന് കാശിനാഥിന്റെ ഉള്ളിലിരുപ്പൊന്നും ജിഗീഷ് അറിഞ്ഞിരുന്നില്ലെന്നും കാശിനാഥ് തന്ത്രത്തിൽ ജിഗീഷിനെ കുരുക്കിൽ പെടുത്തി ഒപ്പം കൂട്ടുകയായിരുന്നെന്നും, ചെയ്ത തെറ്റുകളെ കുറിച്ചോർത്ത് പശ്ചാത്തപിക്കുകയാണെന്നും ജിഗീഷ് പറഞ്ഞു. എനിക്കെതിരെ ചെയ്ത ദ്രോഹത്തിന് പരിഹാരമായി എന്തു പ്രായശ്ചിത്തം വേണമെങ്കിലും ചെയ്യാമെന്ന് ജിഗീഷ് പറഞ്ഞു.

ഞാൻ യക്ഷിയായി കാശിനാഥിന്റെ മുറിയിൽ വരുന്നതിനുള്ള സൗകര്യം ഒരുക്കിത്തന്നത് ജിഗീഷായിരുന്നു. കാശിനാഥ് ദിവസവും കഴിക്കാറുള്ള സ്ട്രോബറി ജ്യൂസിൽ തളർന്നു കിടക്കാനുള്ള മരുന്ന് ജിഗീഷ് ചേർക്കുമായിരുന്നു. വീട്ടിനകത്ത് പല അത്ഭുതങ്ങളും സൃഷ്ടിക്കാൻ ജിഗീഷ് സഹായിച്ചിരുന്നു. ജിഗീഷ് നല്ലവണ്ണം സഹകരിച്ചതു കൊണ്ട് എന്റെ ദൗത്യം ഭംഗിയാക്കുന്നതിന് എനിക്കു സാധിച്ചു. കാശിനാഥെന്ന താന്തോന്നിയും സ്വാർഥമോഹിയും നിർദ്ദയനും അഹങ്കാരിയുമായ മനുഷ്യ മൃഗത്തെക്കൊണ്ട് സ്വയം അടിയറവു പറയിക്കുക. എന്റെ ഐഡിയ എത്രത്തോളം സക്സസ് ആകുമെന്ന് അറിയാമായിരുന്നില്ലെങ്കിലും ധൈര്യപൂർവം മുന്നോട്ടു പോകാൻ തന്നെ ഞാൻ തീരുമാനിച്ചു.

പണത്തിന്റെ മോഹവലയമുണ്ടാക്കി ചതിക്കുഴിയിൽപെടുത്തി നിരവധി പെൺകുട്ടികളെ ഇയാൾ നശിപ്പിച്ചിരുന്നു. വീരതയോടെ അതെന്നോടു പറഞ്ഞ് അഹങ്കരിക്കുകയും വെല്ലുവിളിക്കുകയും ചെയ്തിരുന്നു. ആ വെല്ലുവിളിക്കെതിരെയുള്ള പ്രതികാരം കൂടിയായിരുന്നു എന്റെ ഈ യക്ഷിനാടകം. ഞാൻ മറ്റൊരു പാതയിലൂടെ സഞ്ചരിച്ചിരുന്നെങ്കിൽ, ഒരിക്കലും കാശിനാഥ് ഈ വിധം കീഴടങ്ങില്ലെന്ന് എനിക്കറിയാമായിരുന്നു. സ്വാധീനത്തിന്റെ ചങ്ങല കണ്ണികളെ തമ്മിൽ ബന്ധിപ്പിച്ച് അതിലൂടെ പിടിച്ചു കയറി രക്ഷപ്പെടുമായിരുന്നു. കാശിനാഥ് താമസിക്കുന്ന വീട്ടിന്റെ അടിത്തട്ടിൽ... സൂര്യപ്രകാശം കടന്നു ചെല്ലാത്ത ജയിലറയ്ക്കുള്ളിൽ... കുറച്ചു മനുഷ്യർ താമസിക്കുന്നു. അവർക്കും മോചനം ആവശ്യമാണ്. അതിനു വേണ്ടുന്ന നിയമ നടപടികൾ സ്വീകരിക്കണമെന്ന് ബഹുമാനപ്പെട്ട കോടതിയോട് ഞാൻ അപേക്ഷിക്കുന്നു.

ബഹുമാനപ്പെട്ട കോടതിയുടെ മുന്നിലോ നിയമത്തിനു മുന്നിലോ സാമർത്ഥ്യം കാണിക്കുന്നതിനോ ഷൈൻ ചെയ്യാനോ അല്ല ഞാനീ നാടകം കളിച്ചത്. കാശിനാഥ് എന്നെ തട്ടിക്കൊണ്ടു പോയി മാസങ്ങൾ കഴിഞ്ഞിട്ടും ഇവിടുത്തെ പോലീസിനോ നിയമത്തിനോ എന്നെ രക്ഷിക്കാൻ കഴിഞ്ഞില്ല. ആ നിലയ്ക്ക് ഇവിടുത്തെ ആഭ്യന്തര വകുപ്പിനെ ഞാനെങ്ങനെയാ വിശ്വസിക്കുന്നത്? കാശിനാഥിനെ പോലുള്ള കാപാലികന്മാരുടെ കറുത്ത കൈകളിൽ നിന്ന് ഇന്നത്തെ സ്ത്രീകൾക്ക് മോചനം വേണം. ഞാനടക്കമുള്ള സ്ത്രീ സമൂഹത്തിന് പുരുഷനൊപ്പം സമത്വം നൽകിയില്ലെങ്കിലും അവളുടെ അഭിമാന മെങ്കിലും സംരക്ഷിക്കാനുള്ള ബാധ്യത ഏറ്റവും വലിയ ജനാധിപത്യ രാജ്യത്തിനുണ്ട്. ഞാൻ ഇന്ത്യൻ പൗരയാണെന്ന അഭിമാനത്തോടെ നിർഭയത്തോടെ നട്ടെല്ലുയർത്തി നടക്കാൻ ഒരോ സ്ത്രീക്കും കഴിയണം. അതിനു വേണ്ടുന്ന നിയമ വ്യവസ്ഥിതി ഇവിടെ ഉണ്ടാകണം. അത് ഇവിടുത്തെ സ്ത്രീയുടെ അവകാശമാണ്. ഇന്ത്യൻ ജനാധിപത്യ ത്തിന്റെ ചരിത്ര താളുകളിൽ ഒരു സൗമ്യയുടെയോ ജിഷയുടെയോ അതുപോലെ മറ്റൊരു പെൺകുട്ടിയുടെയോ പേരുണ്ടാകാൻ പാടില്ല..."

പറഞ്ഞു കൊണ്ട് കസ്തൂരി പൊട്ടിക്കരഞ്ഞു. കേട്ടു നിന്നവരെല്ലാം തരിച്ചു നിന്നു. കേട്ടിരുന്ന ഒരാൾ പുറത്തിറങ്ങി ഫോൺ ചെയ്ത് മാധ്യമങ്ങളെ അറിയിച്ചു. കസ്തൂരിയെ അഭിനന്ദനങ്ങൾ കൊണ്ട് മൂട ണമെന്ന് എല്ലാപേർക്കും തോന്നി. കോടതി സമക്ഷത്തായതിനാൽ എല്ലാപേരും അച്ചടക്കം പാലിച്ചു. വളരെയധികം ഭവ്യതയോടെ കസ്തൂരി ജഡ്ജിയെ വണങ്ങിക്കൊണ്ട് പറഞ്ഞു.

"ഞാൻ ചെയ്തതൊക്കെ നിയമത്തിനു മുന്നിൽ തെറ്റാണെങ്കിൽ... ഞാൻ അർഹിക്കുന്ന ശിക്ഷ ബഹുമാനപ്പെട്ട കോടതിക്ക് വിധിക്കാം... ഏറ്റു വാങ്ങാൻ ഞാൻ തയ്യാറാണ്..."

കസ്തൂരി തല കുനിച്ചു നിന്നപ്പോൾ ജഡ്ജി പറഞ്ഞു.

"നിങ്ങൾ സ്ത്രീശക്തിയുടെ പ്രതീകമാണ്. അബലകളാണെന്നു പറഞ്ഞ് തല കുമ്പിട്ടു നിൽക്കുന്ന സ്ത്രീകൾക്കുള്ള മറുപടിയാണ്. ഇവിടുത്തെ സ്ത്രീകൾക്ക് നിങ്ങളുടേതു പോലുള്ള ആത്മധൈര്യവും ചിന്താശേഷിയും കർമകുശലതയും ഉണ്ടായിരുന്നെങ്കിൽ, ഇവിടെ ഇത്രയധികം പീഡന കേസുകൾ രജിസ്റ്റർ ചെയ്യില്ലായിരുന്നു. പോലീസിന്റെയോ മറ്റ് നീതിനിർവഹണ മാധ്യമങ്ങളുടെയോ സഹാ യമില്ലാതെ ഒരു കുറ്റവാളിയെ കൊണ്ട് സ്വയം കുറ്റം ഏറ്റു പറയിച്ച

നിങ്ങൾ പ്രത്യേക അഭിനന്ദനം അർഹിക്കുന്നു. കൺഗ്രാജുലേഷൻ."

കസ്തൂരിയുടെ കണ്ണുകൾ നക്ഷത്രങ്ങളെ പോലെ തിളങ്ങി. കേട്ടിരുന്നവർക്കെല്ലാം കസ്തൂരിയോട് ആരാധന തോന്നി. പിന്നീട് അഞ്ച് മിനിട്ടോളം ജഡ്ജി കേസിനെ സംബന്ധിക്കുന്ന വിവരങ്ങൾ പറഞ്ഞ ശേഷം വിധി പ്രഖ്യാപനം മറ്റൊരു ദിവസത്തേക്ക് മാറ്റി വച്ചു. അന്നേ ദിവസം കോടതി പിരിഞ്ഞു.

കസ്തൂരി അങ്കിളിനോടൊപ്പം വീട്ടിൽ പോയി. രണ്ടായിരത്തി പതിനാറ് ആഗസ്റ്റ് പത്താം തീയതി കേസ് വിളിച്ചപ്പോൾ കേസുമായി ബന്ധപ്പെട്ടവരെല്ലാം കോടതിയിൽ ഹാജരായി. ചോദിച്ചതിനൊക്കെ കാശിനാഥ് സത്യസന്ധമായി മറുപടി പറഞ്ഞു. ജഡ്ജിയെ വണങ്ങി സംസാരിക്കാൻ അനുവാദം ചോദിച്ച ശേഷം അയാൾ പറഞ്ഞു.

"ഇത്രയും നീചമായ പ്രവർത്തികൾ ചെയ്ത എന്റെ വാക്കുകൾക്ക് ഇവിടെ പ്രസക്തി ഇല്ലെന്നറിയാം. എങ്കിലും ഞാൻ ആത്മസാക്ഷാൽക്കാരം നടത്തുകയാണ്. എന്റെ കൈയ്യബദ്ധത്താൽ മരിച്ചു പോയെന്നു കരുതിയ കസ്തൂരി ജീവിച്ചിരിക്കുന്നതിൽ സന്തോഷം ഉണ്ട്. ഒരു നിയമത്തിനോ വ്യക്തിക്കോ ബന്ധുക്കൾക്കോ എന്റെ സ്വഭാവത്തെയോ പെരുമാറ്റത്തെയോ അഹങ്കാരത്തെയോ തിരുത്താൻ കഴിഞ്ഞിട്ടില്ല. കസ്തൂരിയെന്ന പെണ്ണിന്റെ ധൈര്യത്തിനും സാമർഥ്യത്തിനും നിശ്ചയദാർഢ്യത്തിനും മുന്നിൽ ഭക്തിയോടെ നമിക്കുന്നു. കാശിനാഥെന്ന മനുഷ്യ മൃഗത്തിന്റെ ഉള്ളിലെ മൃഗതൃക്ഷണയെ ആ കുട്ടി വേരോടെ പിഴുതെറിഞ്ഞിരിക്കുന്നു. സാഹസം നിറഞ്ഞ വഴികളിലൂടെ സഞ്ചരിച്ച് ജീവിതം തിരിച്ചു പിടിച്ച പെൺകുട്ടിയാ കസ്തൂരി. ഈ കോടതിയെ സാക്ഷിയാക്കി ഞാൻ കസ്തൂരിയോട് മാപ്പ് ചോദിക്കുന്നു. ജിഗീഷ് എന്ന ചെറുപ്പക്കാരനെ കൊണ്ട് എന്റെ ഇംഗിതങ്ങൾക്ക് വശംവദനാക്കി എന്റെ അഭീഷ്ടങ്ങൾക്കനുസിച്ച് പ്രവർത്തിപ്പിച്ചതിനും മാപ്പ് ചോദിക്കുന്നു."

കാശിനാഥ് പറഞ്ഞ് അവസാനിപ്പിച്ച ശേഷം ജഡ്ജിയെ ഒന്നു കൂടി വണങ്ങി മാറി നിന്നു. കേസിലെ കൂട്ടു പ്രതിയായ ജിഗീഷിനോട് ചോദിച്ചതിന് അവനും മറുപടി പറഞ്ഞു. ജഡ്ജി വിധി പ്രഖ്യാപനത്തിലേക്ക് കടന്നു. തട്ടിക്കൊണ്ടുപോകൽ, വിശ്വാസവഞ്ചന, കൊലപാതകശ്രമം, കൊലപാതകം ഒളിച്ചുവയ്ക്കൽ എന്നീ കുറ്റങ്ങൾക്ക് കാശിനാഥിന് ജീവപര്യന്തം തടവും പത്ത് ലക്ഷം രൂപ പിഴയും

വിധിച്ചു. കാശിനാഥ് ഒളിവിൽ താമസിപ്പിച്ചിരിക്കുന്നവരെ മോചിപ്പിക്കാനും ഉത്തരവായി. തട്ടിക്കൊണ്ടു പോകാൻ കൂട്ടുനിൽക്കൽ, വിശ്വാസ വഞ്ചന, കൊലപാതകം ഒളിച്ചു വയ്ക്കാൻ കൂട്ടുനിൽക്കൽ എന്നീ കുറ്റങ്ങൾക്ക് ജിഗീഷിന് അഞ്ച് വർഷത്തെ തടവും അൻപതിനായിരം രൂപ പിഴയും വിധിച്ചു.

വിധി പ്രഖ്യാപനം കഴിഞ്ഞ് കസ്തൂരി അങ്കിളിനോടൊപ്പം പോയി. മൂന്നാഴ്ച കഴിഞ്ഞപ്പോൾ ജയിൽ പുള്ളികൾക്കു വേണ്ടിയുള്ള ബോധവൽകരണ ക്ലാസെടുക്കുന്നതിന് കസ്തൂരി ജയിലിൽ വന്നു. കസ്തൂരിയെ കണ്ടതും കാശിനാഥിന്റെ ഉള്ളിൽ വല്ലാത്ത ഭക്തിയും ആരാധനയും നിറഞ്ഞു. വല്ലാത്ത ജാള്യതയോടെ അയാൾ ധരിച്ചിരുന്ന വസ്ത്രത്തിലേക്കൊന്നു കണ്ണോടിച്ച ശേഷം സന്തോഷവും സങ്കടവും ഇടകലർന്ന സമ്മിശ്ര വികാരത്തോടെ അവളെ ഉറ്റു നോക്കി. എന്തു പറയണമെന്ന് അയാൾക്ക് അറിയില്ലായിരുന്നെങ്കിലും അല്പ സമയത്തെ മൗനത്തിനു ശേഷം ഭവ്യതയോടെ പറഞ്ഞു.

"മാഡത്തെ ഒന്നു കാണണമെന്ന്... എന്റെ മനസ്സ് വല്ലാതെ ആഗ്രഹിച്ചിരുന്നു... കണ്ടതിൽ സന്തോഷം... ഇവിടെ...?"

കസ്തൂരിയോട് സംസാരിച്ചപ്പോൾ കാശിനാഥ് മനസ്സറിയാതെ വിതുമ്പിപ്പോയി. അയാൾ കണ്ണുകൾ തുടച്ച് ശാന്തനാകുന്നതു വരെ നോക്കി നിന്ന ശേഷം കസ്തൂരി പറഞ്ഞു.

"ഞാനൊരു സാമൂഹിക പ്രവർത്തകയല്ലേ. ബോധവൽക്കരണ ക്ലാസെടുക്കാൻ ഇടയ്ക്കൊക്കെ ഞാൻ ജയിലിൽ വരാറുണ്ട്. കുറെ ദിവസങ്ങളായി മുടങ്ങിക്കിടന്ന പ്രവർത്തനങ്ങളൊക്കെ പുനഃരാരംഭിച്ചു. ജീവിതത്തിന്റെ നിർണ്ണായകമായ ഒരധ്യായം അവസാനിച്ചു വല്ലോ... ഇതെന്റെ പുനർജന്മമല്ലേ. മണ്ണിൽ നിന്ന് പൊട്ടി മുളച്ചതു പോലെ. എന്നെ മാഡമെന്നൊന്നും വിളിക്കണ്ട. കസ്തൂരി എന്നു വിളിച്ചാൽ മതി."

കസ്തൂരി പറഞ്ഞപ്പോൾ കാശിനാഥ് ദയനീയമായി അവളുടെ മുഖത്തു നോക്കി. തളർന്ന സ്വരത്തിൽ അയാൾ പറഞ്ഞു.

"മൂടിയ കുഴിയിൽ നിന്നും മുളച്ചു വന്ന് ഒരു പുനർജന്മം ആർജിച്ചതു പോലെ തന്നെയാ ഞാനും. അഹങ്കാരത്തിന്റെ ഇരുട്ടിൽ പെട്ട്, ദിശ അറിയാതെ ദിവസങ്ങളറിയാതെ ഇരുളും വെളിച്ചവും അറിയാതെ വർണ്ണവും വസന്തവും ശിശിരവും ഹേമന്തവും ഒന്നും കാണാതെ കേൾക്കാതെ അനുഭവിക്കാതെ, ഭ്രമമാകുന്ന ചെകുത്താന്റെ

കോട്ടയ്ക്കുള്ളിലായിരുന്നു ഞാനിതുവരെ. ചെകുത്താന്റെ കൂട്ടിൽ നിന്ന് വെള്ളി വെളിച്ചത്തിന്റെ മായിക പ്രഭയിലേക്ക് എന്നെ ആനയിച്ചത് കസ്തൂരിയാണ്. സ്വഭാവ ഗുണങ്ങൾ രൂപപ്പെട്ടു വരുന്ന കാലമാണ് കൗമാര കാലം. ആ കാലത്ത് മാതാപിതാക്കളിൽ നിന്നോ ഗുരുവിൽ നിന്നോ കിട്ടേണ്ടതായ ഒന്നും എനിക്ക് കിട്ടിയില്ല. എന്നാൽ എനിക്ക് സമ്പന്നമായ ഒരു സാമ്രാജ്യം ഉണ്ടായിരുന്നു. എന്റെ ആ സാമ്രാജ്യത്തിലെ രാജാവായി ഞാൻ വാണപ്പോൾ, അവിടേക്ക് ഞാൻ ദൈവത്തെപ്പോലും പ്രവേശിപ്പിച്ചില്ല. ദയ, ആർദ്രത, പങ്കുവയ്ക്കൽ, സ്നേഹം, പരോപകാരം ഇവയിലെല്ലാം വെളിച്ചമുണ്ടെന്നും ദൈവസാന്നിദ്ധ്യം ഉണ്ടെന്നും തിരിച്ചറിയുന്നത് ഇപ്പോൾ.... ഇപ്പോൾ മാത്രം... ജീവിതത്തിലേക്ക് പിച്ചവച്ചു നടക്കുന്ന ഒരു ബാലകനാണ് ഞാൻ. എനിക്ക്... എനിക്കൊരു പുനർജന്മം തന്നതിന് ഞാൻ കസ്തൂരിയോട് കടപ്പെട്ടിരിക്കുന്നു... നല്ലൊരു ജന്മം തന്നതിന് ഞാൻ തന്നെ നമിച്ചോട്ടേ..."

പറഞ്ഞു വന്നപ്പോൾ കാശിനാഥിന്റെ ചുണ്ടുകൾ വിറച്ചു. പെട്ടെന്ന് അയാൾ വിതുമ്പിപ്പോയി. കൈകൾ കൂപ്പി അയാൾ സംസാരിച്ചപ്പോൾ അയാളുടെ സ്വരം തൊണ്ടയ്ക്കുള്ളിൽ വിങ്ങി വിറച്ചു നിന്നു. കസ്തൂരി വല്ലാതായി. ശാന്തമായ സ്വരത്തിൽ അവൾ പറഞ്ഞു.

"നിങ്ങളെ നന്നാക്കുക എന്ന ഉദ്ദേശത്തോടു കൂടിയല്ല ഞാൻ അതൊക്കെ ചെയ്തത്. ഒരു പാഠം പഠിപ്പിക്കണമെന്നേ ഉണ്ടായിരുന്നുള്ളൂ. പക്ഷേ... നിങ്ങളീവിധം മാറുമെന്ന മുൻധാരണയൊന്നും ഇല്ലായിരുന്നു. നിങ്ങൾക്ക് ഒരു പുനർജന്മം ലഭിച്ചെങ്കിൽ, അത് നിങ്ങളുടെ പിതൃക്കളുടെ അനുഗ്രഹം കൊണ്ടായിരിക്കും. എന്റെ മുന്നിൽ കൈകൂപ്പണ്ട... മരിച്ചു പോയ അമ്മയുടെയും അച്ഛന്റെയും ആത്മാവിന് നിത്യശാന്തി ലഭിക്കാൻ പ്രാർഥിക്ക്. സന്മനസ്സ് ഉള്ളവർക്കേ സമാധാനം ലഭിക്കൂ... ഇനി ആ മനസ്സ് നിങ്ങൾക്ക് കൈമോശം വരാതിരിക്കട്ടെ."

കാശിനാഥ് സാകൂതം കസ്തൂരിയുടെ മുഖത്തു നോക്കി. ലോക സമാധാനത്തിനായി ഭൂമിയിലേക്കിറങ്ങി വന്ന മാലാഖയാണ് അവളെന്ന് അയാൾക്ക് തോന്നി. അവളുടെ മിഴിയിണകളുടെ തിളക്കം നോക്കിക്കൊണ്ട് അയാൾ പറഞ്ഞു.

"കസ്തൂരി പറഞ്ഞപ്പോഴാണ് ഞാൻ അതിനെ കുറിച്ച് ചിന്തിക്കുന്നത്. അപ്പാവും അമ്മാവും മരിച്ച ശേഷം അവരുടെ കണക്കറ്റ സ്വത്ത്

അനുഭവിക്കുന്നു എന്നല്ലാതെ, ഒരിക്കൽ പോലും അവർക്കു വേണ്ടി ബലിതർപ്പണം നടത്തീട്ടില്ല. അവരുടെ ആത്മാവിനു വേണ്ടി പ്രാർഥിച്ചിട്ടില്ല. അതെന്നെ ഓർമ്മിപ്പിച്ചതും കസ്തൂരിയാ. എന്റെ സ്വത്തിന്റെ നല്ലൊരു ഭാഗം, അവശത അനുഭവിക്കുന്ന രോഗികൾക്കും വൃദ്ധർക്കും വേണ്ടി ചിലവാക്കും. ഇനി ഞാൻ യഥാർഥ ബ്രാഹ്മണനായി തന്നെ ജീവിക്കും."

കസ്തൂരി ഒരു തത്വജ്ഞാനിയെ പോലെ സംസാരിച്ചു.

"ശ്രേഷ്ഠവും മ്ലേച്ഛവുമായ പല ഗുണങ്ങളും മനുഷ്യന്റെ ഉള്ളിൽ ഉണ്ട്. നെല്ലും പതിരും തമ്മിൽ യോജിച്ചു കിടക്കുന്നതു പോലെ, തിരിച്ചറിയാനാകാത്ത വിധത്തിലായിരിക്കും അവ പരസ്പരം സമന്വയിച്ചിരിക്കുന്നത്. മനസ്സിലെ സ്വാർഥ ചിന്തകൾ ഉപേക്ഷിക്കുമ്പോൾ പതിരുകൾ മാറി ശ്രേഷ്ഠമായതൊക്കെ തെളിഞ്ഞു വരും. ആ ശ്രേഷ്ഠതയായിരിക്കും ഒരു വ്യക്തിയുടെ ശരീരത്തെയും ആത്മാവിനെയും ശുദ്ധീകരിക്കുന്നത്. അസൂയ, വെറുപ്പ്, പരദൂഷണം തുടങ്ങിയ നെഗറ്റീവ് ചിന്തകളും വികാരങ്ങളും മനുഷ്യന്റെ തനത് ചൈതന്യത്തെ ദുഷിപ്പിക്കും. മനസ്സിനെ സ്വയം ദേവാലയമാക്കുക. ദേവാലയത്തിനുള്ളിൽ ദുഷിച്ച വസ്തുക്കളൊന്നും കൊണ്ടു പോകാൻ പാടില്ലല്ലോ.... അതുപോലെ മനസ്സെന്ന ദേവാലയത്തിലും ചീഞ്ഞ ചിന്തകളെ പ്രവേശിപ്പിക്കരുത്. പണത്തിനോടുള്ള ആർത്തിയുണ്ടാകുമ്പോൾ, വിദൂരമല്ലാത്ത മരണത്തെക്കുറിച്ചും ഓർക്കുക. ഭൂതകാലത്തെ കുറിച്ച് ഓർക്കാതിരിക്കുക. സ്വന്തം സന്തോഷത്തിനു വേണ്ടി അന്യരെ വേദനിപ്പിക്കാതിരിക്കുക. ഇനി ഒരിക്കലും ഒരു തെറ്റും ചെയ്യാതിരിക്കാൻ ഇതുപോലുള്ള കുറച്ചു കാര്യങ്ങൾ മനസ്സിൽ വച്ചാൽ മതി... "

കസ്തൂരി സംസാരിക്കുന്നതു കേട്ടപ്പോൾ, ആത്മീയജ്ഞാനം നേടിയ സന്യാസിയുടെ വാക്കുകൾ പോലെ കാശിനാഥിന് തോന്നി. വല്ലാത്ത ആരാധനയോടെ അയാൾ കസ്തൂരിയെ നോക്കി. തന്റെ ഉള്ളിൽ മുളച്ചു പൊന്തിയ സംശയം ചോദിക്കാൻ കാശിനാഥ് തീരുമാനിച്ചു. തെല്ലറപ്പോടെ അയാൾ ചോദിച്ചു.

"ഈ യക്ഷിയെന്നും പ്രേതമെന്നുമൊക്കെ പറയുന്നത് ഉണ്ടോ?"

കസ്തൂരി ഊറി ചിരിച്ചു കൊണ്ട് പറഞ്ഞു.

"യക്ഷിയും പ്രേതവുമൊക്കെ എഴുത്തുകാരുടെ ഭാവനയിൽ വിരിയുന്ന സാങ്കൽപിക കഥാപാത്രങ്ങളല്ലേ... മനുഷ്യന്റെ

അന്ധവിശ്വാസങ്ങളെ ചൂഷണം ചെയ്ത് ചില മനുഷ്യർ ജീവിക്കുന്നു. അവരാ ഈ കഥാപാത്രങ്ങൾക്ക് ആവശ്യത്തിലധികം ഭയാനകതയും ഭീകരതയുമൊക്കെ നൽകി അവതരിപ്പിക്കുന്നത്."

കസ്തൂരി ഇടംകണ്ണുകൊണ്ട് കാശിനാഥിനെ നോക്കിക്കൊണ്ട് പറഞ്ഞു.

"പിന്നെ... ചില മനുഷ്യരുടെ ഉള്ളിൽ, ചില യക്ഷി സങ്കൽപങ്ങളൊക്കെ ഉള്ളതു കൊണ്ടാ... ചിലരെ പേടിപ്പിച്ച് ശുദ്ധീകരിക്കാനായത്."

കാശിനാഥ് ചമ്മലോടെ തലകുനിച്ചപ്പോൾ കസ്തൂരി പറഞ്ഞു.

"എന്റെ ഉയർത്തെഴുന്നേൽപ്പ് മാധ്യമങ്ങൾ നല്ലപോലെ ആഘോഷിച്ചു. ഒരു പ്രമുഖ മാസിക ഇന്റർവ്യൂ ചോദിച്ചിട്ടുണ്ട്. സ്ത്രീ സംഘടനകളൊക്കെ എന്റെ ഡേറ്റിനു വേണ്ടിയുള്ള നെട്ടോട്ടത്തിലാ... ഇന്ന് ഒരു സെമിനാറുണ്ട്... സ്ത്രീയും മദ്യവും എന്നതാണ് വിഷയം. എന്നാ ഞാൻ പൊയ്ക്കോട്ടെ..."

കസ്തൂരി യാത്ര പറയുമ്പോൾ കാശിനാഥിന്റെ മുഖം വിവർണമായി. ശരീരത്തിൽ നിന്നും ഒരു അവയവം ഇളകി പോകുന്നതു പോലുള്ള വേദന അയാൾക്കനുഭവപ്പെട്ടു. ആത്മനൊമ്പരം ഉള്ളിലൊതുക്കി, യാന്ത്രികമായി തല ചലിപ്പിച്ച് അയാൾ അനുവാദം കൊടുത്തു. കസ്തൂരി തിരിഞ്ഞു നടന്നു തുടങ്ങിയതും കാശിനാഥ് നേരിയ സ്വരത്തിൽ വിളിച്ചു.

"കസ്തൂരീ..."

കസ്തൂരി തിരിഞ്ഞു നോക്കിയപ്പോൾ അറപ്പോടെ കാശിനാഥ് പറഞ്ഞു.

"ബുദ്ധിമുട്ടാകില്ലെങ്കിൽ..."

കാശിനാഥ് ബാക്കി പറയാതെ അറച്ചു നിന്നപ്പോൾ കസ്തൂരി പറഞ്ഞു."

"വരാം...."

പറഞ്ഞ ശേഷം കസ്തൂരി നടന്നു. അവൾ കണ്ണിൽ നിന്നും മറയുന്നതു വരെ അയാൾ നോക്കിനിന്ന ശേഷം ചിന്തിച്ചു.'എന്റെ അടുത്തു നിന്ന് നടന്നകന്നത് എന്നെ പേടിപ്പിച്ച് വിറപ്പിച്ച യക്ഷിയാണോ... ദൈവത്തിന്റെ ദൂതുമായി വന്ന മാലാഖയോ... മനുഷ്യന്റെ ആഴത്തിലുള്ള വികാര വിചാരങ്ങളെ അപഗ്രഥിച്ച് വിശകലനം ചെയ്യുന്ന തത്വജ്ഞാനിയായ സന്യാസിയോ... സ്ത്രീ സമൂഹത്തിന് ഉണർവും

ശക്തിയുമൊക്കെ പകർന്നു കൊടുക്കുന്ന സാമൂഹ്യ പ്രവർത്തകയോ... പ്രകൃതിയുടെ സൂക്ഷ്മമായ തുടിപ്പുകളെയും സൗന്ദര്യത്തെയും തന്റെ തൂലിക തുമ്പിലേക്ക് ആവാഹിച്ച് കടലാസിൽ അക്ഷര പൂക്കൾ വിരിയിക്കുന്ന കവയിത്രിയോ..."

വല്ലാത്ത സന്ദേഹത്തോടെ കാശിനാഥ് നിന്നു. അഴികളിൽ പിടിച്ച് വിദൂരതയിൽ നോക്കിക്കൊണ്ട് ആത്മഗദമെന്നോണം കാശിനാഥ് പറഞ്ഞു.

"കസ്തൂരീ... നീ ആരാണ്...?

www.ingramcontent.com/pod-product-compliance
Lightning Source LLC
LaVergne TN
LVHW100832051026
849519LV00006B/2263
* 9 7 8 9 3 8 9 1 5 5 0 1 3 *